Cho Hân, Justin, Harley, Benjamin

NGUYỄN HOÀNG VĂN

ĐÀN BÀ ĐẸP VÀ CHÍNH QUYỀN

Tiểu luận & tùy bút

LOTUS MEDIA
2023

ĐÀN BÀ ĐẸP và CHÍNH QUYỀN
Tác giả: Nguyễn Hoàng Văn
Lotus Media xuất bản, 2023
Bìa và trình bày: Uyên Nguyên
Ảnh: Mikhail Nilov

ISBN: 979-8-8689-7642-1

MỤC LỤC

Lời nói đầu 7
Van Gogh *alive* 11
Phận sách và vận nước 13
Hoa, họa và đàn bà: cái cảm và cái nghĩ 17
Tìm Phật, tìm câu triết lý: Trịnh Công Sơn, Bùi Giáng, Phạm Duy 23
Bệnh nhược tiểu, thói hủ nho và thủ dâm chính trị 33
Phải học Tú bà 43
Đàn bà đẹp và chính quyền tồi 53
Thương lượng và hòa giải 67
Tượng bác, từ dáng đứng Raskolnikov đến miếu thờ Trần Thủ Độ 79
Tiếng cười vong thân 91
Điệu tranh đấu *li la* 115
"Trời" sinh Võ Nguyên Giáp để làm gì? 135
Quảng Nam, tiểu tự sự của một tiểu Cộng hoà xã hội chủ nghĩa 147
Chính trị và mỹ học của miếng ăn ngon 161
World Cup và một mỹ học khác về Tổ quốc 179
Ném đá 195
Boléro, đất, biển và người 205
Trận Con Cóc & Tác phẩm lớn, tác phẩm nhỏ 221
Thủy Tinh Mỹ 245
Tư cách mõ, lái súng và đại cường 253
Sự thơ mộng của bạo lực 259
Tái "Khai Sáng" tiếng Việt? 263
"Sinh - XYZ - Lão - Bệnh - Tử" 281
Phật tính của... đồng chí 289
Đếm cuộc đời bằng những mùa keo 299
Cường quốc... tặng thơ 309
Bảng Tra Cứu 319

Lời nói đầu

Tả một người đàn bà đẹp, Nguyễn Tuân chỉ viết sơ sài rằng cô ta đẹp "hơn Mỹ Thuật" và chúng ta ngơ ngác, không thể nào tưởng tượng. Nhưng khi tả một người đàn bà xấu thì, chỉ bằng một câu thôi, Nguyễn Tuân tả rất dễ sợ và, dù không nói ra, sự hết thời của một kỹ nữ về già trong cách diễn tả này có thể khiến chúng ta nghĩ đến sự rệu rã từ trong ra ngoài của một chính quyền đã hoàn toàn mất hết tính chính danh.

Đây không chỉ là tài năng hay kỹ thuật viết văn của những nhà văn mà, cơ hồ, còn là cái gì đó xa hơn, về mặt văn hóa. Dân tộc chúng ta, có lẽ, không phải là một dân tộc mê sắc đẹp. Truyền thuyết, tín ngưỡng dân gian của chúng ta không có nữ thần sắc đẹp. Một nhân vật văn học gắn liền với tín ngưỡng dân gian lẽ ra phải đẹp như Quan Âm - Thị Kính thì, theo *logic*, cũng khó có thể gọi là đẹp bởi, đã giả được trai để đi tu thì, dù rất đẹp trai, làm sao có thể gọi là một cô gái đẹp? Lịch sử cũng vắng bóng người đẹp. Những người đẹp trong lịch sử như An Tư, Huyền Trân, Đặng Thị Huệ, Ngọc Hân v.v... thì lại đẹp một cách sơ sài, chúng ta hoàn toàn không thể hình dung vì lẽ các sử gia xưa quá ư kiệm lời.

Đáng nói hơn, những người đẹp như thế dường như chỉ xuất hiện trong cảnh loạn lạc, điêu tàn. Có thể nói, khi xã hội càng bất an, hay khi người dân càng mất niềm tin và chính quyền càng bộc lộ sự bất lực, người đẹp càng lượn lờ nhiều hơn, như một thứ nguồn cơn của tai họa.

Trong văn học thì đàn bà đẹp lại không may mắn bằng đàn bà xấu bởi ấn tượng về họ bao giờ cũng sâu đậm hơn, sống dai hơn, cơ hồ bất tử. Và cũng giống như là đàn bà xấu, những chính quyền không ra gì bao giờ cũng tìm cách che đậy cái dở của mình nhưng không bao giờ thành công mà, thậm chí, càng gắng sức bao nhiêu, cái xấu càng bị bộc lộ, càng đem lại cảm giác nhờm tởm bấy nhiêu.

Đó là cảm tưởng không thể tránh khỏi khi nhìn vào cục diện đất nước hiện tại, trong bàn tay của một chính quyền mà bất cứ thứ gì cũng "sắp vữa ra", như là bộ ngực xọp xẹp của người kỹ nữ hết thời trong ngòi bút của Nguyễn Tuân.

Đây không phải chủ đề xuyên suốt của cuốn sách mà chỉ là nội dung của một tiểu luận, cũng giống như thương lượng, một đề tài khác.

Thương lượng là điều mà chúng ta vẫn thực hành hàng ngày mà ít khi đặt nó trong một cái nhìn lịch sử, kể từ lúc Lạc Long Quân thương lượng với Âu Cơ, năm mươi về núi, năm mươi về khơi. Từ "thương lượng", trong nhan đề cuốn sách, được tiếp nối bằng dấu chấm lửng, như một hành trình còn nối dài.

Như hành trình tự vấn của Trần Thủ Độ, nhân vật lịch sử mà chúng ta đã thuộc lòng từ thời tiểu học, đặt trên nền tảng sự tự vấn của Raskolnikov, nhân vật của Fyodor Dostovevski trong *Tội ác và Hình phạt*. Raskolnikov lỡ tay giết người vô tội khi theo đuổi một lý tưởng công bằng, Trần Thủ Độ thì lạnh lùng tàn sát để củng cố quyền lực cho dòng họ.

Raskolnikov cúi mình trước cô bạn gái hành nghề bán thân sau những ám ảnh triền miên về tội lỗi: "Anh không cúi mình trước riêng em, anh cúi mình trước những thống khổ của nhân loại". Còn Trần Thủ Độ thì, hơn ba thế kỷ sau khi từ trần, lại hiện hồn về dặn dò hậu thế "Ta đã tu hành rồi...".

Sự sám hối của Raskolnikov thể hiện hành trình của một trí thức trẻ dấn thân nhưng dở dang sự nghiệp và dở dang lý tưởng. Việc ăn chay muộn màng của Trần Thủ Độ lại là hành trạng của một chính khách lão luyện ở thế giới bên kia, khi những thành công và vinh quang dương thế đã thực sự là một con số không vô nghĩa. Nhưng điểm đến từ hai hành trạng của hai nhân vật khác nhau một trời một vực này, xét cho cùng, cũng cùng là sự chứng ngộ sau một tiến trình tự thanh tẩy.

Cuốn sách cũng đề cập đến nhạc *boléro* qua lăng kính văn hóa và lịch sử - chính trị. Đó không chỉ là hình thức nội hóa của một thể điệu âm nhạc ngoại quốc mà là hiện tượng văn hóa bình dân với phong cách diễn tả nhừa nhựa rất đặc trưng, có thể khiến những cảm xúc dẫu thành thật đến đâu cũng có nguy cơ trở nên sáo mòn, giả tạo. Như là một hiện tượng văn hóa bình dân, nó lại biến thể thành một thứ chính trị bình dân, trò chơi quen thuộc của những nhà chính trị dân túy, thứ chính trị đã khiến nước Mỹ suýt có một ông tinh tên Thủy và khiến người Việt Nam thêm một lần chia cắt.

Những vấn đề như thế cho thấy đất nước đang chầm chậm trôi giạt vào một tương lai bất định, bi thảm. Đất nước cần phải thức tỉnh qua một cuộc thương lượng toàn diện giữa mọi thành phần, mọi giá trị, giữa quá khứ với hiện tại, và giữa hiện tại đang gánh chịu sức đè của quá khứ cùng với tương lai. Nhưng để có một sự thương lượng toàn diện thành công thì cái mà cần phải trải qua là một sự thanh tẩy toàn diện, với từng cá nhân, với từng tập thể, những cá nhân - tập thể đã từng điên cuồng, ngu muội hay vô tình can dự để đưa đẩy đến cái định mệnh đen tối chung ấy.

Sự thanh tẩy đó tất phải đau đớn, cực kỳ đau đớn, một sự đau đớn không ai có thể chuyển tải hay tái hiện bằng phong cách diễn tả nhừa nhựa trong những lời kêu rên và đấm ngực than trách bằng nhịp chát chùm nghĩa đen hay nghĩa bóng đã nghe đi nghe lại đến chán tai.

Ngoài những tùy bút mới viết trong thời gian gần đây, trong đó có các bài giới thiệu thơ Nguyễn Hưng Quốc, thơ Lê Văn Tài, cuốn sách này là tập hợp những tiểu luận gắn chặt với chủ đề đau đớn của quê hương, phần lớn đã đăng tải trên trang talawas, Pro & Contra, Tiền vệ và Văn Việt.

Nguyễn Hoàng Văn

Van Gogh *alive*

Tôi đã gặp một Vincent van Gogh hoàn toàn khác, *alive*, ở Sydney.

Nói đến Van Gogh là nói lại một thiên tài bất tử với một cuộc đời bi thiết và, dù tin là mình đã có một sự chuẩn bị cần thiết, tôi đã sững sờ đến bần thần cả người khi bước vào khu triển lãm trong phòng tối như thể bước vào một thế giới khác, một không gian bốn chiều, ba chiều của màu sắc và chiều thứ tư của âm thanh.

Đó không phải là một cuộc triển lãm quy ước với những bức tranh khô cứng, kèm theo những lời chú thích khô cứng. Đó là một không gian của âm nhạc và hội họa, nơi Van Gogh vượt thời gian, sống lại với chúng ta qua những tác phẩm cuồn cuộn chảy trên những bức tường cao gấp khúc chung quanh và cả trên nền nhà. Trong không gian tràn ngập những vết cọ thì nền nhạc - du dương, réo rắc, dồn dập hay trầm mặc theo độ chuyển động của những chùm màu - lại trở thành chiều của thời gian, kéo chúng ta về với cái thời mà Van Gogh đang sống.

Tôi sững sờ, sững sờ đến tê tái cả người khi những chùm sao rực rỡ trong *The Starry Night* rồi *The Starry Night Over the Rhone* cuồn cuộn trên những bức tường cao theo giai điệu của Franz Schubert trong bài "Ave Maria", với tiếng hồ cầm dặt dìu bơi trên nền đệm dương cầm. Hàng chục người dự khán yên lặng ngửng đầu lên ngắm tranh, cuộc thưởng thức tranh mà, trong thoáng chốc, đã trở thành buổi hành lễ của đức tin.

Tất cả những điều ấy lại kéo lùi thời gian của tôi lại mấy thập niên, lúc mười mấy tuổi, trong cảnh tù túng, khao khát bay xa, thấu cảm với Van Gogh qua những suy niệm về tự do trong hoàn cảnh tù túng, từ một bức tranh: Prisoners' Round.

Tôi đến với Van Gogh từ cái "cảm" với bức tranh vẽ lại này.

Đầu tiên chỉ là cái "cảm" và sau đó là cái "nghĩ", cái cảm trưởng thành theo cái nghĩ và cái nghĩ sẽ sôi động, lấp lánh theo cái cảm trong mối quan hệ cộng sinh giữa cảm tính và lý tính. Nhưng đó là chuyện khác, nói sau.

Bây giờ thì chỉ có một lời khuyên: những ai chưa đến dự Van Gogh Alive hãy đến, đó là một trải nghiệm đời người.

9.2020

Phận sách và vận nước

Tôi có một cuốn sách đặc biệt mà tôi tin là xứng đáng được lưu giữ trong viện bảo tàng.

Đó là cuốn *Việt- Nam Tự- Điển* của Hội Khai Trí Tiến Đức và đó hoàn toàn không phải là sách cổ. Đến nay thì những ấn bản đầu tiên do Trung Bắc Tân Văn phát hành tại Hà Nội năm 1931 cũng chưa tròn trăm tuổi huống hồ bản của tôi là loại sinh sau đẻ muộn, do Mặc Lâm tái bản tại Sài Gòn vào năm 1968.

Sự đặc biệt của nó thuộc về một ý nghĩa hoàn toàn khác: đời sách cũng trôi nổi như phận người trong buổi giao thời, phận sách cũng như vận nước khi lịch sử sang trang.

Tôi mua cuốn sách này đâu vào năm 2003, nhờ đứa em lùng mua tại các tiệm sách cũ tại Sài Gòn rồi gởi đến Úc qua đường bưu điện. Mê sách, quý sách từ nhỏ nên ngay sau khi nhận, cùng hàng chục cuốn khác, tôi đã xác lập quyền sở hữu của mình bằng dấu mộc *Văn's Collection* nhằm tránh tình trạng thất lạc để rồi, ngay sau khi máy móc bập con dấu vào, tôi đã chợn tay nhận ra rằng mình đã xúc phạm đến một vật chứng lịch sử.

Trước khi tôi khẳng định quyền sở hữu của mình, cuốn sách đã từng được xác định là một tài sản quốc gia qua hai lần đóng dấu: "Việt Nam Cộng Hòa - Ủy ban điển chế văn tự".

Trước năm 1975, còn học tiểu học, thỉnh thoảng tôi vẫn nghe

người lớn than thở chuyện chữ nghĩa lạm phát rồi giải thích: "Nước mình không có Hàn lâm viện". Họ chép miệng nêu ra tấm gương nước Pháp: nhờ có Hàn lâm viện, chuyên tâm vào việc gìn giữ quốc ngữ, nên tiếng Pháp trong sáng, đâu ra đó.

Chưa có nhưng chính phủ lúc ấy đã có ủy ban trên với trách vụ giữ thơm tiếng mẹ và, theo một số tài liệu, còn đóng vai trò tiền thân của Hàn lâm viện sắp sửa thành lập.

BAN VĂN HỌC
HỘI KHAI-TRÍ TIẾN-ĐỨC KHỞI THẢO

VIỆT-NAM TỰ-ĐIỂN

HANOI
Imprimerie Trung-Bac Tân-Van
1931

Mà cũng không nhất thiết phải mang tên "Hàn lâm viện". Nước Úc không có một cơ cấu tương tự nhưng đã có Ban biên soạn của *Macquarie Dictionary* với nhiệm vụ tương tự, là ban mà năm ngoái đã đưa vào "biên chế chính thức" của tiếng Anh tại Úc với nào là *covidiot*, những thằng ngu lơ là hay thậm chí chống đối lại các biện pháp an toàn trong đại dịch Covid-19; nào là *pyrocumulonimbus*, cảnh khói lửa mịt trời trong trận cháy rừng đầu năm 2020 v.v. Tiếng Anh, tại nước Anh cũng vậy, cũng có những nhà từ vựng học tương tự trong Ban biên tập *Oxford Dictionary*, là những nhà ngôn ngữ học đã chính thức hóa tiếng lóng *nomophobia* vào năm ngoái, cái từ vựng mới xuất hiện nói lên nỗi sợ "một ngày không điện thoại di động" v.v.

"Ủy ban điển chế văn tự" của chính quyền VNCH trực thuộc Bộ Văn hóa và sau tháng Tư năm 1975 những kẻ thắng cuộc ngành văn hóa nào đã từ miền Bắc đã đến đây tiếp quản? Cuốn sách bị lôi ra bán hàng loạt theo lối chính quy hay tỉa dần, tỉa dần theo phương pháp du kích chiến? Cuốn sách đã qua tay bao nhiêu người? Đã được bán đi bán lại bao nhiều lần rồi mới đến tay tôi?

Cuốn sách như là một tài sản quốc gia, được các nhà ngôn ngữ học sử dụng cho mục đích gìn giữ tiếng Việt, đã bập bềnh trôi nổi, như bao nhiêu người lâm cảnh trong cảnh nước mất nhà tan.

Ngày trước, khi những bậc cha chú của tôi than thở cho sự lạm phát của tiếng Việt thì đó là tình trạng ắt phải có trong tiến trình phát triển của xã hội và chính vì thế mới có "Ủy ban điển chế văn tự", mới có dấu mộc đỏ chói trên cuốn từ điển này. Theo sự lưu lạc của cuốn từ điển đặc biệt này, tiếng Việt cũng tan tác theo cảnh nước mất nhà tan và tình trạng không phải là sự lạm phát ắt phải có mà là một cuộc đại khủng hoảng với hiện tượng viết bậy, viết sai, một cách toàn diện, sai trên tầm mức vĩ mô. Tiếng Việt bị sai từ trong "nghị quyết" của cơ quan quyền lực cao nhất đến các nghị định và văn bản pháp luật của cơ quan quản lý hay lập pháp cao nhất. Tiếng Việt sai ngay trong những bài diễn văn lê thê của các lãnh tụ đến những hàng tít trang trọng nhất trên trang bìa các tờ báo phát hành toàn quốc.

Cuốn từ điển đang nằm trong tay tôi, như thế, xứng đáng được gìn giữ để kể lại cho thế hệ mai sau câu chuyện của mình. Nó xứng đáng được bảo tồn trong hòm kiếng với lời chú giải rõ ràng về xuất xứ của mình trong một viên bảo tàng như "Viện bảo tàng tiếng Việt" hay "Viện bảo tàng Việt Nam Cộng Hòa" v.v.

Trong khi chờ đợi thì tôi chỉ biết gìn giữ, nâng niu và trân trọng nó như một vật quốc bảo, với tất cả tấm lòng của mình.

4.2021

Hoa, họa và đàn bà: cái cảm và cái nghĩ

Có một dạo tôi thắc mắc mãi về dung mạo của Cúc Tiểu Muội, người đàn bà khiến Nguyễn Tuân, dù chỉ nghe kể qua thôi, cũng phải thốt lên: "Tôi hết sức bị kích thích. Chắc nàng phải đẹp quá. Đẹp hơn cả Mỹ Thuật". [1]

Mỹ thuật, nói cho gọn, là nghệ thuật tạo nên cái đẹp. Vậy mà cô Cúc này còn đẹp hơn cả mỹ thuật, mà là Mỹ-Thuật-viết-hoa.

Nhưng khoan nói là "hơn Mỹ Thuật", cô ta mà đẹp "như Mỹ Thuật" thôi thì cũng đã là một bài toán khó lắm rồi. Nếu Cúc đẹp "như Mỹ Thuật" của Tô Ngọc Vân, trong "Thiếu nữ bên hoa huệ", chúng ta có bị kích thích thì cũng là lẽ thường. Nhưng nếu Cúc mà đẹp "như Mỹ Thuật" của Amedeo Modigliani hay Pablo Picasso, làm sao cô ta có thể kích thích Nguyễn Tuân cho nổi?

Nhưng nhờ suy nghĩ vẩn vơ về chuyện này mà tôi tin rằng tôi có thể tìm ra lời giải cho các họa sĩ khi bị làm khó.

Người đời, nói theo Picasso, thích nghe tiếng chim hót nhưng không ai lên tiếng đòi chim phải hót sao cho họ hiểu. Họ cũng thích trồng hoa hay cắm hoa nhưng không bắt hoa phải nở cho

---

[1] Tùy bút "Ấn Tín của người con gái Tỉnh Việt", trong *Một chuyến đi.*

họ hiểu. Tuy nhiên họ cứ bắt các họa sĩ phải vẽ sao cho mình hiểu. [1]

Tôi không phải là họa sĩ mà cũng bị làm khó. Nhà treo mấy bức tranh – tranh in có, tranh gốc có, của các họa sĩ Vi Phát, Lê Văn Tài, Nguyễn Hưng Trinh v.v. - nên, thỉnh thoảng, tôi lại bị người này người kia thắc mắc với giọng điệu chẳng có gì là thân thiện. Họ - chủ yếu là các ông thợ điện, thợ ống nước, thợ mộc v.v. – được gọi đến nhà sữa chữa lặt vặt và thường, khi nhìn thấy những họa phẩm lại ngứa cổ lắc và ngứa mồm mỉa mai, đại loại: "Tranh này ý nói gì vậy?", "Anh có hiểu nó không?", hay "Bảo tôi ngu thi tôi chịu, tôi không hiểu gì cả!".

Thường, tôi chỉ cười cho qua chuyện, bảo thích thì treo, được tặng thì treo. Họ chỉ bày tỏ thái độ mà không cần câu trả lời nên dẫu có dẫn ra một ngàn ông Picasso cũng không thể nào thay đổi được.

Tôi có anh bạn đồng hương, ở Việt Nam học cùng trường, cùng khóa với chị tôi, sang Úc thành công cả trong kinh doanh lẫn học vấn. Vốn là dân kỹ thuật, ở Việt Nam anh học Đại học Bách khoa Sài Gòn khóa thứ hai sau năm 1975, mới xong năm thứ nhất anh vượt biển, đến Úc theo đuổi ngành quản trị - tài chính, học một mạch đến bậc cao học rồi mở công ty chuyên về sản phẩm canh nông, vừa kinh doanh, vừa thai nghén một đề tài tiến sĩ trong lĩnh vực kinh tế nông nghiệp. Học vấn của anh bạn, như thế, là thuộc lại cao nhưng về mặt cảm thụ nghệ thuật thì, như anh thẳng thắn thừa nhận, thuộc loại i tờ, không thoát ra khỏi hệ thẩm mỹ "mai cúc trúc đào". Biết mình biết người, anh tỏ ra "kính nhi viễn chi" với người có khả năng hơn mình

---

[1] "Everyone wants to understand art. Why don't we try to understand the song of a bird? Why do we love the night, the flowers, everything around us, without trying to understand them? But in the case of a painting, people think they have to understand."

trong chuyện này và có lần nhờ tôi cùng nhạc sĩ Hoàng Ngọc-Tuấn làm cố vấn, chọn tranh và sắp đặt cách treo tranh trong căn nhà hai tầng rộng thênh thang như dinh tỉnh trưởng của mình, với ngân khoản đâu trên dưới hai mươi ngàn đô la.

Không chịu được nghệ thuật phi hình thể, anh muốn tranh trong nhà mình phải là tranh "có hình ra hình" nhưng phải có tính "nghệ thuật cao", lại phù hợp với lĩnh vực anh kinh doanh, đặc biệt là hoa trái, những sản phẩm canh nông. Nghe vậy, tôi nói ngay: tranh tĩnh vật của các họa sĩ Ấn Tượng hay Dã Thú và mở các đường link trên Internet. Anh bị hút hồn ngay lập tức và tấm tắc khen tôi "dịch từ 'still life' quá hay" khiến Hoàng Ngọc-Tuấn cười ngất, bảo người ta đã dịch nó lâu rồi, từ khi tôi chưa ra đời lận.

Anh bạn ấy biết rõ giới hạn của mình. Anh chọn lựa những tác phẩm hợp với tầm hiểu biết của mình và không đòi hỏi các họa sĩ khác phải sáng tác sao cho anh hiểu. Anh còn cố mở rộng tầm mắt của mình khi, sau đó, nhờ tôi giới thiệu một – và chỉ một - cuốn sách hướng dẫn để giúp anh hiểu sâu hơn về nghệ thuật. Bận bịu với những con số thu chi của công ty mà còn đau đáu với luận án tiến sĩ sắp viết, anh không có nhiều thì giờ, muốn đó phải là một cuốn sách ngắn gọn, súc tích, đại loại một thứ *Introduction to Art, To Understand Art* hay, thậm chí, *Art for Dummies*... Tôi cố giải thích rằng đọc những sách đó anh bạn có thể thủ đắc một số kiến thức, nhưng là kiến thức chỉ để mang ra "xổ", để lòe người trong lúc trà dư tửu hậu, tranh hơn tranh thua với đám anh em rể khi về nhà ngoại. Tôi giải thích rằng trước một tác phẩm hội họa thì vấn đề không phải là chúng ta "hiểu" gì mà là chúng ta "nghĩ" gì. Mà cái "nghĩ" này thì hình thành từ cái "cảm", qua những trải nghiệm cá nhân.

"Cảm" là phần cảm nhận, thiên về cảm tính. "Nghĩ" là phần suy tưởng, nặng về lý tính. Có người chan hòa giữa hai thứ. Có người nặng về lý tính mà nhẹ về cảm tính. Lại có người thì chỉ thiên về cảm. Thí dụ như Mai Thảo, Võ Phiến từng nhận xét là nhà văn này chỉ có "cảm" mà không có "nghĩ"" tả bước chân của một cô gái, Mai Thảo bắt chữ nghĩa bay lượn theo từng gót chân nhưng tất cả chỉ có vậy, chỉ có cái đẹp của chữ nghĩa bay lượn mà không đọng lại ở người đọc một suy tưởng trí tuệ nào.

Tôi kể với anh tôi đã "cảm" Van Gogh như thế nào từ năm 18 tuổi, chỉ từ bức "Người tù đi dạo", in trong một cuốn sách tiểu sử. Mười mấy tù nhân sắp hàng thành vòng tròn để nối đuôi nhau "đi dạo" trong một sân tù chật hẹp, còn tôi thì đang sống trong một xã hội chật hẹp, cũng "tự do", cũng "đi dạo" có khác gì những tù nhân trong tranh? Tôi kể với anh việc Piccasso của thời kỳ xanh đã mê hoặc tôi vào lứa tuổi đó như thế nào với bức "Old guitarist": Tôi mê tiếng nhạc Tây Ban Cầm sau khi nghe bài "Capricho Árabe" của Francisco Tárrega từ một cuộn băng cũ mèm và hình ảnh người nghệ sĩ rách rưới làm tôi nghĩ đến cây đàn guitar rách nát vá chằng vá đụp, nồng nặc mùi keo dán gỗ của mình. Từ sự "đồng cảm" ấy, tôi đã tìm hiểu sâu hơn về những thiên tài hội hoạ như thế để rồi "cảm" ban đầu được phần trí tuệ thu thập nâng cánh, nuôi dưỡng thành cái "nghĩ" khi đứng trước tác phẩm.

Tôi nhớ một kỷ niệm khác với họa sĩ Vi Phát, hơn mười năm trước. Đọc xong tiểu luận "Đụ, như là lịch sử" tôi viết trên Tiền vệ, Vi Phát cao hứng vẽ bức thư pháp khổ lớn mang đến tặng, mặt sau ghi "Portrait of Nguyễn Hoàng Văn"! [1]

Trời đất, tôi hoàn toàn không ngờ là có ngày sẽ có người vẽ chân dung tôi bằng chỉ hai chữ "đ", "u" rồi thêm vào dấu nặng. Tranh treo giữa nhà, một bữa tụ họp anh em bạn bè, nhà phê bình Nguyễn Hưng Quốc cùng nhạc sĩ Hoàng Ngọc-Tuấn đứng ngắm, và Hoàng Ngọc-Tuấn thốt lên: "Chữ đụ này khai

---

[1] http://www.tienve.org/home/literature/viewLiterature.do...
In trong cuốn *Ngôn ngữ và Quyền lực*, Người Việt California, 2014

triển từ chữ 'tâm'."

Chữ "tâm', trong Hán tự, là chữ tượng hình, mô phỏng hình trái tim và chỉ Hoàng Ngọc- Tuấn mới nhìn ra điều này.

Vi Phát tốt nghiệp mỹ thuật tại Việt Nam và cả Úc, Vi Phát viết và nói thông thạo tiếng Hoa, và anh có nghĩ đến điều này khi vẽ "chân dung" của tôi bằng hai chữ và một dấu chấm? Tôi không mất lịch sự đến độ sỗ sàng hỏi thẳng, chỉ kể lại nhận xét của Hoàng Ngọc-Tuấn và nhận thấy đôi mắt anh rực lên, cái lóe sáng của một nhà sáng tạo khi tác phẩm của mình được khám phá trong một ý nghĩa mới hay cảm nhận đồng điệu.

Trở lại với những kẻ hay nói kháy, làm khó các họa sĩ. Có lẽ vấn đề nằm ở chỗ cái "cảm" và cái "nghĩ" của đa số người Việt chúng ta đã bị đổ khuôn từ lối giáo dục thẩm mỹ qua cách dạy văn, học văn, rồi thi văn, qua những đề thi kiểu "Nhà thơ X/ Nhà văn Y đã viết 'a, b, c, d, e, f...", anh chị hãy cho biết cảm nghĩ của mình" mà, những bài thi "đạt yêu cầu" nhất, lại là những bài sáo nhất, mòn vẹt nhất, theo mấy bài văn mẫu. Chính cái lối giáo dục này đã khiến đa số chúng ta không thực sự cảm, không thực sự nghĩ, chỉ "cảm nghĩ" rập khuôn và, do đó, luôn bắt các tác phẩm nghệ thuật phải có cái gì đó nằm trong tầm hiểu biết hạn hẹp của mình.

Và người đẹp Cúc Tiểu Muội của Nguyễn Tuân. Suy nghĩ mãi về dung mạo của cô nàng "đẹp hơn Mỹ Thuật" này, tôi nghĩ là tôi đã tìm ra cách đối đáp cho các họa sĩ. Vì chưng toàn bộ những kẻ nói kháy tôi đều là đàn ông nên lời đáp của tôi cũng hướng về nam giới.

Mỗi lần bị ông nào chất vấn là sao vẽ tranh khó hiểu, tại sao các họa sĩ không vặc lại: "Anh có thích đàn bà không?". Dĩ nhiên là trừ những anh chàng đồng tính ra, có anh đàn ông nào mà không thích đàn bà, và họ có thể vặc tiếp: "Thế anh có hiểu đàn bà hay không?"

Đàn bà là một giống sinh vật cực kỳ khó hiểu, khó hiểu đến độ nhà tâm lý học Louann Brizendine của Đại học California, đã phải viết nguyên cuốn *Female Brain* để giải thích tại sao họ lại khó hiểu. Vấn đề là, vì một lý do nào đó, người đàn ông đã "cảm" người đàn bà, rồi từ đó họ "nghĩ" là người đàn bà đó được Tạo Hóa ban cho mình, cho dù không hề hiểu hết.

Quả là bất công cho các họa sĩ. Không hoàn toàn hiểu đàn bà nhưng người đời sẵn sàng hào phóng với đàn bà, dâng hiến và bỏ cả cuộc đời mình để cảm, để hiểu, và để sống cùng. Trong khi đó thì họ khăng khăng làm khó các họa sĩ mà không chịu bỏ ra, chỉ một vài sát na với ý nghĩ thoáng qua rằng, để cảm cái gì đó thì phải vứt bỏ định kiến, phải xích lại thật gần và, để hiểu, thì phải học.

3.2021

Tìm Phật, tìm câu triết lý: Trịnh Công Sơn, Bùi Giáng, Phạm Duy

Trịnh Công Sơn ưa sầu não bằng những suy niệm triết học, bằng lời Phật hay bằng tên Phật nhưng càng nghe càng thấy nhạt, thấy bóng Phật bé lại. Bùi Giáng thì khác. Chỉ những lời vu vơ thông tục nhưng càng đọc càng thấm, càng thấy bóng Phật đậm ra.

Như “Lẫn Lộn Lung Tung”, một trong những bài thơ được xem là “điên” nhất của Bùi Giáng, bài thơ mà chúng ta có thể cảm nhận theo nhiều hướng khác nhau và, nếu đầu óc chỉ thoáng nghĩ đến lời Phật thôi thì, giữa những chữ nghĩa “lẫn lộn” đó, bóng Phật sẽ hiện ra, lồng lộng:

Tôi gọi Mỹ Tho là Mỹ Thỏ
Mỹ Thọ muôn đời là Lục Tỉnh hôm nay
Tôi gọi Sóc Trăng là Sóc Trắng
Gọi người sương phụ gái thơ ngây
Tôi sẽ ra đi bỏ lại đời
Mỹ Tho, Mỹ Thọ, Sóc Trăng ơi!
Mỹ Thỏ muôn đời là Sóc Trắng
Gái mặc quần ra đứng ngó trời

“Mỹ Tho” mà gọi là “Mỹ Thỏ” thì quả là “lẫn lộn” nhưng đến “Mỹ Thọ muôn đời là Lục Tỉnh hôm nay” thì tứ thơ đã. Chữ nghĩa không còn "lung tung" nữa mà ngưng đọng lại, đặc quánh theo độ nén của không gian và thời gian.

Cơ hồ, mối quan hệ lịch sử - địa lý trên một vùng đất với bề dày trên 150 năm kể từ thời vua Minh Mạng đã cô đọng lại trong vỏn vẹn một câu thơ. Nếu lịch sử thể hiện ý nghĩa thời gian của đất thì địa lý là mối quan hệ không gian giữa những sông, núi, vùng, miền. Nếu "Lục Tỉnh" là tên gọi của vùng đất phương Nam khi quyền lực chính trị tập trung tại Huế thì "Mỹ Thọ" lại là cách mà những người con xứ Huế gọi tên... Mỹ Tho.[1]

Đó là biến thể Việt hóa từ phương ngữ Khmer "xứ của mỹ nhân" và, như một địa phận hành chánh mà chúng ta hiểu hôm nay, lúc đó Mỹ Tho vẫn chưa ra đời. Mỹ Tho, như một tỉnh, phải đợi đến đầu thế kỷ 20, khi Minh Mạng không còn nữa mà con cháu nối ngôi cũng bị tước hết chủ quyền. Và Mỹ Tho, như một thị xã tỉnh lỵ, thì phải chờ đến sau cuộc đổi đời khác, vào năm 1976.[2]

Nhà thơ "lẫn lộn" bởi tên của một vùng đất có thể thay đổi

---

[1] Đây là cải cách hành chính của Vua Minh Mạng năm 1832 , theo đó Gia Định Thành bị bãi bỏ, 5 trấn của Gia Định Thành được đổi thành "Lục Tỉnh" gồm Phiên An, Biên Hòa, Định Tường, Vĩnh Long, An Giang, Hà Tiên.Mỹ Tho thuộc về địa phận của tỉnh Định Tường.

Hai năm sau (1834), vùng Lục tỉnh được gọi chung là Nam Kỳ và từ đó danh xưng "Nam Kỳ Lục tỉnh" hình thành.

Cơ cấu hành chánh này tồn tại đến tới năm 1862 khi Pháp chiếm 3 tỉnh Miền Đông, sau đó năm 1867 Pháp chiếm nốt 3 tỉnh Miền Tây.

[2] Nhiều tài liệu cho rằng Mỹ Tho là do người Việt phát âm dựa theo từ Mê Sor của người Khmer, có nghĩa là "xứ có con gái trắng đẹp".

Nếu là một tỉnh thì Mỹ Tho ra đời vào ngày 1 tháng 1 năm 1900,trên phần lớn đất đai của tỉnh Định Tường. Đến tháng Hai năm 1976 danh xưng tỉnh Mỹ Tho bị xóa, Mỹ Thochỉ còn tên thị xã tỉnh lỵ, trung tâm của tỉnh Tiền Giang.

Hiện Mỹ Tho là "đô thị loại I' với danh hiệu "thành phố Mỹ Tho".

"lung tung" theo những thăng trầm lịch sử, theo cách phát âm của từng tọa độ địa lý. Nhưng nhà thơ lại cố tình "lẫn lộn - lung tung" với Sóc Trăng - Sóc Trắng chỉ để tái điệp ý tưởng trên về sự biến dịch: "gái ngây thơ" rồi sẽ là "sương phụ", sau một khoảng cách thời gian; và từ "gái ngây thơ" đến "sương phụ" lại là những bể dâu thân xác, theo từng giai đoạn đời người.

Ai dựng thôn quê thành phố xá
Vì đâu bãi cát hóa lâu đài...

Chúng ta có lịch sử chung cho đất nước và có những "lịch sử" riêng cho từng phần số. Chúng ta có cảnh dâu bể trên từng cuộc đất quê hương và những bể dâu nhục thể của từng cá nhân khi những miền cong phơi phới sức phồn thực rệu rã sự sống, rạn vỡ những vết chân chim tuổi tác.

Đó, toàn bộ những điều như thế, chính là... đời. Đời với những thay đổi, những biến dịch và những dâu bể riêng, chung. Đời với những cái tên, những ý nghĩa biểu đạt tùy tiện khoác lên sự vật và thiên nhiên, những danh phận và những bổn phận luân lý áp đặt lên phận người.

Và đời còn là dấu chấm hết khi, cuối cùng, sau khi đi trọn những biến dịch và bể dâu ấy, chúng ta sẽ ra đi, bỏ lại.

Bỏ lại hết, bỏ lại những Mỹ Tho, Mỹ Thọ, bỏ lại "Mỹ Thỏ muôn đời là Sóc Trắng", bỏ lại những danh phận "ngây thơ" hay "sương phụ" nhưng để đi về đâu?

Gái mặc quần ra đứng ngó trời

Trời là trời đất, là thiên nhiên, vũ trụ. Bóc trần lớp vải vóc che đậy da thịt ấy là một tiểu thiên nhiên "dày dày đúc sẵn". Mà bóc trần lớp vỏ bọc bằng ngôn ngữ hằng che đậy cái hơn-là-thân-xác lại là những tiểu thế giới của cái tôi!

Mỗi cái tôi là một thế giới riêng, hiểu là "tiểu ngã". Mà từng cá nhân như thế lại là một phần cực kỳ nhỏ bé của thiên nhiên vũ trụ, như một thế giới rộng lớn bao trùm, hiểu là "đại ngã". Từ tiểu ngã, Bùi Giáng đã hướng về đại ngã và, qua những câu thơ "lẫn lộn lung tung", bóng Phật đã hiện ra, lồng lộng!

Trịnh Công Sơn thì ngược lại, như trong ca khúc "Này Em Có Nhớ":

Chúa đã bỏ loài người
Phật đã bỏ loài người
Này em xin cứ phụ người.
Này em xin cứ phụ tôi,
Đời sống quanh đây có vạn lời mời,
Đời sống quanh đây tiếng người mừng gọi em vào.
Đời đã quen với những kiếp xa nhau.
Chúa đã bỏ loài người
Phật đã bỏ loài người
Này em xin cứu một người.
Này em hãy đến tìm tôi
Vì những con sông đã cạn nguồn rồi,
Vì gió đêm nay hát lời tù tội quanh đời
Về cùng tôi đứng bên âu lo này.
Chúa đã bỏ loài người
Phật đã bỏ loài người,
Này em có nhớ cuộc đời.
Này em có biết loài người.
Này em có nhớ gì tôi

"Cái đồ sộ, chế ngự được, thành ra cái cao cả" và, dù tác giả vận dụng những hình tượng thật đồ sộ và cao cả, thứ tình yêu thể hiện trong những lời rên rỉ "Này em xin cứu một người" - "Này em có nhớ gì tôi" ấy khó mà nói là một tình yêu thực sự trưởng thành, đừng nói là... đồ sộ, cao cả.[1] Đau đớn vì tình, một

---

[1]Lời của André Maurois, dẫn theo Võ Phiến trong"Tác phẩm lớn, tác phẩm nhỏ", in trong*Võ Phiến Tuyển tập* (2006) Người Việt, California.

đứa trẻ mới lớn có thể thấy cả thế giới sụp đổ dưới trái tim tan vỡ của mình, thấy không còn gì để bám víu kể cả niềm tin tôn giáo và đó là điều dễ hiểu nhưng, trong những nỗi đau đớn lớn lao và cao cả mà nhân loại hằng trăn trở, đâu có vị trí tươm tất nào cho cái nỗi đau... dễ hiểu đó? Phật đâu hề từ bỏ ngai vàng để tìm đường giải thóat cho đám trẻ mới lớn thất tình? Và Chúa cũng đâu hề chịu đóng đinh để cứu rỗi cho những kẻ vấp ngã khi chập chững bài vỡ lòng yêu?

Trịnh Công Sơn, như thế, đã hoàn toàn khác với Bùi Giáng. Bùi Giáng hồn nhiên đùa giỡn nhưng đưa chúng ta vượt qua cái tiểu ngã tầm thường để hướng đến những tầm vóc đồ sộ và cao cả. Trịnh Công Sơn thì ồn ào và xôm tụ với cái đại ngã đồ sộ ban đầu chỉ để co rút lại trong cái tiểu ngã nhỏ nhoi bé mọn nên, vô hình trung, hình Chúa và dáng Phật mượn hơi cũng phải nhỏ nhoi theo.

Bài hát trên, cũng như một số bài hát khác của Trịnh Công Sơn, bộc lộ khát vọng triết lý hóa những ý tưởng nhân sinh hay biểu lộ cảm xúc nhưng đâu phải dẫn tên Phật hay lời Phật thì nghiễm mang Phật tính, đâu phải dẫn ra dăm câu sực nức mùi triết lý là toát lên tinh thần triết học?

Trong khuôn khổ của một ca khúc hay một bài thơ chẳng ai có thể đào bới đến tận cùng những ý nghĩa triết học qua một hình tượng nghệ thuật, một ý tưởng nhân sinh hay một biểu lộ cảm xúc nhưng, ít ra, tinh thần triết học đó phải thể hiện khi người nghệ sĩ tái điệp những hình tượng, ý tưởng hay biểu lộ đó. Hoặc, mở rộng ra về kích thước, hướng tới một tầm vóc đồ sộ và cao cả hơn: từ tình yêu của cá nhân hướng đến tình người, tình nhân loại... Hoặc, đào sâu vào thế giới vi mô, từ sợi tóc nhỏ chẻ ra làm tư, làm tám, làm mười sáu, ba mươi hai: từ nỗi đau hay niềm hoan lạc của việc chung đụng da thịt mà đi tới những ngóc ngách mẫn cảm trong từng tế bào, từng hạt hồng cầu v.v...

Trên khía cạnh này thì Phạm Duy đã làm được khi thể hiện khuynh hướng với đến những tầm vóc vĩ mô trong khi Trịnh Công Sơn, phần lớn, chỉ loay hoay quanh quẩn, chỉ sàn sàn sau trước đều đều!

Thí dụ như "Tình Sầu", của Trịnh Công Sơn:

Tình yêu như trái phá
Con tim mù lòa
Một mai thức dậy
Chợt hồn như ngất ngây
Chợt buồn trong mắt nai
Rồi tình vui trong mắt
Rồi tình mềm trong tay.
Tình yêu như vết cháy
Trên da thịt người
Tình xa như trời
Tình gần như khói mây
Tình trầm như bóng cây
Tình reo vui như nắng
Tình buồn làm cơn say

Trước sau chỉ vậy, chỉ là những so sánh, những liên tưởng thi vị nhưng đều đều, đều đều, và đến lúc kết lại "Tình cho nhau môi ấm/Một lần là trăm năm" cũng chỉ "đều đều"một hình tượng sáo mòn để tình yêu ấy, qua diễn tả của tác giả, vẫn tiếp tục là... tình yêu ấy. Mở đầu, Trịnh Công Sơn ném ra một trái banh quần vợt. Kết thúc ca khúc, người nghe vẫn nhìn thấy tình yêu ở vóc dáng của trái banh quần vợt ấy.

Phạm Duy thì cố bơm và cố đẩy để trái banh ấy có thể bay lên cao hơn, càng lên cao càng lớn, thoạt đầu là trái bóng cho 24 người lăn xả tranh giành, rồi là quả khí cầu bay lẫn vào mây, lên cao nữa là mặt trăng, quả đất, mặt trời v.v...

Như trong "Lời chào bình yên", viết vào thập niên 70 của thế kỷ 20:

Mang giầy vớ tốt, mang khăn áo lành
Tôi chào đất nước tôi nay thái bình
Tôi cúi lưng xin chào anh
Tôi đứng lên, tôi chào em
Tôi vói lên cao, chào Đức Tin

Tác giả liên miên chào. Chào "những bác nông dân ít lời", chào "chiến sĩ đang ôm súng ngồi", chào từ "vũng nước trong xanh, tháng hè" đến "đứa bé sơ sinh khóc oà", đến "đám cưới đi ngang trước nhà" v.v... và hướng tầm mắt ra khỏi biên giới quốc gia:

Tôi chào trái đất xinh xinh giữa trời
Tôi chào thế giới chung nhau giống người
Chia với nhau dăm biển to
Dăm núi cao băng lạnh co
Hay mấy khu sa mạc nắng khô

Để rồi quay lại với đất nước tang thương của mình,trong giấc mơ hòa bình:

Tôi chào ý nghĩ chia vui chúng mình
Chia buồn, sẽ sống chung nhau thái bình
Chia nước ngon, chia hột cơm
Chia áo khăn, chia mảnh tôn
Ta bắt tay nhau chào tiếng hân hoan.
Lời... lời chào bình yên

Think globally, act locally, những thế hệ "công dân toàn cầu" hôm nay vẫn hằng nhắc nhau gìn giữ sự bình yên của trái đất như thế, cái phương châm hành động nở rộ khi nhân loại chuyển mìnhvới những khái niệm *global village, globalizaton* hình thành từ thập niên 90 của thế kỷ 20. Thế nhưng trước đó, từ tận thập niên 70, Phạm Duy đã từ quê hương khói lửa của mình nhìn ra thế giới rộng lớn bên ngoài để rồi quay trở về với mảnh tôn lợp trên lớp cột kèo sém màu than lửa giữa những làng quê xơ xác vì chiến cuộc.

Hay trong một ca khúc khác, "Tìm nhau", Phạm Duy cũng đã thể hiện được cái nhìn "bao la phơi phới" như thế:

Tìm nhau trong hoa nở
Tìm nhau trong cơn gió
Tìm nhau trong đêm khô hay mưa lũ
Tìm nhau khi nắng đổ
Tìm nhau khi trăng tỏ
Tìm nhau như chim mộng tìm người mơ

Tác giả mải mê tìm, tìm "trong câu thơ cổ", tìm "qua tranh Tố Nữ", tìm "trên môi đương ca câu thương nhớ", tìm "sâu trong muôn thuở", để rồi "Gặp nhau trong hơi thở của cuộc đời" và:

Gặp nhau trong Nhân Tình đầy Bác Ái, ơi người
Gặp nhau trong kinh cầu một hồi chuông.

Nhưng vẫn chưa đủ, phải tiếp tục tìm, tìm "trong bom lửa", tìm "trên kinh đô xây trong xương máu" v.v... và:

Tìm xem trong kinh sử
Tìm tương lai sáng tỏ
Tìm nhau khi nhân loại được trùng tu

"Trùng tu" nhân loại là giấc mơ bao đời của con người, của những nhà sáng lập tôn giáo và hành trình "đi tìm" của nhạc sĩ luôn mở rộng về tầm vóc để khi gặp nhau cũng thế, vĩ đại, cao cả mà gần gũi:

Gặp nhau trong vinh dự của đời người, người ơi
Gặp nhau dưới Đức Tin bao la phơi phới
Gặp nhau trong cơ khổ của thế giới, ơi người
Gặp nhau, đôi tâm hồn được nghỉ ngơi

Lúc "tâm hồn được nghỉ ngơi" cũng là lúc chúng ta đạt tới cõi vô ưu, cứu cánh của mọi tôn giáo.

Phạm Duy đâu hề tên Chúa hay tên Phật nhưng tại sao từng

tín đồ của Chúa vẫn có thể nhìn thấy bóng dáng Chúa của mình, từng Phật tử cũng có thể nhìn thấy dáng người Thầy vĩ đại của mình? Tại sao Bùi Giáng chỉ bông lơn đùa bỡn mà chúng ta có thể cảm nhận được thân phận bé mọn và tạm bợ của mình trước cõi vũ trụ vĩnh hằng?

Tính triết lý của một bài thơ hay bài hát sẽ bàng bạc hay thâm thúy trầm lắng trong cách tác giả tái điệp những hình tượng nghệ thuật, những ý tưởng nhân sinh hay biểu lộ cảm xúc của mình.

Nó không nằm ở những phát ngôn xanh rờn của những tên tuổi xanh rờn mà tác giả nấp bóng.

Đó chỉ là trò kiểu cọ, làm dáng...

10.7.201

Bệnh nhược tiểu, thói hủ nho và thủ dâm chính trị

Lời lẽ gây hấn trên, tôi xin nói ngay, là của Nguyễn Huy Thiệp, người từng làm sôi động đời sống văn học tẻ nhạt của Việt Nam một thời. Trong truyện ngắn "Vàng Lửa", ra mắt vào giữa thập niên 1980, nhà văn này viết:

> "Đặc điểm lớn nhất của xứ sở này là nhược tiểu. Đây là một cô gái đồng trinh bị nền văn minh Trung Hoa cưỡng hiếp. Cô gái ấy vừa thích thú, vừa nhục nhã, vừa căm thù nó. Vua Gia Long hiểu điều ấy và đấy là nỗi cay đắng lớn nhất mà ông cùng cộng đồng phải chịu đựng. Nguyễn Du thì khác, ông không hiểu điều ấy. Nguyễn Du là con của cô gái đồng trinh kia, dòng máu chứa đầy điển tích của tên đàn ông khốn nạn đã cưỡng hiếp mẹ mình."

Rồi, sau đó:

> "Vấn đề ở chỗ phải đứng lên vươn mình thành một cường quốc. Làm điều đó, phải có gan chịu đựng sự va xiết trong quan hệ với cộng đồng nhân loại. Thói hủ nho và thủ dâm chính trị sẽ không bao giờ tạo được những quan hệ trong sáng, lành mạnh. Sẽ đến lúc nền chính trị thế giới giống như món nộm suồng sã, khái niệm thanh khiết ở đấy vô nghĩa."

Gọi là "thủ dâm chính trị" thì hơi gắt và, nếu muốn nhẹ hơn, có thể diễn đạt theo Lỗ Tấn là "thắng lợi tinh thần" tuy nhiên tất cả cũng đều là hành vi "tự sướng", là tự huyễn hoặc lấy mình. Người phát hiện thói tật này của người Việt sớm nhất, có lẽ, là Lê Quý Đôn.

Trong *Kiến Văn Tiểu Lục*, chương "Tùng Đàm" (Truyện góp), Lê Quý Đôn vạch ra tính vô căn cứ của những câu chuyện về anh tài đất Việt ứng đối xuất sắc hay hành xử thông minh khi đi sứ khiến cả triều đình Trung Hoa thán phục: nếu không trùng lặp với chuyện ứng đối giữa người Trung Hoa với nhau thì "rất vô lý, đáng chê cười". Lấy thí dụ câu đối lắt léo chữ nghĩa tương truyền là của Vũ Duệ khi đi sứ sang Tàu: sách Tàu thì nói là của người Tàu mà lại mâu thuẫn nhau: *Thi liên hợp bích* thì cho là của Giải Tấn đối với Minh Thành Tổ, còn *Minh nho ký văn* lại cho là của Trình Mẫn Chính khiến "Sứ thần nước Nam phải phục". [1]

Vân vân, từ Vũ Duệ đến Nguyễn Đăng Cảo, Lương Thế Vinh, Trịnh Thiết Trường và Nguyễn Trực, toàn những câu chuyện mà nếu không trùng lặp với Trung Hoa thì lại cực kỳ vô lý. Lê Quý Đôn chỉ nêu ra chứ không đưa ra kết luận nào nhưng chúng ta có thể tạm hiểu đó như là biểu hiện của trò "thủ dâm chính trị": căm hờn Trung Hoa mà bất lực thôi thì tưởng tượng cảnh thắng nó bằng trí hay bằng mồm để phần nào xoa đi nỗi hận!

Thập niên 1970, lúc còn là học sinh tiểu học, tôi đã nghe kể câu chuyện với tinh thần "tự hào quá Việt Nam ơi" thường nghe của ngày hôm nay về khoa học gia Nguyễn Xuân Vinh, đại loại "không có Nguyễn Xuân Vinh vẽ đường bay, chuyến bay của phi thuyền Appollo của NASA không thể nào thành tựu". Nhưng đâu gần cuối thập niên 1990, dự buổi nói chuyện của Giáo sư Nguyễn Xuân Vinh tại Đại học Victoria ở Melbourne do Hội sinh viên Việt Nam tiểu bang Victoria tổ chức, tôi đã nghe đích thân ông trả lời một khán giả, nói rõ là ông không làm việc cho NASA, chỉ nghiên cứu và giảng dạy tại đại học Colorado và Michigan, đã tham gia nhiều dự án nghiên

---

[1] "Ly mị võng lạng tứ tiểu quỷ - Cầm sắt tì bà bát đại vương"

cứu cho Không quân Mỹ, đã đào tạo nhiều chuyên viên khoa học không gian từ cấp kỹ sư đến tiến sĩ, rất nhiều học trò của ông đã và đang làm việc cho NASA, thế thôi. Hẳn nhiên ông Nguyễn Xuân Vinh là một khoa học xuất chúng nhưng câu chuyện trên lại là trò tự sướng phát sinh từ mặc cảm nhược tiểu.[2]

Nếu ở miền Nam có Nguyễn Xuân Vinh "vẽ đường bay cho phi thuyền của NASA" thì ở miền Bắc có Trần Đại Nghĩa "cải tiến SAM-2", đẩy phi đạn địa-không này bay cao thêm mấy cây số để hạ gục B-52. Trong khi tiểu sử chính thức của Trần Đại Nghĩa không để cập gì đến chuyện này và những người trong cuộc đã lên tiếng cải chính, khẳng định là không có, cái trò tự sướng với SAM-2 này vẫn không chết, vẫn sống dai, sống dằng![3]

Rồi một câu chuyện "tự hào quá.." rất ăn khách khác là cuộc tranh luận giữa triết gia Trần Đức Thảo với Jean-Paul Sartre, triết gia kiêm nhà văn, người mà tên tuổi gắn liền với triết học

---

[2] Trên thực tế thì câu chuyện tương tự đã diễn ra mà nhân vật chính là bà Creola Katherine Johnson (1918-2020), nhà toán học nữ da đen mà cuộc đời đã được Hollywood tái hiện trong phim *Hidden Figures*.

[3] "Sau chiến thắng vang dội tháng Chạp năm 1972, có người đưa tin "Đánh được B52 là nhờ có Giáo sư, Viện sỹ Trần Đại Nghĩa nối thêm tầng cho đạn tên lửa SAM2", cũng có người đưa tin "do có tên lửa SAM3 đánh". Là nhân chứng lịch sử người thực, việc thực, **chúng tôi xin khẳng định rằng hai việc trên đây là không có."**

https://vanhoavaphattrien.vn/su-that-ve-viec-ten-lua-sam3-ve-bien-gioi-nam-1972-bi-trung-quoc-giu-lai-va-gs-tran-dai-nghia-cai-tien-ten-lua-sam-2-a9370.html

Nhưng vẫn có nơi tiếp tục lan truyền huyền thoại trên:

Đặc biệt, với máy bay B52- loại pháo đài bay chiến lược của Mỹ, ta đã nghiên cứu và có những biện pháp đối phó hữu hiệu, như dùng cao xạ phòng không, **cải tiến nâng tầm cao của tên lửa SAM-2...**

https://dantri.com.vn/phong-su-ky-su/ong-vua-vu-khi-viet-nam-tran-dai-nghia-4-1198606291.htm

hiện sinh và hiện tượng luận, đã từ chối giải Nobel Văn chương 1964. Chỉ cần google câu "Trần Đức Thảo tranh luận với Sartre" thì thấy câu chuyện này xuất hiện nhan nhãn, ê hề, với rất nhiều... biến tấu khác nhau.

Khi mở đầu cho chương "Tùng Đàm" viện dẫn ở trên Lê Quý Đôn đã rào đón ngay rằng việc gì cũng phải truy nguyên xuất xứ và nguồn gốc: "Tô Tụng nhà Tống nghe ai nói việc cũ, tất bảo người ấy kiểm tra xuất xứ. Ôn Công nghe ai nói việc mới, liền ghi chép lấy và ghi rõ tên người đã nói việc này. Cho nên lúc này có câu ngạn ngữ rằng 'Việc đời xưa đừng mách Tử Dung (Tô Tụng), việc đời nay đừng bảo Quân Thực (Ôn Công)'." Nhưng trong câu chuyện liên quan đến ông Sartre này thì chẳng ai buồn thể hiện một chút xíu tinh thần *critical thinking* mà nền giáo dục Tây phương rèn luyện cho học sinh từ cấp trung học để tìm ra xuất xứ hay người nói, chỉ thấy cái trò gian lận hay ngây ngô học thuật mà người Anh gọi là *circular reference.* Trong khi thì các tài liệu nước ngoài viết về Sartre tuyệt đối không nhắc đến cuộc tranh luận này thì các tài liệu tiếng Việt mỗi nơi mỗi vẻ, chỉ có một điểm cực kỳ nhất quán là không tài liệu nào dẫn ra một nguồn tham khảo khả tín, toàn là trích dẫn lòng vòng: A viện dẫn B, B viện dẫn C, đến lượt C lại viện dẫn A, mèo lại hoàn mèo.

Trong giao tiếp xã hội có lẽ không ai trong chúng ta mà không đôi lần tiếp xúc với những người ba hoa mà, theo tiếng lóng bây giờ, là "nổ" hay "chém gió" và, nếu để ý, sẽ nhận ra điểm nhất quán của họ là... sự thiếu nhất quán. Cũng một câu chuyện thôi mà, tùy hứng và tùy thời điểm, mỗi lúc họ "tái hiện" khác nhau, lúc thêm cái này, lúc bớt cái kia để rồi, "nổ" mãi hay "chém" mãi, sẽ có lúc biến tấu này mâu thuẫn với biến tấu kia. Câu chuyện về cuộc "tranh luận" giữa ông Thảo và ông Sartre cũng vậy với nhiều biến tấu khác nhau rồi lâm vào tình trạng trái ngược nhau. Có biến tấu nói rằng sau đó Sartre kiện Trần Đức Thảo. Có biến tấu bảo Trần Đức Thảo kiện tờ báo nào đó bênh Sartre, đăng sai lạc nội dung tranh luận. Rồi có biến tấu nói không ai nêu chuyện thắng thua nhưng bạn đời của Sartre là nhà nữ quyền Simone de Beauvoir "phải thừa nhận là Sartre thua".

Đáng nói hơn nữa là cốt cách "nhược tiểu" hay "hủ nho", có thể gọi thế, trong câu chuyện này. Giả sử câu chuyện có thật thì cái đáng quan tâm ở đây là hai người đã tranh luận cái gì, ông Thảo đã thắng ông Sartre bằng những luận điểm nào nhưng chẳng ai mảy may quan tâm, chẳng ai đề cập, chỉ đơn giản lấy việc "ông Thảo thắng ông Sartre" làm sướng, chẳng cần biết ông ta đã thắng như thế nào!

Trong khi đó thì, theo nhà văn Trần Đĩnh, chính ông Trần Đức Thảo cũng lấy làm ngượng với chuyện này và thừa nhận "tranh luận thế nào được với Sartre". Trong cuốn *Đèn Cù*, chương 36, Trần Đĩnh thuật lại cuộc trao đổi với Trần Đức Thảo:

> "Sáng hôm ấy, tôi hỏi anh tranh luận với Sartre ngày ở Pháp làm sao, Thảo nhăn mặt lại:
>
> – Tranh luận nào?... Không có đâu. Tranh luận thế nào được với Sartre?
>
> Thấy rõ nét mặt ngượng nghịu của anh lúc bấy giờ. Chuyện là như thế này: lúc ấy có một hội thảo trên sách báo của giới triết học, trong đó có một của Thảo. Theo dự định, Sartre cũng có một tham luận – và tham luận ấy đối lại với cái của Thảo chứ không phải có tổ chức hội thảo mặt đối mặt với nhau- nhưng rồi không hiểu sao Sartre không tham luận nữa. Thảo nói chắc ông ta thấy nhảy vào cuộc này chẳng đem lại danh giá gì hơn cho ông ta."

Cũng thành Paris ấy, của Sartre và Trần Đức Thảo, nhưng mấy thập niên sau, lại diễn ra những trận đấu khẩu theo tinh thần "tự hào quá Việt Nam ơi" như là những biến tấu từ trận đấu trí có thực giữa một Lê Đức Thọ đầy cơ mưu với một

Henry Kissinger cũng rất cơ mưu nhưng lại quá nôn nóng giải pháp hòa bình cốt để Richard Nixon nắm chắc phần thắng trong cuộc bầu cử năm 1972. Từ bàn hội nghị, cuộc đấu trí có thực này được "tự sướng hóa" thành một loạt những trận đấu khẩu hơn thua theo kiểu hủ nho.

Là một học sinh cấp II rồi cấp III ở Việt Nam, tôi đã chứng kiến những ông thầy của mình, nhất là mấy ông dạy sử và chính trị, dẫn dắt học trò cùng sướng. Đó là cái sướng khi một Kissinger cao to, trịch thượng "Tôi cao hơn ngài" trước một Lê Đức Thọ thấp bé để rồi phải "cứng họng, im thin thít" khi bị con người thấp bé đốp lại: "Không, ngài dài hơn tôi chứ không cao hơn tôi!". Hay cái sướng lúc "tên Kít-xinh-giơ" kiêu ngạo về nền văn minh của nước Mỹ bị ông Lê Đức Thọ cho đo ván trong trận đấm bốc văn hóa với cú đấm chủ bài rằng lịch sử Mỹ chỉ có 200 năm, chỉ là cái số lẻ so với cái lịch sử kéo dài những 4000 năm của Việt Nam.

Những trận đấu khẩu kiểu ấy khiến tôi nghĩ ngay đến cảnh "Khổng Minh thiệt chiến quần nho" và nếu tập hợp hết những giai thoại kia lại chúng ta cũng sẽ có ngay một "hồi" tương tự cái hồi thứ 43 đầy sôi động trong *Tam Quốc Chí*. Trong trận "Lê Đức Thọ thiệt chiến Kít-xinh-giơ" này thì ông Thọ cũng sẽ, y như Khổng Minh, hết sang sảng "đáp ngay" thì "cười ha hả mà rằng", "liền cười nói rằng" và, thậm chí, còn nổi giận "quát to lên rằng" trong khi Kissinger lại, từ đầu đến cuối, chỉ biết cúi đầu trong vai những mưu sĩ của Tôn Quyền đuối lý: lúc thì "không còn thở ra được câu nào nữa", lúc thì "chịu cứng - im ngay, không dám nói gì nữa", lúc lại "đỏ mày xanh mặt, câm như miệng hến", "ngồi im thin thít", "cúi đầu tiu nghỉu ngồi im" rồi "ú cổ".

Trong những câu chuyện như thế mấy ông thầy của tôi đã không giấu vẻ hí hửng với con át chủ bài lý lẽ "4000 năm lịch sử" mà không hề tự hỏi mình, trong tư cách những giáo viên lịch sử, về tuổi thọ đến 130 năm của 18 vị vua Hùng. Và khi cả một tập thể hả hê cười sướng mà không tự xét mình như thế, họ đã hành lạc tinh thần y như giới hủ nho ngày trước.

Ý niệm "hủ nho", như là những nhà nho bảo thủ, cố chấp, thiếu thức thời đã là chuyện hôm qua. Đó là những đối tượng bị những thành phần duy tân, đặc biệt là nhóm Tự Lực Văn Đoàn, đả phá kịch liệt vào thập niên 1930 thế nhưng, nếu xét trên ý nghĩa bảo thủ và cố chấp, cái cốt cách "hủ nho" vẫn còn đó như là một trong yếu tố chính đã và đang trì kéo đất nước trong cái vòng kim cô nhược tiểu bởi luôn luôn đố kỵ với sự, nói theo Nguyễn Huy Thiệp ở trên, "va xiết trong quan hệ với cộng đồng nhân loại".

Và tôi nghĩ đến sự "va xiết" giữa những trí thức hàng đầu ở miền Bắc trong thời chiến với Susan Sontag (1933 – 2004), một trí thức lỗi lạc và là một trong những nhân vật phản chiến nổi bật tại Mỹ đối với chiến tranh Việt Nam.

Nếu truyền thông Mỹ làm ầm ĩ chuyến đi Hà Nội của cô đào Jane Fonda vào tháng Bảy năm 1972 thì cả họ lẫn người Việt ít để ý chuyến đi của Sontag, được kể lại lần đầu trên tạp chí *Esquire Magazine* vào tháng 12 năm 1968 và, sau đó, còn được trình bày tường tận trong cuốn sách mỏng chưa đầy trăm trang mang tên *Trip to Hanoi*, xuất bản tại New York năm 1969.

Sontag đến Việt Nam với "mặc cảm tự ti về đạo đức" của công dân một "đế quốc gây chiến" nhưng - sau khi tiếp xúc với các nhân vật học thức hàng đầu của nước Việt Nam Dân Chủ Cộng Hòa như Tạ Quang Bửu, Phạm Ngọc Thạch - bà chuyển sang tâm thế tự tôn của công dân một "văn hoá lớn" khi va chạm với một nền "văn hoá nhỏ"![4]

---

[4] Susan Sontag (1969), *Trip to Hanoi*, New York: Farrar, Straus and Giroux; trang 26:

Từ ông Tạ Quang Bửu, nguyên Bộ trưởng Đại học, đến ông Phạm Ngọc Thạch, nguyên Bộ trưởng Y tế, Sontag đều nhận thấy cái hàng rào không thể vượt qua khiến những cuộc đối thoại trở nên tẻ nhạt và, có lúc, bà nhận ra rằng mấy vị chủ nhà cảm thấy như mình bị xúc phạm. Thay vì trả lời thẳng câu hỏi về sự khác nhau giữa chương trình giáo dục thời Pháp và hiện tại, ông Tạ Quang Bữu lại thao thao về những thành tích giáo dục đã đạt so với thời thực dân bằng con số trường đại học đã xây và số sinh viên đã đào tạo. Thay vì giải thích chủ trương áp dụng Tây y, Đông y hay chọn lựa dung hoà, ông Phạm Ngọc Thạch say sưa những thành tích y tế so với thời thuộc địa qua số lượng những bệnh viện đã xây và số lượng bác sĩ đã đào tạo![5]

Trong khi chủ nhà thao thao tán dương thành tích của chế độ theo chiều dọc của lịch sử thì khách lại yêu cầu nên nhìn theo chiều ngang của địa lý. Trong ngôn ngữ kinh viện thì cái nhìn của bà Sontag là cái nhìn "đồng đại", là phải đánh giá sự phát triển của một quốc gia trong mối tương quan khu vực và quốc tế bởi Việt Nam có thể khá khẩm hơn xưa nhưng hàng xóm, vốn dĩ từng thua xa Việt Nam, vẫn còn tệ hơn hay đã vươn lên và đã khá hơn? Bất cứ sự phát triển theo dấu mốc thời gian nào

---

"They may be nobler, more heroic, more generous than I am, but I have more on my mind than they do—probably just what precludes my ever being that virtuous. Despite my admiration for the Vietnamese and my shame over the deeds of my country, I still feel like someone from a "big" culture visiting a "little" culture. My consciousness, reared in that "big" culture, is a creature with many organs, accustomed to being fed by a stream of cultural goods, and infected by irony. While I don't think I'm lacking in moral seriousness, I shrink from having my seriousness ironed out; I know I'd feel reduced if there were no place for its contradictions and paradoxes, not to mention its diversions and distractions. Thus, the gluttonous habits of my consciousness prevent me from being at home with what I most admire, and—for all my raging against America—firmly unite me to what I condemn. "American friend" indeed!

cũng phải lồng trong yếu tố không gian và có đặt tiến trình ấy trong phối cảnh như thế thì mới có thể đánh giá thành tựu ấy một cách đầy đủ. Bà Sontag muốn một cái nhìn "đồng đại" nhưng những vị chủ nhà thì chỉ muốn say sưa với những thành tích "lịch đại" nên đã bộc lộ sự khó chịu. Càng trao đổi với những vị chủ nhà này, bà càng cảm thấy tẻ nhạt, và khi cuộc trao đổi lạc điệu đến mức tuyệt vọng thì sự háo hức ban đầu phai đi và Sontag chợt nhận ra khoảng cách khó dung hoà giữa một "big culture" và một "little culture". [5]

Do đất nước nhỏ về hình thể, hình thể địa lý và hình thể kinh tế nên, để bù lại, không ít chúng ta thích nói về bề sâu và độ dày văn hóa của mình vậy mà, cả một nữ trí thức thiên tả Mỹ - ngay giữa năm 1968 đã đặt chân đến Hà Nội vì cảm tình với phía Việt Nam đang là đối thủ của nước Mỹ - lại tự hào về đất nước Mỹ của mình như là nền văn hóa lớn và xem đất nước chúng ta như một nền văn hóa nhỏ. Đáng nói hơn nữa, cái nhìn đó lại hình thành chỉ sau cuộc tiếp xúc với những nhân vật được xem là trí thức lớn của đất nước, những người đã hấp thụ văn hóa phương Tây nhưng lại tỏ vẻ khó chịu khi một trí thức phương Tây hướng việc đánh giá sự phát triển của quốc gia trong sự "va xiết" với thế giới bên ngoài.

Sự khó chịu này lại làm tôi liên tưởng đến một cảnh đối thoại khác trong "Vàng Lửa", giữa nhân vật Phăng và vua Gia Long: "Tôi có hỏi nhà vua về các nhà tư tưởng phương Đông. Tôi nhận thấy ông không quan tâm đến họ. Ông bảo: 'Tất cả do cay cú đời sống. Họ là quá khứ. Thời khắc đang sống mới đáng kể.'". Phải chăng, thái độ của những trí thức chủ nhà khiến vị khách quý nhìn ra tầm mức "văn hóa nhỏ" của chúng ta cũng diễn ra theo một chiều hướng tương tự, là sự cay cú khi bị nhắc nhở rằng đừng nên bám vào quá khứ để đánh giá hiện tại?

---

[5] Sontag, sđd, trang 24 – 25.

Bám vào quá khứ là nhìn lại phía sau, là ngắm nghía lại và ve vuốt lại cái đuôi của mình, như vẫn đều đều chứng kiến trong những dấu mốc vừa vặn là một bội số trong hệ đếm thập phân, đúng ý nghĩa "năm mười", cũng một thứ tiếng lóng của dân chơi trong trò tự sướng về thể chất. Thủ dâm chính trị, thực chất, là chứng nghiện... đuôi, nghiện nhìn lại phía sau và nghiện ve vuốt cái đuôi ấy mà không nhìn ngang hay nhìn thẳng, vì sợ nhìn thấy cái đuôi của xóm giềng đang chờn vờn phía trước.

Để vượt khỏi thân phận nhược tiểu, để thóat qua cái tầm vóc "văn hóa nhỏ" thì, trước hết, phải cai chứng nghiện đuôi, phải chấm dứt việc phung phí tài nguyên vào trò ve vuốt cái đuôi, cái trò cực kỳ tốn kém mà chỉ có tác dụng duy nhất là khiến công chúng sa đà sâu hơn trong thói nghiện này thay vì ráng lên, cố lên, học hỏi và đầu tư nhiều hơn lên để bắt kịp những cái đuôi đang trêu ngươi trước mặt.

Phải học Tú bà

Ghê thì ghê nhưng chớ vội khinh thường, đừng máy móc nghe theo những gì Nguyễn Du nói mà hãy nhìn kỹ những gì Tú bà làm: bà hoàn toàn xứng đáng để dạy bảo khối người, thậm chí cả một guồng máy nhân sự dày cộm bằng cấp và cao ngất năng lực "lý luận chính trị".

Ngòi bút của Nguyễn Du khiến chúng ta tởm. Cây cọ của Tô Ngọc Vân, dù là diễn tả lúc "người" nhất, thư thái nhất - "*Vừa tuần nguyệt sáng, gương trong / Tú bà ghé lại thong dong dặn dò*" – lại khiến chúng ta kinh. Tởm và kinh nên chẳng ai muốn dây nhưng thật sự là phải học bà.

Phải học thôi để đất nước có thể bước qua cái thời lụn bại. Lụn bại với sự lạm phát của vĩ tố "tặc" trong ngôn ngữ mà vẫn thấy thiếu thiếu và lụn bại với bộ máy công quyền hằng lạch bạch chạy theo báo chí hay cả tin ngồi lê trên mạng xã hội để "nắm tình hình". Khai thác, sử dụng cái gì đó bất hợp pháp là "tặc" – từ "cát tặc" đến "lâm tặc", "thổ tặc", "tin tặc" – nhưng, bao trùm nhất mà vẫn còn khuyết danh, lại là "quyền tặc", cái giới được luật pháp ban bố quyền hành nhưng lại sử dụng thứ quyền này để buôn lậu... pháp luật. Còn cái bộ máy công quyền thì xem như bất lực, hoàn toàn đui điếc như, mới đây, trước những dự án "làm nghèo đất nước" với hết ngàn tỷ này đến ngàn tỷ kia ném qua cửa sổ: phải đợi đến khi những tờ báo đói tin moi ra thì mới "yêu cầu làm rõ", lạch bạch và lật đật, như vịt. [1]Những chuyện ấy mà vào tay Tú bà khắc khác. Bằng khả năng nắm bắt tình hình, bằng sự quyết đoán với chủ quyền, bằng tinh thần biết... sợ pháp luật, Tú bà sẽ hành động đâu vào đó, hoàn toàn không có chuyện lội ngược thời gian để... sửa sai.

Tôi không hề phóng đại. Tú bà phải giỏi tổ chức, phải cực kỳ bén nhạy với tình hình thì mới có thể thu thập thông tin như là... thời đại thông tin, bất kể cái khoảng cách đường trường kéo dài đến một tháng:

Những là lạ nước lạ non
Lâm Truy vừa một tháng tròn tới nơi

Đó là chặng hành trình Bắc Kinh - Lâm Truy của Mã Giám Sinh và Thúy Kiều với tốc độ mơ ước của thời đó, "*Một xe trong*

---

[1] https://thanhnien.vn/bo-xay-dung-de-nghi-4-tinh-lam-ro-cong-trinh-lam-ngheo-dat-nuoc-ma-thanh-nien-phan-anh-post1508440.html
Và:
https://thanhnien.vn/lam-ro-trach-nhiem-nhung-cong-trinh-lam-ngheo-dat-nuoc-post1442069.html

cõi hồng trần như bay". Phải "bay" cả tháng trời mới đến nên nghĩa là xa lắm, vậy mà bà nắm rõ hầu như ngay lập tức tin Thúy Kiều bán mình để phái họ Mã, vốn ngụ tại "Lâm Thanh cũng gần", đến nơi trả giá.

Chỉ chi tiết nhỏ này thôi chúng ta thấy khả năng dạy bảo của bà. Nếu bộ máy công quyền kia bén nhạy như thế thì đất nước đâu có lụn bại với những chuyện "thường ngày ở huyện", ở tỉnh và cả ở trung ương. Mới đây, ở Lào Cai, một nhóm lợi ích tỉnh lẻ - quyền tặc bắt tay với khoáng tặc –ăn trộm tài nguyên quốc gia, trộm đến một triệu rưỡi tấn quặng mới bị phanh phui. [1] Ở trung ương thì, như mới đây, "giáo tặc" Phùng Xuân Nhạ bị kết án sai phạm sau suốt sáu năm trời... phi vô giáo dục hóa nền giáo dục quốc gia, vốn dĩ đã thoái hóa lắm rồi trong cái đà phi giáo dục. [2] Một triệu rưỡi tấn quặng đâu phải là cây kim dưới đáy bể? Một thầy giáo hay hiệu trưởng sai thì sẽ tác hại cho hàng chục, hàng trăm hay cả ngàn học trò mà, đằng này, chúng ta có một ông bộ trưởng giáo dục sai đến những sáu năm trời. Y thoải mái làm bầy hầy thêm nền giáo dục giữa hàng loạt lời chỉ trích và tố cáo đạo văn cùng bằng giả, vậy mà phải đợi hơn cả một "kế hoạch năm năm" mới có thể đánh hơi.[3]

Lạch bạch "nắm" thông tin theo kiểu vuốt đuôi, guồng máy ấy còn ì ạch co kéo thời gian để sửa sai, tước bỏ quyền buôn lậu pháp luật những kẻ đã thực sự không còn cái khả năng ấy nữa; như trò sửa sai khôi hài với ông Vũ Huy Hoàng, "cách chức cựu bộ trưởng" sau khi y đã hoàn tất công cuộc "chư hầu hóa"

---

[1] https://tienphong.vn/vu-dao-trom-15-trieu-tan-quang-apatit-cuu-giam-doc-cong-ty-lilama-da-rua-tien-the-nao-post1466451.tpo

[2] https://trithucvn.org/tin-tuc-vn/ong-phung-xuan-nha-sai-pham-den-muc-bi-xem-xet-ky-luat.html

[3] https://www.rfa.org/vietnamese/in_depth/Professor-nguyen-tien-zung-talks-about-the-document-of-phungxuannha-fake-science-research-02232018111151.html

nền kinh tế quốc gia trong cả một thập niên, biến đất nước thành một thuộc địa kinh tế của Tàu.

Bén nhạy với tình hình, Tú bà còn mạnh mẽ trong ý thức chủ quyền khi gằn giọng rằng đã bước vào nhà của bà thì phải theo luật của bà:

Con kia đã bán cho ta
Nhập gia, phải cứ phép nhà tao đây

Sự việc diễn ra sau khi bà "nắm" được rằng Mã Giám Sinh, một "đối tác" làm ăn, đã xâm phạm vào tài sản của mình là sự trinh nguyên của Thúy Kiều: "*Màu hồ đã mất đi rồi / Thôi thôi vốn liếng đi đời nhà ma*". Có thể là quá ác nghiệt với Kiều, bà vẫn khiến chúng ta chạnh lòng nghĩ đến "phép nhà" của mình khi bị "đối tác" xem thường, liên miên xâm phạm chủ quyền. Nếu guồng máy công quyền nhanh nhạy trong việc nắm thông tin và cứng rắn khẳng định "phép nhà" thì những nông dân hay ngư dân chúng ta đâu có bị lừa đảo, bị gạt gẫm liên miên, nào là nuôi đỉa hay trồng dưa, trồng khoai để đổ đi hay làm phân? Ngư dân thì liên miên bị chấn lột ngay trên vùng biển của mình để rồi, giải pháp duy nhất mà họ nhìn thấy là những cái "biên bản" chỉ để lưu trữ của guồng máy công quyền ấy.

Mạnh mẽ về chủ quyền của mình, bà lại, nếu không tôn trọng thì, ít ra, cũng là biết sợ luật pháp. Để cứu Kiều, Thúc Sinh đã mượn cớ đưa nàng đi giấu rồi dọa kiện vì tội mua gái nhà lành làm kỹ nữ, bà ta đã đồng ý cho Thúc Sinh chuộc Kiều ngay lập tức:

Chiến hòa sắp sẵn hai bài
Cậy người thầy thợ, mượn người dò la
Bắn tin đến mặt Tú bà
Thua cơ, mù cũng cầu hòa dám sao

Không nói đến ý thức tôn trọng luật pháp, nếu những thành viên của cái guồng máy công quyền kia biết sợ như bà, làm gì có cái kỹ nghệ ăn cắp của quốc gia đến hàng triệu tấn quặng? Làm gì có cái kỹ nghệ cách chức.... cựu bộ trưởng, chủ tịch, bí thư hay tổng giám đốc, cả khi đã mãn nhiệm rồi mới bị cách chức? Làm gì có cảnh thiên nhiên bị tàn phá, có việc sơn lâm bị phá và hà bá bị đâm, từ Nam chí Bắc?

Đừng cứng nhắc nghe những gì Nguyễn Du nói mà hãy nhìn thật kỹ những gì Tú bà đã làm rồi nhìn kỹ những nhân vật tạm gọi là thành phần tinh hoa của xã hội thời ấy – từ Thúy Kiều đến Kim Trọng hay Vương Quan. Họ cũng thua xa bà. Tú bà đáng để học nhưng mấy nhân vật này chẳng có gì để học.

Đầu tiên là Thúy Kiều. Có thể nàng vẹn toàn tài sắc nhưng cái chuyện văn chương đàn địch này, nếu không học được từ Kiều sẽ có khối thầy khác và vấn đề ở đây là cách sống ở đời. Cái tệ nhất của Kiều, có lẽ, là cách nhận diện kẻ thù. Không ai máy móc bám theo sách giáo khoa chính thống, hằng dạy dỗ lớp trẻ rằng cái "xã hội phong kiến thối nát" chính là thủ phạm đẩy Kiều vào cảnh đoạn trường", để rồi đòi hỏi nàng, lẽ ra, phải thúc Từ Hải làm cách mạng nhằm... quét sạch nó đi. Có nhìn vào cảnh Kiều báo ân báo oán sẽ thấy cái khiếm khuyết lớn nhất là triết lý về kẻ thù.

Đầu tiên, việc báo ân báo oán này là lỗi của Nguyễn Du, trong triết lý về kẻ thù. Nếu sự thể là do cái số, là do "mệnh "Trời" - "Mới hay muôn sự là tại Trời/ Trời kia đã bắt làm người có thân" - thì nguyên do là tại Trời, và những kẻ bị báo thù kia cũng là tay sai của Trời, tại sao phải dàn dựng cảnh trả thù?

Mà trong việc báo thù thì Kiều lại sai. Có người trách Kiều nhỏ nhen trả thù hai tên tôi tớ Khuyển, Ưng là hạng sai vặt nhưng chưa có ai trách nàng không nhìn ra cái thù to tát, cái mối thù gốc. Thảm cảnh của gia đình Kiều uất phát từ thằng bán tơ "xưng xuất" và quyền quyết định nằm trong tay tên tham quan "Có ba trăm lạng việc này mới xong", lẽ ra nàng phải nhìn lại từ đây để truy ra tận gốc thế nhưng nàng lại không thấy, nói chi là làm!

Thúy Kiều đã vậy, hai nhân vật thuộc hàng Nho gia là Kim Trọng và Vương Quan cũng là thứ không ra gì, là hạng người chỉ biết học để đi thi, để làm quan.

Kim Trọng từng ước thề với Thuý Kiều và, từ cái cảnh Kim Trọng vật vã:

Đau đòi đoạn ngất đòi thôi
Tỉnh ra lại khóc, khóc rồi lại mê

khi nghe tin Thuý Kiều bán mình cho đến cảnh Kim vinh quy, yên bề gia thất với Thuý Vân để rồi:

Cầm đường ngày tháng thanh nhàn
Sớm khuya tiếng hạc tiếng đàn tiêu dao

mà không thể hiện một nỗ lực tìm kiếm nào, ngoài việc đi đây đi đó dò la, đã thấy lạ.

Mà có đi tìm thì Kim kia cũng chỉ "nhân thể", là "tiện đường"... công tác, sau khi đã lấy vợ, đã yên ấm cửa nhà, và đợi khi giặc giã đã yên:

Được tin Kim mới rủ Vương
Tiện đường, cùng lại tìm nàng sau xưa

mới càng lạ hơn!

Còn Vương Quan, người em mang nặng nghĩa chị, thế nhưng công việc đầu tiên của gã đàn ông này sau khi hiển đạt là... cưới vợ, chỉ biết chăm lo cho mình:

Chàng Vương nhớ đến xa gần
Sang nhà Chung lão, tạ ân chu tuyền
Tình ưa, ân trả, nghĩa đền
Gia thân bèn mới kết duyên Châu Trần

Mà cái cách Vương Quan lấy vợ, gọi là "tạ ân" với Chung lão, cho thấy kẻ "nối dòng Nho gia" này không nhìn ra đâu là cái "ân" lớn của đời mình. Là kẻ "lại già" mách mối "*Tính bài lót đó luồn đây / Có ba trăm lạng việc này mới xuôi*", họ Chung bất quá chỉ là một kẻ môi giới hối lộ trong khi cái "ân" lớn không chỉ của Vương mà của cả nhà chính là chị mình, người đã chấp nhận bán mình cứu cha và cứu em. Ân nghĩa lớn này Vương không nghiêm túc báo đền, chỉ lo báo đáp cho một tên cò mồi!

Không rõ có phải qua những việc như thế mà, xem ra, đến cả Nguyễn Du cũng đã một thoáng đánh mất chính mình trong cái cảnh đoàn tụ này. So với cảnh chia tay đau đớn vô cùng đẹp đẽ trong ngôn ngữ:

Đoạn trường thay lúc phân kỳ !
Vó câu khấp khểnh bóng xe gập ghềnh.

thì, cũng trên khía cạnh ngôn ngữ, cái cảnh chuẩn bị đoàn tụ trông nhếch nhác, vô duyên thế nào:

Cùng nhau lạy tạ Giác Duyên,
Bộ hành một lũ theo liền một khi

Truyện Kiều là cả một sự chắt lọc ngôn ngữ mà, nói theo Phan Kế Bính, là "không có một tiếng nào là tiếng đục, không một câu nào là câu non" thế nhưng cái câu trên, câu tám, nghe cũng đục đục thế nào. [1] Nó quá mức thật thà, thật thà đến ngô nghê, y như cái cảnh ngô nghê lúc Lục Vân Tiên hối người đẹp làm thơ, "*Vân Tiên ngó lại rằng ừ / Làm thơ cho kịp bấy chừ chớ lâu*", hay lúc hành động như đấng anh hùng:"*Phong Lai chẳng kịp trở tay / Bị Tiên vật xuống bẻ ngay một giò*".

"Bộ hành một lũ" là toàn gia cha mẹ dâu rể. Hẳn nhiên, "lũ" ngày ấy không như là "lũ" thời nay, như trong "bè lũ bành trướng bá quyền Bắc Kinh" hay trong "bè lũ diệt chủng Pôn Pót Iêng-xa-ri" của cuối thập niên 1970. Dẫu biết rằng "lũ"

---

[1] Dẫn theo Nguyễn Bách Khoa (Trương Tửu):
http://www.talawas.org/talaDB/showFile.php?res=6845&rb=08

ngày ấy ngụ ý tôn trọng - như là "*Bọn hè trước, lũ ó sau, trối kệ tàu thiếc, tàu đồng súng nổ*" khi Nguyễn Đình Chiểu chiêu hồn những nghĩa sĩ trận vong ở Cần Giuộc – nhưng cái cảnh "một lũ theo liền một khi" này trông vẫn lôi thôi, nhếch nhác thế nào mà, thậm chí, còn làm chúng ta liên tưởng đến một đám đá cá lăn dưa hê nhau đi hôi của, đi liền kẻo hết.

Hẳn nhiên không ai có thể bắt nhân vật này phải hành động thế này hay thế kia nhưng vấn đề là "văn hoá ân oán", đề tài muôn thuở của nhân loại. Thúy Kiều không nhìn ra đầu mối của cái oán trong khi Vương Quan không nhìn được cái ân. "Theo chữ nối dòng Nho gia" nhưng "Nho" đã không dạy Vương nhìn cho đúng cái ân và cũng không dạy Vương cùng Kim Trọng một triết lý hành động. Họ chỉ đau đớn suông, chỉ yên lặng chờ thời chứ không hề chủ động dấn thân, không thể hiện sự quyết đoán nào.

Đó có phải là nền tảng của những "Nho gia" thời nay, thứ "tân Nho gia" làm nên cái guồng máy nhân sự ăm ắp bằng cấp và cao ngất năng lực lý luận chính trị? Cũng na ná một thứ triết lý về ân oán, cũng mù mờ trong việc xác định kẻ thù, cũng lơ ngơ trong những giềng mối ân nghĩa nhưng lại kém xa Tú bà trong khía cạnh quản trị và thông tin hay ứng xử với pháp luật. Nhìn từ Truyện Kiều, nó có thừa những cái dở của mấy nhân vật hay mà lại thiếu cái hay của nhân vật dở.

Học Tú bà là học Truyện Kiều. Học cái hay của nhân vận dở và học để đừng lập lại cái dở của những nhân vật... hay, những thành phần tinh hoa của xã hội. Nếu năng lực quản trị và thông tin chỉ là yếu tố kỹ thuật thì, ý nghĩa hơn, là triết lý hành động, triết lý về kẻ thù, là văn hóa ân nghĩa. Ngày nào những thành phần tinh hoa của xã hội vẫn tiếp tục là lớp người học để làm quan hay kiếm chác, ngày đó đất nước còn chậm tiến. Và ngày nào chưa thể hay chưa dám xác định kẻ thù - mối đe doa chung cũng như lợi ích - ân nghĩa chung, ngày đó đất nước sẽ còn đi lạc.

Chậm tiến và lạc hướng là điều không ai muốn nên phải hành động mà, trước mắt, về mặt kỹ thuật, là học chính Tú bà!

Đàn bà đẹp và chính quyền tồi

Đem đặt một phụ nữ cực xấu bên cạnh một phụ nữ cực đẹp thì dẫu vô thần hay vô tâm đến đâu đi nữa, ít hay nhiều, chúng ta cũng phải chạnh lòng trước sự bất công của tạo hóa, ông Trời, *Trời kia đã bắt làm người có thân*. Nhưng khi đó chỉ là hai thân... chữ, như hai nhân vật văn học hay sử học, cái sự bất công này sẽ bị hoán vị, thay ngôi. Gọi là một hiệu ứng mỹ học cũng được, mà gọi là một hiệu ứng tâm lý hay, thậm chí, một hiệu ứng tiếp thị cũng được nhưng, gì thì gì, người đẹp bằng chữ luôn luôn thiệt thòi so với người xấu.

Thị Nỡ, vợ anh Doãn hay Tú bà, những nhân vật văn học xấu xí này bao giờ cũng "ăn ảnh", cũng gây nên một ấn tượng mạnh mẽ, dứt khoát mà lại bắt rễ sâu bền cho dù có khi chỉ đến với chúng ta bằng mấy nét chấm phá sơ sài. Ngược lại, dẫu kỳ công đến đâu đi nữa, chưa có tác giả nào xây dựng thành công một nữ nhân vật mà nhan sắc có thể hành hạ người đọc đêm đêm như một ám ảnh, một ước ao, một mơ tưởng không thành. Thúy Kiều, Thuý Vân là sản phẩm của Nguyễn Du, một thiên tài văn chương nhưng, cả hai, ai cũng mơ mơ hồ hồ, khó mà hình dung đến độ, nói theo Võ Phiến, có cho không, ai cũng phân vân không dám trả lời ngay bởi không biết "mày như núi mùa xuân, má đỏ hơn hoa, tóc xanh hơn liễu" hình dung cụ thể như thế nào.[1]

---

[1] Võ Phiến, "Cái văn, cái vẽ", trong Võ Phiến Tuyển Tập, Người Việt,

Với người đẹp thì chúng ta hoang mang ngập ngừng nhưng với một người xấu thì chúng ta sẽ biến ngay, *tẩu vi thượng sách*. Chỉ cần nói đến màu da "nhờn nhợt", đến vóc dáng "đẫy đà làm sao" của Tú bà chúng ta sẽ đầu hàng, xin kiếu, không chút đắn đo. "Tòa thiên nhiên" của nàng Kiều hấp dẫn thật nhưng nó không khiến chúng ta động lòng ngay mà cũng khó mà kết thành một vương vấn lâu dài. Nhưng cái "bộ ngực xọp xẹp" gợi nhắc "những gì sắp vữa ra" của người kỹ nữ hết thời trên chuyến xe ngựa cùng Nguyễn Tuân ở Cửa Đại lại khiến chúng ta nhọn ngay lập tức.[1] Ít ai trầm trồ "đẹp như Thúy Kiều" mà, phần đông, chỉ thấy lườm nguýt "xấu như Thị Nỡ". Thúy Kiều đẹp trên trang giấy nhưng ngoài đời, trong khẩu ngữ của đám đông, chưa bao giờ trở thành chuẩn mực của nhan sắc. Thị Nỡ thì xấu từ trang văn của Nam Cao xấu ra cuộc đời, bất tử trong khẩu ngữ bình dân như là tận cùng của cái xấu.

Hơn bốn mươi năm đã trôi qua kể từ thuở còn bắn bi tôi vẫn còn nhớ như in "vợ anh Doãn", người phụ nữ xấu xí lần đầu được giới thiệu trong đời. Nhân vật trong truyện ngắn "Lấy vợ xấu" của Vũ Trọng Phụng đến với những học trò vừa kết thúc đời tiểu học thời ấy trong một trích đoạn như là hình mẫu của lối văn tả người mà, qua bàn tay soạn giả, nhà văn Thế Uyên, đã trở thành "Chị Doãn". Ấn tượng sâu đậm quá nên, cho đến bây giờ, tôi vẫn nhớ hầu như gần trọn nguyên văn, trong đoạn trích:

"Chị Doãn là một người đàn bà có cái nhan sắc của một người đàn ông không đẹp giai. Hai con mắt nhỏ, đôi gò má cao, cặp môi phàm phu, dáng người thô tục, những ngón tay tròn và dài như những quả

California. 2006, tráng - 326

[1] Dẫn theo tùy bút "Cửa Đại" của Nguyễn Tuân, in lại trong *Nguyễn Tuân, Tác phẩm văn học được giải thưởng HCM*, quyển II, Nhà xuất bản Văn Học, Hà Nội, 2006, trang 414.

chuối ngự. Đã vậy mà lại đi ăn mặc tân thời! Răng trắng nữa, giời ạ!" [1]

Nhớ gần trọn nguyên văn, tôi còn nhớ như khắc bài học phụ thu về nhân tướng học, nhớ cách phân tích tính cách từ con mắt ti hí của loài lươn đến đôi gò má cao và cặp môi dày, trong lời của người thầy: "Trời ơi, đã ti hí mắt lươn mà còn thêm cặp gò má cao. Nhưng mà các em có biết không, đàn bà mà gò má cao là thứ đàn bà sát chồ.. ồ.. ồ ồ...ng....".' Tôi nhớ tư thế của thầy tôi lúc ấy, từ trên bục cao trong một lớp hè tại thị xã Hội An vào gần giữa thập niên 70 của thế kỷ trước, hai chân khụy xuống cong cong, lưng cũng cong lại còn mặt thì ngửng lên theo hai cánh tay đưa lên níu Trời, hình dung như một mẫu người coi trọng thể thống gia phong lúc bàng hoàng nhận tin cô con gái rượu bỏ nhà theo trai. Âm trắc của chữ "sát" lạnh lẽo vút lên, như sắt; âm bằng của chữ "chồng" ghìm xuống và rền vang, như đồng: toàn bộ những hình ảnh ấy, từ lời cảm thán gọi Trời đến hai cánh tay níu Trời cùng ấn tượng sắt đồng về nhân tướng sát chồng đọng mãi trong tôi, cho đến bây giờ.

Sau chị Doãn là Thị Nỡ và giữa hai cái xấu này lại là một khoảng cách thực xa. Nam Cao, có thể nói, đã đẩy cái xấu của người phụ nữ đến mức tận cùng, khó mà tìm ra người nào xấu hơn. Nỡ "ngẩn ngơ như những người đần trong cổ tích và xấu ma chê quỷ hờn". Mặt Nỡ là một sự "mỉa mai của hóa công" bởi nó "ngắn đến nỗi người ta có thể tưởng bề ngang lớn hơn bề dài". Hai má Nỡ hóp vào tệ hơn mặt lợn. Mũi Nỡ "vừa ngắn, vừa to, vừa đỏ, vừa sần sùi như vỏ cam sành, bành bạnh". Môi Nở "nứt nở như rạn ra" với "quyết trầu sánh lại, che được cái màu thịt trâu xám ngoách" và thêm vào đó là "những cái răng

---

[1] Có thể đọc truyện ngắn này trên địa chỉ: https://www.sachhayonline.com/tua-sach/truyen-ngan-vu-trong-phung/lay-vo-xau/742

rất to lại chìa ra" để "cân đối" thêm "sự xấu." [1]

Già tay trong việc lột tả đến mức tận cùng của nét xấu thì các nhà văn chúng ta lại rất non tay với tuyệt đỉnh của cái đẹp và dân tộc chúng ta, cơ hồ, không phải là một dân tộc mê sắc đẹp. Truyền thuyết, tín ngưỡng dân gian không có nữ thần sắc đẹp. Cả một nhân vật văn học gắn liền với tín ngưỡng dân gian lẽ ra phải đẹp như Quan Âm - Thị Kính thì, theo *logic*, cũng khó có thể gọi là đẹp bởi, đã giả được trai để đi tu thì, dù rất đẹp trai, làm sao có thể gọi là một cô gái đẹp? Còn những nữ nhân vật lịch sử chắc chắn rất đẹp thì lại gặp hạn với những sử gia keo kiệt lời khen. Chẳng những không giúp chúng ta hình dung nên những nhân vật mà dung mạo đã thực sự đóng góp một phần nào đó trong dòng chảy của lịch sử hay trong cương vực quốc gia, những sử gia ngày ấy, thậm chí, chẳng buồn khen một tiếng rằng đó là người đẹp.

Như Huyền Trân, một công chúa nhất định phải rất, rất đẹp. Công chúa phải cực kỳ đẹp thì mới có thể khiến Chế Mân mê mẩn tâm thần mà dâng hai châu Ô - Lý nhưng cái khổ của chúng ta là không thể biết công chúa ấy đẹp như thế nào. Cho dù nhà thơ Bùi Giáng thả sức tưởng tượng, trong "Nhớ Chế Mân":

Bây giờ tôi rất yêu ngài
Bởi vì ngài rất yêu nàng Huyền Trân
Yêu từ cổ xuống tới chân
Suốt miền thân thể như gần như xa
Quận Thành đem đổi làn da
Hỏi sao lạ rứa? - hào hoa thưa rằng
Có chi mô

---

[1] Có thể đọc truyện ngắn "Chí Phèo" trên trang: https://www.sachhayonline.com/tua-sach/truyen-ngan-nam-cao/chi-pheo/924

Có chi mô.
Nàng tuy nhỏ bé mà to bằng trời
Ô Ri tuy rứa mà rồi
Gẫm ra cũng thể như tôi đó mà
Trăm năm trong cõi người ta
Thân còn chẳng tiếc lọ là Ô Ri
Riêng công chúa nọ Ly Kỳ
Là tôi tiếc suốt li bì càn khôn

thì cái nhan sắc mở mang bờ cõi này cũng rất là đại khái, chung chung.

Bùi Giáng chung chung, đại khái như thế nhưng các sử gia từ Lê Văn Hưu đến Ngô Sĩ Liên cũng chẳng buồn khen là đẹp, chỉ gọn lỏn một câu "Mùa hạ, tháng 6, gã công chúa Huyền Trân cho Chế Mân", chấm hết. [1]

Nhưng kể ra thì Huyền Trân cũng còn có hậu, còn sống với hậu thế khi đi vào tín ngưỡng dân gian, đi vào ca dao, vào thơ, vào nhạc, được đặt cả tên đường, may mắn hơn cô bà của mình là Công chúa An Tư rất nhiều. [2] Sử sách viết cực kỳ ít về An Tư. Cũng Lê Văn Hưu rồi Ngô Sĩ Liên, cũng chỉ mấy lời gọn lỏn, "Sai người đưa công chúa An Tư (em gái út của Thánh Tông) đến cho Thoát Hoan, là muốn làm thư giãn loạn nước vậy".[3]

Ghi chép cực kỳ súc tích này thừa sức cho chúng ta biết là An Tư rất đẹp. Phải đẹp lắm thì mới được chọn làm mỹ nhân kế.

---

[1] *Đại Việt Sử Ký Toàn Thư* (bản in Nội các quan bản), NXB Khoa học Xã hội, Hà Nội, 1998, tập hai, trang 90.

[2] An Tư là con gái út của Trần Thái Tông và cô ruột của Trần Nhân Tông. Huyền Trân là con gái của Trần Nhân Tông, em gái của Trần Anh Tông.

[3] *Đại Việt sử ký toàn thư*, tập II, trang 53: "Tháng 2 (Ất Dậu)...Sai người đưa công chúa An Tư (em gái út của Thánh Tông) đến cho Thoát Hoan, là muốn làm thư giãn loạn nước vậy". trang 53

Phải đẹp lắm thì mới có thể làm tên tướng viễn chinh sừng sỏ Thoát Hoan rung động mà chậm đường binh bị để quân ta mua thêm chút thì giờ trong tình thế khẩn cấp nhằm bảo toàn lực lượng mà tính kế lâu dài.

Chúng ta không thể hình dung An Tư đẹp như thế nào đã đành nhưng bất công hơn, sau đó công chúa cực kỳ xinh đẹp này hoàn toàn tuyệt tích, gần như tuyệt đối đi vào quên lãng. Sử sách thời trước không nhắc nhở gì thêm mà hậu thế cũng chẳng mấy bận tâm. Tín ngưỡng dân gian không. Ca dao tục ngữ cũng không. Chỉ lác đác một vài nhà văn như Nguyễn Huy Tưởng mà cũng chẳng mấy tiếng vang.[1]

Thì đó là chính sử, thứ sử viết để dâng vua. Những trang sử chính thức viết cho triều đình, mà lại viết ra trong một thời đại ngun ngút khí phách người hùng với bóng dáng những "chí trai" lồng lộng trên hình thể đất nước như Phạm Ngũ Lão với ngọn giáo ngang tay *Hoành sáo giang sơn cáp kỷ thu* thì những phận liễu kia đành phải khép nép một bên. Phải hơn nửa thiên niên kỷ sau, đến cái thời suy tàn của nền quân chủ trong cảnh xuống giá của Nho giáo với sự phân chia của đất nước và sự rối ren của triều đình, nào Lê, nào Mạc, nào Trịnh, nào Đàng Trong – Đàng Ngoài, người "đẹp" mới dần dà xuất hiện.

Đầu tiên, có lẽ, là Đặng Thị Huệ, người đàn bà làm điên đảo chính sự nhà Trịnh và rối loạn xã hội Đàng Ngoài. Qua diễn tả của các ngòi bút của Ngô gia văn phái trong *Hoàng Lê nhất thống chí*, Thị Huệ "mắt phượng mày ngài, vẻ người mười phần xinh đẹp".[2] Cùng xuất hiện trong pho tiểu thuyết lịch sử ấy

---

[1] Nguyễn Huy Tưởng viết tiểu thuyết lịch sử *An Tư* năm 1944, theo thông tin trên mạng thì năm 2010 Nhà xuất bản Kim Đồng (chuyên về sách thiếu nhi) quảng cáo về việc chuẩn bị phát hành tiểu thuyết này https://www.vinabook.com/an-tu-p41710.html

[2] *Hoàng Lê Nhất Thống Chí*, dẫn theo bản dịch của Nguyễn Đức Vân và

còn có Ngọc Hân nhưng công chúa này chỉ đơn giản là người "có sắc đẹp và nết na hơn cả" trong số con gái của Lê Hiển Tông và, trong chính lời của Lê Hiển Tông, chỉ là "có chút nhan sắc". [1]

Cũng là người đẹp cả nhưng tại sao Đặng Thị Huệ lại được Ngô gia văn phái phiền tay bút hơn so với Ngọc Hân? Chúng ta biết Thị Huệ "mắt phượng mày ngài". Và chúng ta biết Thị Huệ "mười phần xinh đẹp" nghĩa là một phụ nữ, nói theo Bùi Giáng, cực kỳ xứng đáng để yêu trọn vẹn "từ cổ xuống chân". Nhưng với Ngọc Hân thì chúng ta đành chịu. Nhìn riêng trong

---

Kiều Thu Hoạch, NXB Văn Học, Hà Nội, 1997, hồi I, trang 12: "Một hôm, tiệp dư Trần Thị Vịnh sai nữ tỳ Đặng Thị Huệ bưng một khay hoa đến trước nơi chúa ngồi. Ả họ Đặng này, quê ở làng Phù Đổng, mắt phượng mày ngài, vẻ người mười phần xinh đẹp. Chúa nom thấy rất bằng lòng, bèn tư thông với ả.

Từ đó, Thị Huệ càng ngày càng được nhà chúa yêu quí, ả nói gì chúa cũng nghe và hễ có việc gì là chúa cũng bàn với ả. Rồi ả được ở chung một nơi với chúa, y như một cặp vợ chồng nhà thường dân. Xe kiệu, quần áo của ả cũng đều được sắm sửa hệt như đồ dùng của chúa.

Thị Huệ từ lúc được nhà chúa chiều chuộng, hơi có vẻ lộng hành. Hễ có chuyện gì không vừa ý, là ả xây xẩm mặt mày, rồi kêu khóc thảm thiết để làm rối lòng chúa."

[1] *Hoàng Lê Nhất Thống Chí*, sđd, hồi V, trang 134: "Nguyên trong số những người con gái đẻ sau của hoàng thượng, còn có đến năm, sáu nàng công chúa chưa chồng. Nhưng chỉ riêng có một nàng tên chữ gọi Ngọc Hân, là người có sắc đẹp và nết na hơn cả. Hoàng thượng rất yêu quí Ngọc Hân, thường ngày vẫn nói: "Con bé này ngày sau nên gả làm vương phi, không nên gả cho hạng phò mã tầm thường!"

Lúc ấy nghe lời Chỉnh nói, hoàng thượng trong bụng cũng ưng, bèn bảo Chỉnh:

– Con gái chưa chồng của trẫm còn nhiều, nhưng chỉ có mình Ngọc Hân là có chút nhan sắc. Tuy vậy, thói thường yêu con vẫn hay thiên lệch, chưa biết ở mắt người ngoài thì ra sao. Ngươi hãy ở đây, để trẫm đòi cả ra cho mà coi qua, rồi tuỳ người lựa xem người nào xứng đáng thì giúp cho thành việc đi!"

mấy chị em thì "có sắc đẹp và nết na hơn cả". Còn nhìn chung thì chỉ là "có chút nhan sắc" thế thôi!

Trước những bài học của Muội Hỷ, Đắt Kỷ, Bao Tự v.v những Nho gia bảo thủ thường vin vào tín lý "Mỹ nhân vong quốc" để ruồng rẫy người đẹp và, phải chăng, cái khác giữa hai người đẹp trong giai đoạn lịch sử đầy bất trắc này là sự "nết na"? Ngọc Hân nết na, gắn liền với Nguyễn Huệ, nhân vật mà, dẫu không nồng nhiệt ca ngợi, Ngô gia văn phái cũng phải thừa nhận là là một anh hùng cái thế, đã thực sự mang lại trật tự cho cái xã hội Đàng Trong. Đặng Thị Huệ thì đầy thủ đoạn, gắn liền với một vị chúa thiếu sáng suốt, nguồn cơn của những xáo trộn. Thị Huệ khiến chính sự "mười phần rối ren", Thị Huệ khiến xã hội "mười phần loạn lạc" và, chợt, Huệ đẹp hẳn ra, đẹp đậm đà ở con mắt và lông mày, đẹp toàn diện trên mười phần thân thể.

Cơ hồ, chính quyền càng xấu, xã hội càng bất an, người dân càng mất niềm tin thì người đẹp như là một thứ nguồn cơn tai họa càng lượn lờ nhiều hơn nên, thành ra, một Ngọc Hân nết na lại gắn bó cuộc đời với một người hùng đành phải nhún nhường ở phần dung mạo.

Mà cũng đàng tủi cho Ngọc Hân. Cả khi quyết định thành thân, Nguyễn Huệ cũng không ghi nhận là nàng đẹp mà chỉ đơn thuần là "thử", diễn nôm từ lời nói đùa với các bộ tướng thân cận, là "thử cho biết mùi gái Bắc". [1]

Nghĩa là gái đẹp Bắc Hà phải có cái gì đó khác với gái đẹp Nam Hà. Quan niệm về cái đẹp giữa hai miền lúc đó cách biệt

---

[1] *Hoàng Lê Nhất Thống Chí*, sđd, hồi V, trang 135: "Bình (Nguyễn Huệ) nói đùa rằng:

– Vì dẹp loạn mà ra, để rồi lấy vợ mà về; bọn trẻ nó cười cho thì sao. Tuy nhiên, ta mới chỉ quen gái Nam Hà, chưa biết con gái Bắc Hà, nay cũng nên thử một chuyến xem có tốt không?

Những người cùng ngồi với Bình đều cười ầm."

ra sao chúng ta không hề biết nhưng, rõ ràng, quan niệm về cái đẹp của người phụ nữ luôn thay đổi, theo phương của địa lý và theo chiều của thời gian.

Quan niệm về cái đẹp thay đổi theo thời gian mà, trong đó, thay đổi lớn nhất, mang tính cách mạng nhất, theo các nhà nhân chủng học tiến hóa, diễn ra lúc loài linh trưởng chuyển từ tư thế bò lết sang tư thế đi đứng. Thời chỉ biết bò, biết lết, hai chi trước vẫn là hai cái chân và loài thú ấy chỉ biết làm tình từ phía sau nên chỉ chú mục vào cặp mông của bạn tình, chỉ biết dùng đến mùi để quyến rũ bạn tình. Nhưng khi đã biết đi, hai chi trước đã biến thành hai cánh tay thì tư thế làm tình đã đảo ngược về phía trước thì loài thú sắp thành người ngày đã biết nhìn nhau khi làm động tác yêu và sự quyến rũ bắt đầu tiến hóa từ khứu giác đến thị giác. Chúng có những đòi hỏi như thế nào đó ở bộ mặt, để gọi là "dễ nhìn". Chúng cũng có những đòi hỏi như thế nào đó ở lồng ngực của con cái để gọi là "ngon mắt", cái sự ngon mắt hình thành từ sự cộng hưởng giữa ý niệm phồn thực gợi lên cặp mông đầy tròn tròn thời còn làm tình từ phía với nhu cầu cần mơn trớn vuốt ve để ngồn ngộn một miền cong đầy đặn. Và đến phiên mình, những con cái, cũng bắt đầu có những nhu cầu "dễ nhìn" và "ngon mắt" trên bộ mặt và, nhất là, trên bộ ngực vạm vỡ và cánh tay vững chãi của con đực, như một sự che chở an toàn!

Con người luôn phức tạp nên quan niệm về cái đẹp không hề đơn giản. Lịch sử Trung Hoa ghi lại hình ảnh những người đẹp đầy đặn sự phồn thực như Dương Quý Phi, ái phi của Đường Minh Hoàng. Lịch sử đó cũng cho thấy những người đẹp vóc hạc xương mai trên đôi gót "sen vàng" thoăn thắt những vũ điệu bởi đã bị bó chặt từ nhỏ theo nhu cầu hưởng lạc của những thành phần tinh hoa lúc xã hội đã giàu lên nhưng chuẩn mực đạo đức – chính trị bắt đầu sa xuống. Khoa nhân chủng học nói về cái đẹp phồn thực với những đường cong đầy đặn hình thành từ quan niệm sống khát khao sự sinh sôi nảy nở nhằm lưu truyền nòi giống. Thẩm mỹ học hiện đại cho chúng ta biết quan điểm về cái đẹp nghịch hướng với thể trọng hình thành theo sự ra đời của điện ảnh bởi cái đẹp lúc này phải gắn liền với những dáng đi thanh thoát.

Chính cái đẹp thanh thoát này đã trở thành hình mẫu của các nữ nhân vật trong tác phẩm của các nhà văn thuộc nhóm Tự Lực Văn Đoàn một thời rồi đi vào thơ, vào nhạc, vào họa của nhiều thập niên sau đó trong văn nghệ miền Nam. Nhưng rồi cái đẹp mảnh mai ấy lại bị đảo chính, hay đúng hơn, là bị "chỉnh lý" theo ám ảnh thiếu ăn. Thời tôi chớm lớn, vào cuối thập nhiên 70 của thế kỷ trước, cái thời hầu như cả nước thèm cơm, sự hấp dẫn của nữ tính lại nghiêng dần về độ "múp". "Múp", hình dung như Dương Quý Phi của Đường Minh Hoàng, là cái đẹp phồn thực với những đường cong đầy đặn sự no đủ, sự sinh sôi nẩy nở. Rồi thì ám ảnh thiếu ăn ấy cũng lùi vào hoài niệm để cái đẹp no tròn bị sự thanh mãnh đẩy lùi theo sự thống trị của kỹ nghệ thời trang. Theo mức độ phổ biến của cái máy truyền hình, của *smartphone*, của *Ipad*, sức lôi cuối của nữ phái bây giờ tỷ lệ thuận theo chiều dài của cặp giò và, thế là, độ cao của đôi chân đàn bà chợt trở thành thời thượng. Nhan sắc và độ thanh mãnh trong thân thể nữ giới đã trở thành một thứ tài nguyên kỹ nghệ và tiếng Việt, cơ hồ, không đủ để diễn tả nên cũng bùng nổ theo. Nào là "chân dài", nào là "siêu mẫu", nào là "hot girl" và hàng loạt những mũ miện hoa hậu – hoa khôi: khi người đẹp lượn lờ nhiều như thế, khi ngôn ngữ về nhan sắc đàn bà lạm phát như thế thì, như cái thời của Thị Huệ và Ngọc Hân, có lẽ chúng ta cũng nên xét lại dung mạo của... chính quyền.

Hình dung cảnh một người rừng như Tazan về phố hay một "người" từ một hành tinh nào khác lạc trần và họ, đã đại khái hiểu thế nào là đời, là thế giới, là nhân loại. Hình dung cảnh họ đối mặt trước những chọn lựa công dân và sự thể, có lẽ, cũng giống như chúng ta phải quyết định trước một danh sách với những cái tên Thuý Kiều, Thuý Vân, Thị Nỡ, vợ anh Doãn, Tú bà. Với những chính quyền tốt, giỏi giang, anh ta sẽ mất thì giờ vì phân vân, vì hoang mang, không biết đâu là chọn lựa tối hảo. Nhưng với một chính quyền tồi anh ta sẽ nhợn ngay lập tức, sẽ tức khắc chối từ, như chúng ta sẽ nhợn ngay trước bộ ngực "xọp xẹp - sắp vữa ra" của "người đàn bà tồi - với cái lối phục sức rẻ tiền mà "cứ gắng làm lộng lẫy ra kỳ được" của Nguyễn Tuân.

Thì họ sẽ chạy ngay lập tức nhưng thế nào là dung mạo của một chính quyền tồi?

Chính quyền, hiểu một cách chung chung, là một hệ thống quyền lực. Nhưng một đảng cướp hay một tổ chức *mafia* cũng chẳng phải là một hệ thống quyền lực hay sao? Nếu chính quyền hình thành để, bằng luật pháp mà toàn dân thừa nhận, bảo đảm trật tự từ sinh hoạt xã hội đến trật tự trong việc sở hữu cùng khai thác tài nguyên thì các tổ chức *mafia* cũng thiết lập cái trật tự ấy bằng cách dẫm lên trên pháp luật và, thay vào đó, là những lề luật của riêng mình. Và nếu chính quyền là nơi tập trung ý chí của nhân dân để hướng về một tiền đồ chung thì một thế lực *mafia*, nếu muốn tồn tại lâu dài, cũng phải vạch ra một con đường đi trước mặt theo những biến đổi thời cuộc chứ không thể loay hoay với những hoạt động ăn xổi ở thì và khư khư với mô thức đã cũ.

Nhưng để có một tiền đồ như thế thì hệ thống nào cũng phải hoàn thiện một cơ chế phản vệ để chặn đứng tiến trình tự huỷ hoại, thoái hoái. Nghĩa là phải ấn định những giới hạn thấp nhất mà nó không thể hạ mình thấp hơn, như những thế lực *mafia* với những nguyên tắc bất thành văn, chẳng hạn. *Mafia* thì phải dám chơi dám chịu. *Mafia* thì không thể cắm sừng anh em, không thể sát hại đối thủ trước mặt vợ con, không thể cam tâm làm một thứ tay sai chỉ điểm. Những luật bất thành văn như thế chính là một thứ "đạo nghĩa" hay "phẩm tiết" đặc biệt của thế giới tội ác: không phản bội, không khai báo, dù là khai báo để triệt hạ kẻ thù bởi, công lý phải nằm trong tay của mình, phải do chính mình thực hiện, thà phải đổ máu với kẻ thù chứ không thể để kẻ thù khinh mình. Triết lý căn bản của thứ "phẩm giá" này là sự tôn trọng của cả đối thủ lẫn đồng minh: đã ngửng mặt trong thế giới *mafia* mà để cho cả thế giới ấy coi khinh thì sẽ không còn có một chút xíu tiền đồ!

Một chính quyền tồi, khiến thiên hạ phát nhợn, khước từ tư cách công dân của nó ngay tức khắc là một thứ chính quyền như thế. Thứ chính quyền không thể bảo chứng với nhân dân về một tiền đồ. Thứ chính quyền thà để nhân dân hay nhân loại khinh mình chứ nhất định không chịu đổ máu của mình. Thứ chính quyền lúc nào cũng có thể hành động như *mafia* nhưng không bao giờ dám thể hiện thái độ dám chơi dám chịu của *mafia*.

Tôi nghĩ đến vợ anh Doãn, người đàn bà có cái nhan sắc của người đàn ông không đẹp trai với đôi gò má sát chồng. Và tôi nghĩ đến thứ chính quyền tàn độc không thua *mafia* nhưng lại thiếu hẳn những "phẩm giá" *mafia;* dám chơi, dám sát hại người dân ngay trước mặt vợ con của họ nhưng không bao giờ dám chịu mà, thay vào đó, loay hoay chạy tội như thứ hạng chỉ điểm hạng bét, loại đá cá lăn dưa. Tôi nghĩ đến Thị Nỡ và nghĩ đến những nhân vật chức quyền "ngẩn ngơ như những người đần trong cổ tích" nhưng tàn độc không thua những hôn quân bạo chúa trong lịch sử. Tôi nghĩ đến khuôn mặt "ngắn đến nỗi người ta có thể tưởng bề ngang lớn hơn bề dài" của Nỡ. Và tôi nghĩ đến bộ mặt của những chính quyền mà những đóng góp trong quá khứ càng ngày càng ngắn lại so với những nguy hại mà nó đang đẩy đất nước dấn vào. Tôi nghĩ đến khuôn mặt tệ hơn mặt lợn của Nỡ. Và tôi nghĩ đến khuôn mặt tự mãn của những bậc chức quyền tạp ăn còn hơn lợn, "ăn không chừa thứ gì".[1] Tôi nghĩ đến loài linh trưởng khi hãy còn làm tình từ phía sau, lúc cái "đẹp" chỉ được cảm nhận qua lỗ mũi chứ không phải là con mắt. Và tôi nghĩ đến thứ chính quyền lúc nào cũng loay hoay bịt mắt nhân dân nhằm che giấu bộ ngực hom hem và đôi cách tay khẳng khiu bất lực, không đủ sức bảo vệ nhân dân. Loài linh trưởng ấy vẫn chưa biết đi, hai chi trước vẫn là hai chân. Và thứ chính quyền có thể cấm nhân dân làm người lại là thứ chính quyền sẵn sàng bò-lết, bò và lết trước những thế lực có cùng bản chất nhưng mạnh hơn.

Như thế thì chúng ta chẳng cần phải hình dung đến cảnh người rừng Tazan về phố hay "người" từ một hành tinh nào khác lạc trần. Nguyễn Tuân nhìn vào bộ ngực "xọp xẹp" của "người đàn bà tồi" đang "gắng làm ra vẻ lộng lẫy" với lối phục sức rẻ tiền mà nghĩ đến những thứ "sắp vữa ra". Càng nhìn vào cái chính quyền đang vắt kiệt tài nguyên cho những công trình "khẳng định mình" cực kỳ lộng lẫy nhưng không giấu được sự ngô nghê trong tầm nhìn trọc phú và tư duy ăn xổi ở thì, chúng ta có thể thấy rõ rằng đất nước "vữa ra" bởi nhân dân đã hoàn toàn mất hết niềm tin và những chuẩn mực đạo đức đã bị phá sản. Không nhìn thấy một tiền đồ nào trên chính đất nước của mình mà bất lực, không thể chọn lựa chính quyền thì, đành, phải chọn lựa đất nước. *Tẩu vi thượng sách*, với một chính quyền như thế thì chẳng có gì khó hiểu khi mơ ước lớn nhất của người dân là thôi làm công dân của nước mình mà, bằng cách nào đó, được làm công dân một nước khác.

Chính quyền tồi, hạng nhất, chính là loại chính quyền như

---

[1] https://tuoitre.vn/an-cua-dan-khong-tu-mot-cai-gi-568432.htm
"Tiền của các cháu dân tộc thiểu số còn bị biển thủ đến gần 3 tỷ đồng, liều vacxin tiêm cho một cháu, lại san ra tiêm cho hai cháu… "Tôi càng đi càng thấy buồn, ăn của dân không từ một cái gì". Lời nguyên Phó chủ tịch nước Nguyễn Thị Doan tại Quốc hội ngày 11.9.2013.

thế, loại đã đẩy nhân dân vào tình thế tuyệt vọng toàn diện, không tin vào ngày mai của mình, ngay trên đất nước của mình.

Không có ngày mai có nghĩa là vô hậu và đó là một chính quyền vô hậu. Trong ngôn ngữ chửi của một trong những địa phương nổi tiếng chửi hay, chửi có bài bản như Huế, thì "vô hậu", như "Ăn ở chi mà vô hậu", lại là lời chửi đau nhất, nặng nhất, và ác nghiệt nhất. Nhưng đó không chỉ là chửi, là nguyền rủa mà là lẽ đời, là quy luật. Ăn ở vô hậu với nhân dân thì kết cục tìm thấy cũng sẽ là vô hậu. Nếu những kẻ bắn súng lục vào quá khứ sẽ bị tương lai đáp trả bằng đại bác thì có cái "hậu" nào dành cho những kẻ đang dồn dập nả đại bác vào chính tương lai của đất nước mình?

24.10.2020

Thương lượng và hòa giải

Những ý tưởng trong bài này được thai nghén từ một đề tài trong cuộc trao đổi với nhà phê bình mỹ thuật Nguyên Hưng: tác phẩm đồ họa là sự thương lượng giữa tác giả và khách hàng.

Nếu lịch sử, nói theo Edward Hallett Carr, là một sự tương tác và đối thoại bất tận giữa hiện tại với quá khứ thì hành trình này cũng có thể diễn giải như một cuộc thương lượng không hồi kết.[1] Và nếu đỉnh cao của bất cứ nỗ lực thương lượng nào cũng là một mức độ hòa giải nào đó thì điều kiện cần để đạt đến phải là tư thế bình đẳng giữa những thế hệ trước sau.

Nhưng quá khứ-lịch sử của chúng ta, trước những hậu thế... không xứng tầm hay, có thể nói, những hậu thế nhỏ nhen, đã không có được cái tư thế công bằng ấy khi những di sản để lại, theo những dụng ý chính trị thực dụng, đã bị kiểm duyệt một cách thô bạo, bị tùng xẻo không thương tiếc hay, thậm chí, bị chôn vùi không dấu vết. Quá khứ, hình dung qua những nhân vật lịch sử như Quang Trung, đã bị triều Nguyễn của Gia Long trói chặt bằng danh từ "ngụy Tây", bị bịt hết mồm miệng để giành trọn quyền kể chuyện rồi, đến lượt, Gia Long hay một đại thần của nhà Nguyễn như Phan Thanh Giản, cũng hoàn

---

[1] Edward Hallett "Ted" Carr, sử gia Anh (1892 –1982). Ý tưởng này trình bày trong cuốn What is History (University of Cambridge & Penguin Books. 1961)

toàn không có cái quyền đàm phán với kẻ sinh sau bằng chính những di sản của mình mà bị phủ nhận tất cả, bị trùm lên đầu cái mũ "bán nước", "đầu hàng".[2] Quá khứ, như thế, đã bị hậu thế trói chặt, không thể cựa quậy trong sợi dây chằng buộc của những thâm thù hay thành kiến chính trị, của những chính sách thực dụng hay khuôn khổ giáo điều. Chỉ thỉnh thoảng, theo những biến chuyển thời cuộc như qua câu chuyện của Gia Long và Phan Thanh Giản gần đây, sợi dây trói ấy mới được nới lỏng đôi chút qua tiếng nói yếu ớt bên lề và, tất cả, chỉ có thế, thế thôi.

Mà lịch sử chúng ta, trớ trêu thay, lại hình thành từ những chuỗi dài những thương lượng nhọc nhằn, dữ dội. Ngay từ chương đầu tiên, cái chương truyền khẩu cực kỳ mơ hồ và xa xăm, lịch sử đó đã khởi sự bằng một cuộc thương lượng như thế rồi. Khi Lạc Long Quân, thuộc dòng dõi nhà Rồng, đến với Âu Cơ, thuộc dòng dõi nhà Tiên, đó đã là một cuộc thương lượng gian nan. Cuộc hòa giải Rồng- Tiên ấy hẳn phải là bế tắc lắm nên mới, sau khi đã có một trăm mặt con, phải thú nhận là không thể tiếp tục ăn ở, phải cắt đôi gia đình, năm mươi về núi, năm mươi về xuôi.

Kể ra thì thương lượng luôn là một phần tất yếu của đời sống. Nó đơn giản như khi chúng ta bàn bạc trong gia đình để tương nhượng nhau giữa những sở thích trái ngược nhau cho một chương trình nghỉ mát cuối năm, một ngày nghỉ cuối tuần, một bữa tiệc nhỏ hay, thậm chí, cho tấm thực đơn bữa sáng, bữa chiều. Nó cũng có thể đơn giản lẫn phức tạp và, nhất là, cực kỳ xôm tụ như một cuộc "thương lượng giữa hai nền văn hóa" theo cái nhìn của Umberto Eco khi chúng ta loay hoay diễn đạt

---

[2] Trần Huy Liệu. "Chúng ta đã nhất trí về việc nhận định Phan-Thanh-Giản"
http://www.talawas.org/talaDB/showFile.php?res=3411&rb=0302

một khái niệm mới mẻ nào đó từ một ngôn ngữ khác, một nền văn hóa khác trong tiếng mẹ của mình.[3]

Cũng không phải chỉ lịch sử của chúng ta mới khởi đầu bằng một cuộc thương lượng huyền hoặc như câu chuyện Rồng - Tiên. Ngày nay, khi những tín đồ Hồi giáo ở bất cứ nơi đâu khom người hướng về thánh địa Mecca để cầu nguyện năm lần trong một ngày, hẳn họ phải tri ân nhà tiên tri Moses của "kẻ thù Do Thái" bởi đã đóng vai vị quân sư sáng suốt trong cuộc thương lượng gay go giữa Giáo chủ Muhammad với Đấng Tối Cao. Kinh Qur'an, chương 17, "The Night Journey, Children Of Israel", đoạn 1, chỉ giới thiệu khái quát chuyến du hành thiên đường gọi là *Mi'raj* của Muhammad nhưng truyền thuyết dân gian lại mở rộng với những lớp lang về cuộc đàm phán "phải người phải ta" giữa Muhammad với Thượng Đế nhờ vào sự cố vấn của Moses. Thoạt đầu Muhammad toàn tâm vâng mệnh Thượng Đế, chấp nhận mỗi ngày năm mươi lần vọng bái nhưng Moses cho rằng không nên chấp nhận vô điều kiện mà phải thương thuyết lại dựa trên căn bản đời sống của mình. Muhammad quay lại ngả giá và năm mươi giảm xuống còn mười nhưng Moses - bằng sự thấu cảm của người đã từng lăn lộn dưới thế với dân Do Thái trong thời khổ nạn và cả sự thấu cảm của đấng tiên tri đầu tiên với đấng tiên tri cuối cùng - vẫn cho là nhiều và, đang ngụ ở tầng trời thứ sáu, Moses đích thân đưa Mohammed quay ngược lên tầng bảy để mặc cả với Thượng Đế. Từng bước, từng bước một, Moses bày tỏ những khó khăn của việc phải cầu nguyện mười lần trong một ngày để con số giảm dần và, cuối cùng, đạt đến sự hòa giải với con số năm. Thực tâm thì Moses cũng cho rằng năm lần là hơi nhiều nhưng chủ trương rằng thôi, không nên cò kè bớt một thêm

---

[3] Umberto Eco, (2008), *Experiences in Translation*, University of Toronto Press.

hai, không nên lạm dụng sự rộng lượng của Đấng Tối Cao.[4]

Thực ra thì năm mươi mà hạ xuống còn năm đã là một cuộc thương lượng thành công nhưng điểm thú vị trong truyền thuyết này không hề nằm ở yếu tố... đại hạ giá. Nó thú vị khi cho thấy rằng cả đấng toàn năng cũng không hề... toàn trí. Đấng ấy, ngự ở trên cao, đã hoàn toàn... xa rời quần chúng. Đấng ấy không hề biết gì về đời sống của cõi trần nên, để đạt đến quyền lợi tối ưu cho mình, người trần không nên chấp nhận vô điều kiện: từ một vị trí thực thấp, người trần cũng phải biết khẳng định cái quyền thương lượng của mình dẫu phía bên kia đang ngự ở vị trí thực cao, cao đến tột đỉnh, cao đến... vô thượng.

Nếu cuộc thương lượng giữa Muhammad với Thượng Đế có thể đạt đến một cái hậu thành công thì cái kết giữa Lạc Long Quân với Âu Cơ khó mà xem là một sự hòa giải tốt đẹp. Lịch sử có thăng có trầm và, từ đó về sau, những pha trầm trong lịch sử của chúng ta thường đánh dấu bằng những thương lượng bất thành. Cứ như một quy luật, những khúc quanh đau đớn trong lịch sử chúng ta luôn là những cuộc thương lượng thất

---

[4] Sabeeha Rehman, "If It Weren't For Moses..."
http://www.sabeeharehman.com/blog/meeraj

Theo truyền thuyết này thì Muhammad được thiên thần Gabriel đón ở cổng, được mời giải khát bằng nước, rượu vang và sữa nhưng chỉ chọn sữa.

Tại tầng một Muhamad gặp Adam (thủy tổ của nhân loại, được Thượng Đế nặn ra từ một cục đất sét) đến tầng hai gặp gỡ thánh John, con của Zachriya và Chúa Jesus, con của thánh nữ đồng trinh Maria. Tại các tầng 3, 4, 5 Muhammad đều gặp những vị thánh từng lưu tên trong Cựu ước và Tân ước nhưng cảm động nhất, phải là cái cảnh gặp gỡ ở tầng thứ sáu!

Moses đã òa khóc sau khi gặp Muhammad vì mình là đấng tiên tri đầu tiên còn Muhammad làđấng tiên tri cuối cùng.

Đến tầng cao nhất, tầng trời thứ bảy, Mohammed lại gặp Hoàng đế Abraham, tổ phụ của dân Do Thái, và nhân vật này đưa Muhmaad vào yết kiến Thượng Đế (Allah) và xảy ra câu chuyện trên.

bại và những nỗ lực hòa giải dở dang.

Dở dang, thất bại trong cuộc hòa giải Rồng – Tiên lại mở ra một huyền sử khác về triều đại Hùng Vương 18 đời nối tiếp mà, trong đó, đời vua cuối cùng, còn lưu dấu với truyền thuyết về cuộc thương lượng dữ dội mang tên Sơn - Thủy. Sơn Tinh và Thủy Tinh cùng muốn làm con rể vua Hùng nhưng chỉ có mỗi một cô công chúa thôi nên mới nảy sinh cái điều kiện đến trễ phải về không. Đến trễ nhưng không chấp nhận về không, Thủy Tinh hùng hổ dùng sóng nước đòi người khiến vua Hùng phải gian nan đối phó, may mà có Sơn Tinh dùng phép màu giúp sức.

Giao kết "trước được - trễ mất" chính là một quy ước về quyền sở hữu dựa trên trật tự, điều mà ngày nay chúng ta gọi là lề luật. Cuộc hòa giải bất thành này, phải chăng, là dấu ấn của một thời kỳ chuyển tiếp ở đó lề luật mới đã hình thành nhưng thói tục cũ vẫn chưa triệt bỏ? Đó, phải chăng, là thời mà nhà nước Văn Lang đã hình thành được "mười tám đời" nhưng những tập quán của thời kỳ bộ lạc vẫn còn lay lắt? Nếu nhà nước tập quyền hàm ý một cơ chế bảo vệ trật tự và quyền sở hữu cho từng thành viên của cộng đồng thì, chắc hẳn, trật tự và quyền sở hữu đó phải được xây dựng trên những quy ước tương tự "trước được - trễ mất". Như thế, phải chăng, khi dấu ấn của cái thời trai gái lấy nhau thoải mái và lấy nhau theo luật mạnh được yếu thua theo thói tục bộ lạc vẫn chưa dứt hẳn, Thủy Tinh mới bộc lộ cách thế ứng xử "mạnh được –yếu thua" vẫn chưa gột rửa hoàn toàn? Và như thế, trong cách kiến giải này, có lẽ, thất bại trong nỗ lực hòa giải của Hùng Vương 18 với Sơn Tinh và Thủy Tinh, đã xuất phát từ chính tư thế thương lượng của mỗi bên? Bên thì xác định quyền sở hữu theo trật tự, theo những giao ước đã đồng thuận. Bên thì nằng nặc quyền chiếm hữu, dựa theo sức mạnh và, xem ra, kẻ cậy vào sức mạnh như Thủy Tinh chính là kẻ không thể nào hòa giải với một cộng đồng đang thay đổi bởi thời thế đã đổi thay.

Triều đại vua Hùng kết thúc thì đến nhà Thục, cái triều đại, theo truyền thuyết, kết thúc bằng cuộc hòa giải đẫm máu giữa An Dương Vương với thần Kim Quy. "Kẻ thù ở sau lưng vua", thần bảo thế và An Dương Vương, không còn chọn lựa nào khác, rút gươm chém chết con gái mình để có thể theo thần tỵ nạn trong vương quốc nằm sâu nơi đáy nước.

Sự thay đổi thánh thần này lại là một màn thương lượng khác giữa tín ngưỡng của con người với môi trường sống. Sống trên cao ắt phải nương nhờ thần thánh trên cao nên Thủy Tinh mới đóng vai phản diện còn Sơn Tinh thì đứng cùng chiến tuyến với vua Hùng. Nhưng khi đã định cư tại châu thổ sông Hồng, sống bám vào môi trường sông bể thì phải quay sang nương nhờ thần nước. Thế nên mới có chuyện Thủy Tinh, trong cái tên mới Kim Quy, giúp An Dương Vương chế tạo nỏ thần. Thế nên mới có chuyện ông "tân Thủy Tinh" này mở đường cho An Dương Vương vào ẩn thân nơi đáy nước! Bước ra khỏi những trang huyền hoặc ấy, lịch sử lại tiếp nối bằng vô số những thương lượng lớn nhỏ khác nhau. Thương lượng giữa vua tôi nhà Lý với Trung Hoa, với các thủ lĩnh sắc tộc vùng biên giới để bảo toàn lãnh thổ. Thương lượng giữa Trần Thủ Độ với Lý Huệ Tông để đoạt ngôi vua về tay Trần Cảnh. Thương lượng giữa Trần Thủ Độ với Trần Liễu để Trần Cảnh, trong danh xưng Trần Thái Tôn, có lấy tấm con trai nối dõi. Cuộc thương lượng "Đầu thần chưa rơi xuống đất, bệ hạ đừng lo gì khác" của Trần Thủ Độ với Trần Thái Tôn. Rồi trong âm vang của cuộc thương lượng dữ dội này là hành trình tự vấn "thương lượng hay không thương lượng" của Trần Quốc Tuấn, giữa mối thù nhỏ mà người cha Trần Liễu đã trối trăng với mối thù lớn khi đất nước đối mặt với giặc ngoại xâm.[5]

---

[5] Lý Huệ Tông có hai con gái: Thuận Thiên và Chiêu Hoàng, Trần Thủ

Và đó lại là yếu tố xuyên suốt trong những cuộc thương lượng mang tầm vóc lịch sử. Cũng như cuộc "thương lượng" của Trần Quốc Tuấn với thế lực chính trị từng làm tan vỡ gia đình mình, mối đe dọa chung từ bên ngoài luôn luôn là nền tảng căn bản cho sự "hòa giải" tốt đẹp giữa những trí thức - nhân tài với những nhà cai trị hay kẻ nuôi mộng làm nhà cai trị. Mối thù ấy không còn, tư thế thương lượng của họ cũng không còn và, như lịch sử đã cho thấy, khi "quân cuồng Minh" không còn "thừa cơ gây họa" thì đầu Trần Nguyên Hãn lại rơi còn Nguyễn Trãi thì, thê thảm hơn, bị tru di tam tộc!

Nếu những pha trầm trong lịch sử luôn đánh dấu bằng những nỗ lực thương lượng bất thành thì những tầm vóc lịch sử lớn nhất hay triều đại thành công nhất lại thuộc về những nhân tài hay nhà cai trị có năng lực hòa giải nhất. Như Trần Quốc Tuấn, nói trên, một anh hùng dân tộc. Như Lê Thánh Tông, một ông vua sính thơ văn và cũng là một ông vua giỏi cai trị, người mà, dù không đối mặt với mối đe doạ bên ngoài, đã thực sự hoà giải với bậc trí thức đã bị tru di tam tộc nói trên. Hay như, những vị Chúa đầy tự tin nhà Nguyễn trong cuộc hòa giải với những cựu thần phản Thanh phục Minh từ phương Bắc để,

---

Độ sắp đặt để hai anh em Trần Liễu và Trần Cảnh lấy hai chị em, sau Chiêu Hoàng "nhường ngôi" cho chồng là Trần Cảnh (Trần Thái Tôn). Thuận Thiên đẻ cho Trần Liễu một hai con trai là Trần Quốc Tung, Trần Quốc Tuấn nhưng Chiêu Hoàng thì không thể sản sinh hoàng tử. Sốt ruột, Trần Thủ Độ ép Trần Liễu phải nhường vợ cho em, mẹ Trần Quốc Tuấn phải sang làm vợ em chồng giữa lúc đang mang thai Trần Quốc Khang. Trần Liễu phẫn uất nổi dậy còn Thái Tông chán nản bỏ đi lên Yên Tử nhưng bị Trần Thủ Độ ép phải quay về. Sau Trần Liễu biết thế thua, tìm gặp em xin tha tội, Trần Thủ Độ toan giết Trân Liễu nhưng Trần Thái Tông lấy thân mình che chở. Trần Liễu được tha chết nhưng toàn bộ tay chân đều bị giết sạch. Năm 1251, khi hấp hối Trần Liễu dặn dò Trần Quốc Tuấn phải cướp ngôi nhà Trần để trả thù. Trần Quốc Tuấn nhận lời nhưng không thực hiện.

nhờ vậy, đất nước mới có thêm một miền Nam từng rất trù phú.

Nhưng những cuộc hòa giải tốt đẹp như là nền tảng cho sự phồn thịnh như thế không nhiều và lịch sử chúng ta luôn rối ren vì những thương lượng bất thành. Cuộc thương lượng giữa ông anh rể Trịnh Kiểm với ông em vợ Nguyễn Hoàng bất thành: đất nước chia đôi suốt mấy trăm năm, đâm chém nhau đến kiệt quệ trong bảy cuộc chiến kéo dài gần nửa thế kỷ. Cuộc thương lượng giữa những anh em Tây Sơn bất thành: tuổi thọ của chính triều đại Tây Sơn này càng ngắn lại. Rồi sau sự kết thúc của triều đại Tây Sơn lại là cuộc hòa giải sượng sùng giữa những cựu thần hoài Lê với triều đại mới mang họ Nguyễn mà, trong đó, thấp thoáng hình ảnh của một Nguyễn Du ngượng ngùng, hiếm khi bày tỏ chính kiến đến độ ông vua lớn của triều đại phải quở trách là "rụt rè, sợ hãi, chỉ vâng vâng, dạ dạ".[6]

Nhưng đó là một Nguyễn Du, nhà chính trị. Đến một Nguyễn Du nhà thơ, trong kiệt tác *Truyện Kiều*, thiên tài văn chương này không chỉ không còn rụt rè mà, thậm chí, còn dám thương lượng với cả ý Trời.

"Chữ tài liền với chữ tai một vần", tự thân Thúy Kiều, nhân vật chính, đã là một bản hợp đồng giữa cá nhân với Trời, đấng toàn năng chi phối "muôn sự". Đã tài sắc như thế thì mệnh số ắt phải như thế và, chính từ bản hợp đồng đã ký kết với Trời này, cuộc đời Kiều trôi nổi theo một loạt những thương lượng với những nhân vật lớn bé khác nhau, tốt xấu khác nhau, trong những hoàn cảnh khác nhau nhưng, bao trùm trên hết, lại là

---

[6] Lời vua Gia Long trách cứ Nguyễn Du: "Nhà nước dùng người, cứ ai hiền tài thì dùng không phân biệt gì Nam với Bắc cả. Nhà ngươi đã làm quan đến chức Á Khanh, biết việc gì phải nói để tỏ cái chức trách của mình, có lẽ đâu cứ rụt rè sợ hãi, chỉ vâng vâng, dạ dạ hay sao?" (Đại Nam chính biên liệt truyện)

nhân vật trung tâm trong cuộc thương lượng của chính Nguyễn Du với Trời.

Mở đầu câu chuyện bằng mô thức "Chữ tài chữ mệnh khéo là ghét nhau" rồi kết thúc bằng cái quy luật "Mới hay muôn sự tại Trời" cùng lời nhân sinh quan "Cũng đừng trách lẫn trời gần trời xa", Nguyễn Du ắt phải ý thức rất rõ rằng những kẻ đẩy Kiều vào "đoạn trường" - từ Bạc Hạnh, Bạc Bà đến những Ưng, Khuyển, Sở Khanh, Tú Bà rồi Mã Giám Sinh, vv - chỉ là những con cờ sắp đặt trong bày tay của Trời vậy thì tại sao chính tay Nguyễn Du lại tạo ra cái cảnh "Máu rơi thịt nát tan tành / Ai ai trông thấy hồn kinh phách rời"? Phải chăng, chính vì Nguyễn Du không cam lòng chấp nhận "số Trời" nên mới có cảnh báo oán với chính những con cờ nằm trong sự sai khiến của Trời? Cứ như là Moses đằng sau cuộc thương lượng giữa Muhammed với đấng toàn năng, Nguyễn Du đã đẩy Thúy Kiều yếu đuối vào tư thế thương lượng với đấng có thể chi phối vạn vật: muôn sự có thể "tại Trời" nhưng, từ những gì mà nàng hằng chịu đựng, Trời phải nhượng bộ, phải chấp nhận cho một vài sự "tại người"!

Nhưng "muôn sự" trong những thất bại đớn đau của đất nước chúng ta lại khác, hoàn toàn không phải "tại Trời". "Muôn sự" của đất nước luôn là "tại người", từ những cuộc thương lượng mang tầm vóc lịch sử. "Tại người" trong cuộc thương lượng bất thành giữa những nhà cải cách với phe thủ cựu trong triều Tự Đức. "Tại người" trong nỗ lực Duy Tân bất thành vào đầu thế kỷ 20. Rồi "tại người" trong trong cuộc vận động "Theo mới, hoàn toàn theo mới không chút do dự' dở dang vào ba thập niên sau đó của Tự Lực Văn Đoàn.[7] Và cũng là "tại người"

[7] "Mười điều tâm niệm", Hoàng Đạo,.

Điều tâm niệm thứ nhất: Theo mới, hoàn toàn theo mới không chút do dự. (Tuyệt đối bỏ văn hóa cũ để theo văn hóa ở Âu Tây. Tinh thần riêng

trước những cái giá to nhỏ khác nhau mà đất nước phải gánh chịu từ các cuộc thương lượng bất thành giữa nếp tư duy chính thống đã cũ với một xã hội cùng thời đại đã thay đổi: cái giá phải trả ấy, luôn luôn, là "tại người", chẳng hề là "tại lịch sử" hay "tại thời đại" như những thân tằm gánh chịu trăm dâu trong diễn ngôn chính thống.

Lịch sử đang lập lại và, trong những trang sử mới nhất chúng ta còn thấy lật đật những bóng dáng cũ xưa. Bóng dáng của những "tân Thủy Tinh" ngang tàng xé bỏ giao ước từng đồng thuận, ngang tàng dẫm trên lề luật để hung hăng khẳng định quyền chiếm hữu dựa trên sức mạnh. Bóng dáng những nhà cai trị họ Lê lúc đã an cư khi "quân cuồng Minh" không còn "thừa cơ gây họa" với những trí thức - nhân tài bị chà đạp dưới chân. Bóng dáng của những "Gia Long" tự làm cho tầm vóc của mình bé lại khi hành xử như những người thắng trận nhỏ nhen với mối thâm thù bám chặt. Rồi dáng điệu lụp chụp của những kẻ đầu cơ trên thị trường "nương nhờ thần thánh" khi, sau cái thời ầm ầm đập chùa phá miếu, lại là cái thời rầm rập xây miếu dựng chùa. Những đền chùa tông miếu đồ sộ, hoa hòe nối tiếp nhau mọc lên; những phẩm vật hiến tế lòe loẹt, giả tạo thi nhau phô trương và, sự mê tín mang tính chất phi đại này, nhất định, phải là hệ quả từ sự "thương lượng" vô hình giữa tình trạng mất mát niềm tin và sự bất an với sự "ổn định" xây dựng trên những niềm tin giả tạo, những quan hệ giả tạo và những giao kết ăn liền, chụp giật! [8]

Lịch sử đang lập lại như thế và số phận của dân tộc chúng ta, cơ hồ, luôn là số phận của những khúc quanh lẩn quẩn và những chia cắt đau lòng. Trong cái khúc quanh phi đại đó, bây

---

của dân tộc sẽ đào thải những cái gì không thích hợp)

[8] Câu chuyện về những bánh chưng khổng lồ độn xốp và những "đại tự" sặc mùi thương mại!

giờ, chúng ta lại chứng kiến thêm một khúc quanh nhỏ nhỏ khác, với một độ sâu chia cắt khác, theo "thời thế" của nhà đầu tư địa ốc Mỹ Donald Trump.

Theo cái khúc quanh kỳ dị của nền chính trị Mỹ, sự chia cắt giữa người Việt đã lún sâu xuống một tầng thấp mới ngỡ không thể nào xảy ra. Bạn bè thân thiết qua bao thử thách và thăng trầm thời cuộc đã chia rẻ nhau, vì cái tên Trump. Những chiến hữu từng lăn lộn trận mạc và tù đày từ nhau, cũng bởi Trump. Anh em ruột, thậm chí, không nhìn mặt nhau, cũng là Trump. Và, tự dưng, tiếng Việt lại thêm phần tạp nhạp với "cuồng Trump" và, như một nỗ lực phản biểu tình, "cuồng chống Trump".

Từ nhau, không nhìn mặt nhau là bởi không thể thương lượng với nhau. Nếu những sản phẩm mang tính nghệ thuật – từ đồ họa, kiến trúc, điêu khắc đến điện ảnh - là kết quả của sự thương lượng ở đó người nghệ sĩ phải tương hợp những dự phóng nghệ thuật của mình với những ý đồ thực dụng cùng năng lực thẩm mỹ và tài chính của khách hàng thì, để đạt đến sự "hòa giải" đó, người nghệ sĩ phải xuyên qua chặng hành trình tự vấn trước những khách hàng không xứng tầm. Khách hàng càng không xứng tầm bao nhiêu, hành trình đó càng nhọc nhằn bấy nhiêu để, cuối cùng, là giới hạn không thể hạ thấp hơn: "Thương lượng hay không thương lượng".

Thương lượng hay không thương lượng? Bằng sự kiên nhẫn và bao dung, chúng ta có thể thương lượng với một kẻ kém hiểu biết, một kẻ ngu si nhưng, dẫu có kiên nhẫn và bao dung đến mức vô cùng tận, chúng ta cũng không thể nào thương lượng với một kẻ cuồng tín. Không ai có thể thương lượng với những môn đồ của Osama bin Laden, những kẻ tin rằng sẽ có bảy mươi hai trinh nữ đang chờ đợi mình trên thiên đường sau một sứ mạng tử đạo. Không ai có thể thương lượng với Abu Bakr al-Baghdadi và Mullah Omar, thủ lĩnh của "Nhà nước Hồi giáo" (IS) và Taliban, những kẻ tin rằng tiền đồ mai hậu của chúng cần xây dựng nền móng trên những thủ cấp đã chém hay những đống tay chân mình mẩy bê bết máu sau những vụ đánh bom.

Nhưng Trump không phải là một giáo chủ mà là một nhà chính trị dân túy. Trong chính trị, quốc gia hay quốc tế, không ai có thể tìm ra một phép màu đơn giản cho những vấn đề nghị sự phức tạp, mà cũng không ai có thể tìm ra một giải pháp ăn liền cho một vấn nạn lâu dài. Nhưng, bất kể những hệ quả lâu dài, chính trị dân túy là thứ chính trị của sự đơn giản, ăn liền. Khai thác những ẩn ức dồn ứ theo năm tháng của tầng lớp bình dân với những chiêu tiếp thị rẻ tiền, những chính trị gia dân túy khiến tầng lớp này say sưa, tuý luý với những phép màu đơn giản, tưởng là có thể giải quyết nga trong nháy mắt. Người được tiếp thị càng say sưa túy lúy, nhà tiếp thị dân túy ấy càng túy lúy say sưa, như một mối quan hệ cộng sinh.

Như đã nói, không ai có thể thương lượng với những kẻ cuồng tín mà cũng không ai có thể đàm phán với những người đang tuý luý cơn say. Nghĩa cuộc thương lượng bất thành và nghĩa là chỉ có nước chờ, chờ lúc tàn tỉnh cơn say. Nhưng mỗi lần chờ như thế là thêm một lần thua thiệt, một lần thất bại. Như ngày xưa Phan Chu Trinh đã chờ và đất nước đã thua thiệt, thất bại. Nhà duy tân chờ trong vô vọng còn dân tộc bị thua thiệt vì kỳ vọng của nhà duy tân ấy về điều gọi là "dân trí" và "dân khí" không thành.

24.7.2020

Tượng bác, từ dáng đứng Raskolnikov đến miếu thờ Trần Thủ Độ

Bao nhiêu lời phản đối rộ lên viện lẽ cái nghèo và cái khẩn thiết có thể phần nào giải quyết bằng tiền nhưng họ vẫn nằng nặc đòi thể hiện tình nghĩa với bác bằng tượng, thật to, thật hoành tráng bởi nghĩa tình không thể đong đếm bằng tiền.[1] Rồi họ nhựa giọng phân trần, lập lờ giữa một "bác đơn độc 200 tỷ" với một bác "trong quần thể 1400 tỷ", rồi họ ỉ ôi so bì về sự thua thiệt đài tượng của mình v.v... [2] Họ đã *mót* xây tượng đến thế thì, thôi, hãy khoan làm khó, cứ để họ thể hiện thứ nghĩa tình đang *són* ấy nhưng điều quan trọng là phải thể hiện như thế nào.

Phải nhấn mạnh đến yếu tố này bởi hiện nước ta có nhiều *bác*

---

[1]BBC. 'Tình cảm không thể cân đong đo đếm"

http://www.bbc.com/vietnamese/vietnam/2015/08/150804_hochiminh_memorials

[2]Long Nguyễn, "Chủ tịch Sơn La: Chưa có tượng đài là thiệt thòi cho chúng tôi'"

http://soha.vn/xa-hoi/chu-tich-son-la-chua-co-tuong-dai-la-thiet-thoi-cho-chung-toi-20150806095903434.htm quá, *bác* bê tông, *bác* đá hay *bác* đồng và chẳng lẽ lại tiếp tục là thứ... *bác* công nghiệp, loại bác Hồ rập khuôn có đôi mắt vô hồn và thân hình thẳng băng cứng đơ với ba biến tấu xoay quanh cánh tay quơ lên hay vung ra, 45 độ "xin chào", 90 độ "đồng bào hỡi" và 180 độ "từ nay cách xa ngàn trùng"?

Tôi nghĩ đến tư thế của Rodion Romanovich Raskolnikov, nhân vật chính trong *Tội ác và Hình phạt* của Fyodor Dostovevski. Nếu nhất định phải thể hiện cho bằng được "nghĩa tình" giữa "nhân dân" với bác thì phải tìm hiểu tư thế của chàng sinh viên luật này lúc cúi mình hôn lên bàn chân của cô gái điếm Sonya Semyonovna Marmeladova: "*Anh không cúi mình trước riêng em, anh cúi mình trước những thống khổ của nhân loại.*"[3]

Một Raskolnikov trẻ tuổi có thể nhìn ra nỗi đau của cả loài người qua số phận cô gái hành nghề bán thân mà mình tôn trọng và yêu thương thì bác, nếu thực sự sống khôn thác thiêng, nhất định phải thấy được nỗi đau của đất nước qua từng phận đời bé mọn. Có lẽ chưa lúc nào mà hình ảnh cam chịu của từng thân phận bé nhỏ và côi cút của người dân hèn mọn có thể gói ghém gần như trọn vẹn bi kịch của dân tộc trong hoàn cảnh thất thế, nhục nhã, yếu hèn và lạc hướng như

---

[3]Bản tiếng Anh *Crime and Punishment* của Richard Pevear và Larissa Volokhonsky (Alfred A. Knopf: New York 1992).

Đọan tả phản ứng của Sonya và giải thích của Raskolnikov anh khi quỳ xuống hôn chân:

"*What is it, what are you doing? Before me!*" She murmured, turning pale, and her heart suddenly contracted very painfully.

He rose at once.

*"**Idid not bow down to you, I bowed down to all the suffering of humanity**,"* he utter somehow wildly and walked away to the window. *"Listen,"* he added, turning to her a minute. *"I told one offender today that he wasn't worth your little finger... and that I did my sister honour making her sit beside you.""*

Part 4: Chapter 4, page 322.

lúc này. Nếu Sonya bán thân để nuôi cả nhà thì, tệ ra, bác cũng phải thấy được nỗi đau chung qua những Sonya Việt Nam bị lừa bán hay dụ dỗ sang Tàu để làm cái máy đẻ, làm con ở hay làm nô lệ tình dục. Mà nếu cả đời bác, theo tiểu sử chính thức, không có một trải nghiệm thực sự nào về ý nghĩa của "người yêu" với mình thì ít ra cũng phải thấm được nỗi đau chung qua hình ảnh của những ngư dân đang phập phồng mưu sinh trong tình cảnh bị bỏ rơi, hoàn toàn côi cút giữa trời xanh biển rộng. Chẳng xa lắm đâu, mới ngày 7 tháng Sáu đây thôi, anh Bùi Tấn Đoàn, 23 tuổi, quê quán Quảng Ngãi, bị tàu kiểm ngư Trung Quốc dùng vòi rồng bắn bay lên không trung, đập xuống sàn tàu trở thành người tàn phế. Mà đó là may, là chỉ mới gãy chân thôi, nếu không nhanh tay chộp được đống dây kéo lưới trên tàu thì đã thành mồi cho cá biển. Rồi bốn tuần sau, hai tàu cá với trên 30 ngư dân, cũng ở Quảng Ngãi, lại bị bọn cướp biển mang tên "kiểm ngư" ấy cướp sạch, cướp từ ngư cụ hành nghề đến cá tôm đánh được, cướp cả chì lẫn chài.

Vân vân, đếm sao xuể những hình ảnh lớn nhỏ khác nhau của sự đau nhục ấy? Nhục từ tấm biển "Cấm vào đây ăn trộm" bằng tiếng Việt tại Thái Lan, nhục đến lời tuyên bố lạnh tanh "Không được đến đây làm đĩ" tại phi trường Singapore và, như thế, vấn đề đặt ra là tính "điển hình" của tư thế ấy.

Thời còn nhỏ tôi đã đọc đâu đó trong loại sách nhồi sọ "cháu ngoan" câu chuyện về đôi mắt bác. Hình bác treo ở đó, trong phòng học, treo trên bảng đen, treo trên hàng chữ "Tổ quốc xã hội chủ nghĩa trên hết" để từ cao nhìn xuống khiến cả lớp, mấy chục học trò quàng khăn đỏ, phun nước bọt cãi nhau bởi, nhìn từ bất cứ góc nào, đứa nào cũng cảm nhận rằng bác chỉ chăm chú nhìn mỗi một mình mình. Cuối cùng thì câu chuyện "cháu ngoan" kết thúc một cách rất là có hậu khi thầy giáo hùng hồn về tấm lòng cao cả "Ôm cả non sông mọi kiếp người" của bác. Như thế thì, khi đã thể hiện hình tượng bác cúi mình, nhà điêu khắc phải xử lý sao đó để khi nhìn vào thì bất cứ ai - từ những cô gái trốn chạy khỏi các động quỷ Trung Quốc đến những ngư dân bị cướp hay những ai từng đau nhói trong lồng ngực trước các biển cảnh cáo bằng tiếng Việt - cũng đều có cảm tưởng rằng bác đang cúi đầu tạ tội với riêng mình.

Nhưng phải công bằng. Đã bắt bác cúi mình như Raskolnikov thì cũng nên đẩy Raskolnikov vào vị trí của bác. Nếu, nếu Raskolnikov có thể bước ra khỏi trang sách của Dostovevski để làm... bác của xã hội Việt Nam ngày nay thì cái hành trình tự vấn *Tội ác và Hình phạt* của con người sống nặng về nội tâm này sẽ diễn ra như thế nào?

Vậy thì phải nhắc lại thảm kịch của chàng sinh viên nghèo túng nhưng kiêu hãnh về danh dự trong cái tên của mình và cháy bỏng khát vọng công bằng trong trái tim mình. Thảm kịch bắt đầu khi Raskolnikov phân chia xã hội ra làm hai hạng "đáng sống - không đáng sống" và dùng búa hạ sát bà chủ tiệm cầm đồ, kẻ làm giàu phi nghĩa, chuyên khai thác sự túng quẫn của người khác để đẩy họ lún sâu vào vòng xoáy của sự túng quẫn. Đành rằng bọn sâu mọt xã hội ấy, theo lý tưởng củaRaskolnikov, là hạng không đáng sống nhưng em gái của bà ta, nhân chứng bị diệt khẩu trong tình thế cấp bách bởi xuất hiện không đúng lúc? Raskolnikov đã lỡ tay kết thúc mạng sống của một người không đáng chết và tai nạn phát sinh này đã khiến anh ta bàng hoàng, xét lại cái lý tưởng bất toàn của mình để rồi vật vã, nửa tỉnh nửa mê trong những ám ảnh triền miên về tội ác đã gây ra và lý tưởng muốn theo đuổi.

Thú vị thay mà cũng mỉa mai thay, giữa bác và Raskolnikov lại có lắm sự trùng hợp về hiện tượng trong khi chan chát đối chọi ở bản chất. Nếu Raskolnikov nêu tên bà chủ tiệm như là kẻ đáng chết thì sinh thời bác cũng quấy đảo đất nước với những danh sách, thật dài, vềnhững phần tử không đáng sống hay, nhẹ hơn, là những thành phần không đáng được sống tử tế, sống cho ra con người. Nếu Raskolnikov lỡ tay với một mạng người khi theo đuổi một lý tưởng bất toàn thì bác lại... già tay với rất nhiều người khi vận dụng một chủ thuyết bất lương, cái sự bất lương cô đọng trong lời hiệu triệu mang tên "Quốc tế ca": *Bao nhiêu lợi quyền ắt qua tay mình.* Nếu lý tưởng mà Raskolnikov đau đáu là hành trình tư tưởng của riêng mình thì bác chỉ thô thiển áp dụng những bài học từ ngoài, những chỉ thị từ những bậc đàn anh cộng sản bên ngoài, hoàn toàn không có gì là của riêng mình và, nhất là, hoàn toàn không mang lại lợi ích gì cho đất nước của mình. Và khi bác thản nhiên an hưởng hào quang của một "cha già dân tộc" sau bao nhiêu lần "già tay" thì Raskolnikov lại không thể sống bình thường chỉ sau một lần lỡ tay, vật vờ mê tỉnh với những cơn mê sảng vào ban đêm và bước chân lang thang vờ vật vào ban ngày, như một con bệnh tâm thần.

Cảnh ấy có thể sẽ khác và, rất có thể, phần lớn, Raskolnikov sẽ tiếp tục tỉnh táo với cuộc sống bình thường, không tự hành hạ mình đến thế nếu hoá thân làm bác. Thời ấy, giữa xã hội Nga, Raskolnikov nhắm ngay vào bà chủ tiệm cầm đồ nhưng giữa xã hội này anh ta biết nhắm vào đâu? Hạng ấy quá nhiều, nhung nhúc như một bầy sâu và, thậm chí, còn đáng tởm hơn thế rất nhiều.[4] Bà chủ của Raskolnikov làm giàu từ vàng bạc, nữ trang mà người cùng quẫn cầm cố, bọn chúng thì làm giàu bằng cách cầm cố nhân dân và đất nước, mặc tình đất nước và nhân dân lún sâu trong sự cùng quẫn. Cướp được tiền bạc và

---

[4]Phát biểu của nguyên Chủ tịch nước Trương Tấn Sang năm 2011: "Trước đây chỉ một con sâu làm rầu nồi canh, nay thì nhiều con sâu lắm. Nghe mà thấy xấu hổ, không nhẽ cứ để hoài như vậy. Mai kia người ta nói một bầy sâu, tất cả là sâu hết thì đâu có được. Một con sâu đã nguy hiểm rồi, một bầy sâu là 'chết' cái đất nước này".

http://vietnamnet.vn/vn/chinh-tri/19800/-mot-con-sau-da-nguy-hiem-huong-gi-mot-bay-.html

nữ trang của chủ tiệm cầm đồ, Raskolnikov mang đến chôn kín dưới một hòn đá, không động đến một xu dù cực kỳ túng thiếu, không xu dính túi. Còn bọn chúng thì phung phí cả những đồng tiền mà thế hệ chưa đẻ sẽ kiếm bằng cách mang đất nước ra cầm cố để vay nợ cho những dự án phù phiếm mà mục đích duy nhất chỉ là tư túi, tiêu hoang.

Đối diện với một danh sách rất dài hạng cầm cố nhân dân đất nước ấy hẳn Raskolnikov phải lần lữa, phân vân, khất đi khất lại: tên nào cũng đáng đập đầu cho chết cả nhưng ai mới là kẻ đáng chết hơn? Khi việc sàng lọc mục tiêu kéo dài tưởng chừng đến bất tận thì cơ hội hành động sẽ giảm xuống và xác suất lỡ tay giết người vô tội sẽ trở nên vô cùng bé. Như thế thì Raskolnikov sẽ còn tỉnh táo, sẽ tiếp tục mạnh mẽ với lý tưởng ban đầu và, rốt cuộc, hành trình tự vấn về *Tội ác và Hình phạt* sẽ biến thànhcuộc truy vấn vô cùng tận về trách nhiệm và công lý.

Truy vấn đến tận cùng như thế thì ắt sẽ có lúc Raskolnikov ngộ ra, hiểu rằng anh ta chẳng phải giết ai cả trừ phi giết... mình bởi, đáng chết nhất, phải là kẻ chịu trách nhiệm cao nhất. Hẳn nhiên đây không phải là Raskolnikov của *Tội ác và Hình phạt* mà là một Raskolnikov "Hồn Trương Ba da hàng thịt", đã được chúng ta chiêu hồn từ trong trang sách của Dostovevski để bước ra chen chân trong xã hội Việt Nam ngày hôm nay dưới hình hài của kẻ đang tiếp tục làm nghèo đất nước bằng... tượng. Có thể kẻ ấy, người mẫu của những pho tượng ấy, chỉ là một biểu tượng chứ không thực sự gánh chịu hết trách nhiệm cho những gì đã xảy ra nhưng, như một biểu tượng, ông ta cũng đáng bị xét xử trên ý nghĩa biểu tượng.

Như thế thì ngoài cái dáng cúi mình của Raskolnikov, đám người đang lau nhau đòi thể hiện nghĩa tình bằng những đồng tiền xương máu của nhân dân có thể xem xét đến tư thế của người chuẩn bị kết liễu đời mình. Có thể là một bác rất... văn nhân theo hình ảnh lãnh tụ-nhà thơ: bác trầm ngâm, tư lự bên chén thuốc độc trước lúc quyên sinh. Có thể là một bác rất... võ tướng với ánh mắc sắc như dao với khẩu K-54 chĩa vào thái dương trước khi tự sát hay cái lưỡi lê tháo từ nòng súng CKC chĩa ngay vào cần cổ trước lúc tự vẫn. Bác cũng có thể thẫn thờ với sợi dây lụa mềm ngồi tựa gốc cây trước khi tự ải và có thể trầm ngâm bên bờ Hồ Gươm, hồ Trúc Bạch hay Hồ Tây trước lúc tự trầm.

Nhưng nếu việc kết liễu sinh mạng là sự trả giá cao nhất trên ý nghĩa trừng phạt và công lý thì, trên phương diện tư tưởng và nghệ thuật, nó vẫn chưa hẳn là cách thể hiện "cao giá" nhất. Tưởng tượng cảnh Raskolnikov, trong vai bác, tự chĩa khẩu súng K-54 vào thái dương bóp cò: súng nổ cái bụp, óc và máu xịt ra, đầu gục xuống là thôi, là chấm hết những oan nghiệt đời người, chẳng còn gì để nói về mặt tư tưởng hay nghệ thuật. Như thế thì phải hướng đến cái quá trình khám phá những "oan nghiệt" ấy. Nhất định phải có một tiến trình khai ngộ để Raskolnikov, trong vai bác, dần dà nhận ra cái cuộc đời kinh tởm của mình.

Hình tượng ấy hẳn phải thể hiện ở lúc anh ta ngộ ra sự thật, đau đớn và dũng cảm đối mặt với sự thật. Hãy tưởng tượng cảnh Raskolnikov sau những ngày lang thang vật vờ tại Hà Nội, như đã lang thang vật vờ ở Saint Petersburg trong những trang viết của Dostovevski, mặt dúm dó đau khổ bên cái lăng của mình, đứng gần nhìn thẳng vào xác ướp của mình với ánh mắt kinh tởm hay đứng thật xa nhìn vào cái nhà mồ xám xịt xấu xí trùm lên cái xác ướp của mình với ánh mắt bàng hoàng. Hãy tưởng tượng cảnh của Raskolnikov đứng trước cái Viện bảo tàng hay những tượng đài khô cứng và máy móc theo lối công nghiệp. Anh ta là một con người dày vò với những đau đớn bên trong nhưng pho tượng kia, cũng là hình hài của anh ta, lại khô cứng và máy móc như một hình nộm tuyên truyền và, như thế, anh ta phải nhìn nó bằng một ánh mắt khinh rẻ, bàng hoàng.

Tự khinh rẻ mình ắt sẽ dẫn đến tiến trình tự hủy hoại mình và, do đó, tôi lại nghĩ đến một hình tượng ngược, từ một ý tưởng của điêu khắc gia Lê Thành Nhơn. Tác phẩm mà Lê Thành Nhơn ấp ủ là một khối đá vung tay để tạc đẽo nên hình hài con người cho mình thì, ở đây, chúng ta có thể hình dung cảnh Raskolnikov, trong vai bác, dùng đôi tay mình đục phá chính mình để tìm cho ra bản lai diện mục của mình. Có thể anh ta dùng búa, thứ vũ khí đã đập chết bà chủ tiệm cầm đồ, đập vỡ hộp sọ ra để xem bên trong là những thứ gì, cái đầu mối của những chính sách đã đẩy đất nước và nhân dân lún sâu vào con đường cùng quẫn xoay vòng. Có thể anh ta đục ngực moi tim mình, cắt lưỡi hay xẻo miệng hay là tự cắt gân tay mình, cái bàn tay đã ký, đã ban hành bao nhiêu sắc lệnh, bao nhiêu nghị quyết phản dân hại nước v.v...

Chết là hết, vẽ ra những hình ảnh chết chóc ghê gớm như thế về một người không còn sống nữa là điều không hay, là trái với đạo lý. Tôi hiểu điều đó nhưng xét ra thì ông ta đâu đã chết và sự việc cũng đâu đã... hết? Chế độ toàn trị chẳng đã rêu rao rằng ông ta "sống mãi" và, để ông ta "sống mãi" như thế, nó chẳng đã và đang đục khóet xương máu nhân dân cho những tảng đá hay khối đồng mang sắc mặt của ông ta hay sao? Vả lại, ông ta đã có được một nghi lễ tống táng ra hồn, hợp với truyền thống và hợp với đạo lý "chết là hết"? Mà, suy cho cùng, thực hiện những hình tượng nghệ thuật như thế cũng là một cách để giúp ông ta tránh điều đớn đau mà những bậc thầy hay đàn anh cộng sản đã từng đau đớn khi bị đám đông cuồng nộ hạ nhục.

Chế độ cộng sản tại Liên Xô, tại Romania hay Đông Đức tồn tại được bao nhiêu năm? Hãy nghĩ đến những pho tượng đồ sộ của Vladimir Lenin hay Joseph Stalin bị đập phá hay giật đổ, bị cẩn cẩu bứng ra khỏi bệ đài như là treo cổ. Và hãy nghĩ đến những pho tượng bị tùng xẻo của Saddam Hussein, những thủ cấp bằng đồng của ông ta lăn lóc bên vệ đường Baghdad những ngày bom khói. Cái chế độ thối nát, vô tích sự và phản động tại Việt Nam không có lý do nào để tồn tại đời đời và kịch bản này sẽ lập lại nếu không thay đổi tư duy dựng tượng.

Nghĩa tử là nghĩa tận, ai có thể giết một người thêm một lần nữa và ai có thể đập đổ hay treo cổ một pho tượng khi chính bức tượng ấy tự đập đổ hay treo cổ chính mình? Khi một nhà cai trị giả nhân giả nghĩa tỉnh ngộ, dám đối diện với trò gian dối của mình để tự trừng phạt lấy mình, dù chỉ làm thế trong hình hài một pho tượng, sẽ chẳng ai nỡ lòng đập đổ thêm một lần thứ hai.

Trong *Kiến Văn Tiểu Lục*, chương "Linh Tích", Lê Qúy Đôn đã thuật và bình chú câu chuyện Trần Thủ Độ hiện hồn tại miếu thờ của mình, yêu cầu những kẻ sùng bái mình loại bỏ chính cái miếu thờ mình:

'Trong địa phận mộ có miếu thờ, hằng năm cứ mồng 7 tháng 7 làm lễ cúng giỗ, lễ phẩm rất hậu. Sau đó, thần thường phụ đồng vào người trong thôn, nói rằng "Ta đã tu hành rồi, dân nên làm cỗ chay, thờ cúng phụ vào nhà chùa, đừng có lập miếu bái, làm hại nhiều đến mạng súc vật". Dân trong thôn theo lời, bèn bỏ miếu ấy đi. *(Trần Thủ Độ ngấm ngầm dời ngôi vua nhà Lý vào tay nhà Trần, nào giết vua, nào hoang dâm với thái hậu, không việc gì là hắn không nhẫn tâm làm, sau khi chết mới tu hành, kể cũng đã muộn. Nhưng trải hơn 300 năm, không biết có phải từng qua địa ngục hay không, mà đến đây mới quay đầu tỉnh ngộ. Việc này cũng đáng răn bảo người đời.)*[5]

Trần Thủ Độ là một nhân vật đặc biệt, đã đi đến mức tận cùng ở cả hai khía cạnh tốt -xấu, phong thái hành xử thường

---

[5]Dẫn theo bản dịch của Phạm Trọng Điềm (Viện Sử Học) NXB Văn Hoá Thông Tin, Hà Nội 2007, trang 515.

thấy ở dân tộc Đức hay dân tộc Nhật. Trong tranh đoạt quyền bính ông ta cực kỳ tàn độc, cực kỳ thủ đoạn. Nhưng trong cách trị nước ông là người cực kỳ nghiêm minh, pháp bất vị thân. Đáng nói hơn, trước hiểm họa mất nước từ sự đe dọa của siêu cường độc tôn của thế giới thời ấy, ông ta đã không hề nao núng, cực kỳ can đảm, cực kỳ anh hùng mà không phải dựa dẫm vào ai, không hề mang xã tắc ra cầm cố cho bất cứ thế lực hay chủ thuyết ngoại lai nào: *"Đầu thần chưa rơi xuống đất, xin bệ hạ đừng lo!"*. Lê Qúy Đôn đã tỏ ra bất công khi không nhìn nhận đủ góc cạnh về Trần Thủ Độ nhưng đó không phải là điều mà chúng ta đang bàn. Cái chúng ta quan tâm, dẫu huyền hoặc khó tin, là chuyện một nhân vật lịch sử ăn năn, hiện về kêu gọi những kẻ cúng thờ "bỏ miếu'.

Hồ Chí Minh cũng là một nhân vật lịch sử và hãy cho ông ta cơ hội học cái bài học "bỏ miếu" ấy. Hãy để ông ta tỉnh ngộ và hối cải, ngay trong việc dựng tượng ông ta. Cách hay nhất để thể hiện sự điều ấy là không dựng thêm bức tượng nào. Đục khóet nhân dân cả năm được 1500 tỷ nhưng bỏ ra đến 1400 tỷ để dựng tượng thì chỉ có thể làm nặng thêm nghiệp chướng của ông ta.[6] Nhưng nếu khăng khăng phải dựng thì hãy nghĩ đến những đám đông cuồng nộ tại Liên Xô, Đông Âu hay Iraq, vừa cho phép ông ta bày tỏ sự ăn năn, vừa cho phép ông ta chứng tỏ khả năng cáo già chính trị của mình nhằm ngăn chặn sự hung

---

[6]Tô Hội "Xây dựng tượng đài bằng cả năm đóng thuế thì không ổn!

Ông Đỗ Văn Ân, cựu Bí thư Tỉnh ủy Sơn La: " Thì cả tỉnh Sơn La bây giờ, thu thuế mỗi năm chỉ được khoảng 1.500 tỷ đồng, thế nghĩa là tượng đài gần bằng tiền thuế của dân trong tỉnh trong 1 năm làm việc. Lấy 1.400 tỷ đồng làm tượng đài thì còn chi cái gì nữa, lấy cái gì ra mà chi, mà vận hành bộ máy, xây dựng điện đường trường trạm.."

http://kienthuc.net.vn/doc-30s/xay-dung-tuong-dai-bang-ca-nam-dong-thue-thi-khong-on-540129.html

http://kienthuc.net.vn/thien/su-that-ta-dao-tam-linh-ho-chi-minh-226231.html

hăng của đám đông phẫn nộ ấy theo chiến thuật *pre-empt*.

Hãy tưởng tượng cái cảnh chưng hửng của đám đông khi hung hăng mang búa đến đập phá tượng ông ta để rồi phát hiện ra rằng ông ta, như một bức tượng, đang thay mặt họ dùng búa đập phá chính hình hài của ông ta. Hãy tưởng tượng cái cảnh tiu nghỉu của họ khi hùng hục lái xe cẩu đến bứng rễ ông ta để rồi phát hiện ra rằng ông ta, hay pho tượng về ông ta, đã lường trước điều họ muốn làm với cảnh tự lái xe cẩu để tự nhấc mình lên, bằng một sợi dây xích sắt tròng quanh cổ mình. Nhưng xa hơn, những hình tượng như thế không chỉ đơn thuần là chiến thuật *pre-empt* mà, nhân đạo hơn, còn giúp ông ta trọn vẹn một ước mơ dang dở.

Sinh thời, ngất ngây với hào quang của là một lãnh tụ chính trị "anh minh", ông ta cũng đã phởn lên như một nhà tiên tri chính trị với những tuyên ngôn hay dự án ăm ắp viễn kiến tương lai. Từ một "đất nước bằng 10 ngày nay" đến sự giúp đỡ vô tư và vô tận của "các nước anh em", từ "sự nghiệp 10 năm" đến "sự nghiệp 100 năm" v.v.. nhưng, rốt cuộc, như đã thấy, ông ta chỉ là một nhà tiên tri thất bại, thất bại thê thảm, thất bại đến đau đớn. Thôi thì, như một phát súng ân huệ, qua cách dựng tượng này, hãy ban cho ông ta thêm một cơ hội tiên tri: tiên tri cái ngày nhân dân vùng lên đập nát những tượng đài của chính ông ta.

Sớm hay muộn, ngày đó sẽ xảy ra. Càng đục khóet xương máu nhân dân để dựng lên những bức tượng ngay đơ và vô hồn về ông ta, ngày đó sẽ càng đến gần hơn.

Tiếng cười vong thân

Gởi bạn Dương Đình Lộc, để nhớ lại những cuộc "cách mạng" tý hon của một thời, cái thời đã xa nhưng vẫn nguyên vẹn trong ký ức, tươi rói…

B*ốn ngàn năm ròng rã buồn vui/ Khóc cười theo mệnh nước nổi trôi/ Nước ơi...* ("Tình ca", Phạm Duy). Sau mấy ngàn năm khóc cười theo mệnh nước nổi trôi, tiếng khóc tiếng cười của chúng ta cũng dập dờn trôi chìm cùng mệnh nước. Khóc, chúng ta rền rĩ như một đám vong thân. Cười, chúng ta hềnh hệch như những hình nhân đang xói mòn phẩm cách qua những tiếng cười trơ trẽn, nhảm nhí và, thậm chí, những tiếng cười ngu, cười ác, cười hèn.

Tiếng khóc sụt sùi thương cảm Tố Tâm thời nào đã nhừa nhựa phong vị *boléro*.[1] Còn tiếng cười tinh quái như làn roi quất thẳng vào những thói tật hủ lậu của Lý Toét - Xã Xệ đã im bặt để thay vào đó là thứ tiếng cười rất đáng... ăn đòn. Nếu thế hệ trước thổn thức theo số phận của Tố Tâm như những tâm hồn bức bối trong tường cao cổng kín Nho phong đang mơ về một chân trời lãng mạn thì, sau đó, khi cười Lý Toét - Xã Xệ, họ cũng chỉ cười với khát vọng cải cách "theo mới, theo mới không do dự", cái khát vọng "vứt bỏ những giàng buộc vô lý của Tống Nho, phá tan những hủ tục, những thành kiến và

---

[1] http://vanviet.info/trao-doi/bolro-dat-bien-v-nguoi/

mưu sống một đời hợp với lẽ phải hơn xưa."[2] Nhưng đến bây giờ thì, cứ như là chuyện về nàng Tố thần tiên, những ông Lý ông Xã ngờ nghệch ngày nào đã từ trong các bức tranh châm biếm oai vệ bước ra như những nhân vật tầm cỡ quốc gia còn những lời lẽ ngớ ngẩn ngày nào lại biến thể thành những tuyên ngôn xanh rờn hay, thậm chí, những chủ trương đường lối mà, nói theo ngôn ngữ thời thượng của họ, là "quyết sách". Họ, như thế, dẫu đã vứt khăn đóng áo dài để khoác lên người bộ Âu phục theo thời trang mới nhất, đi lại bằng những cỗ xe hơi mới nhất thì vẫn, thực chất, tiếp tục là hạng Lý - Xã hủ lậu, vừa do dự và ngờ vực trước những thúc bách cải cách, lại vừa trịnh trọng và đường bệ với những tín lý xơ cứng và những kiến văn ngớ ngẩn khiến cho thiên hạ phải bụm miệng nín cười.

Nhưng không nhất thiết phải *phải đạo* như thế bởi xã hội đang giần giật cong mình với một thứ tiếng cười hoàn toàn khác, cái cười không thể làm ngọn roi trừng phạt mà là rất đáng bị phạt bằng roi. Thứ tiếng cười không hề "hợp với lẽ phải hơn xưa". Thứ tiếng cười không hề "phá tan" mà thậm chí còn nuôi dưỡng "những hủ tục, những thành kiến". Chúng ta hô hố theo những trò chọc cười vô duyên, dơ dáy và nhảm nhí trong các màn "tấu hài", trong những *gameshow* truyền hình hay những "phim hài Tết".[3] Rồi chúng ta khinh khỉnh cười vào

---

[2] Tứ Lang, "Chúc mừng năm mới". *Phong Hoá* 30.1.1935 (số 134)
Truy cập trong hệ thống dữ liệu của Đại học Hoa Sen:
https://news.hoasen.edu.vn/vi/tin-chuyen-de/tong-hop-cac-so-bao-phong-hoa-va-ngay-nay-1459.html

[3] Có thể tham khảo các ý kiến liên quan trong các bài báo:
"Hài Tết 'khiêu dâm': Thứ rác rưởi, vô văn hoá góp phần trực tiếp vào xuống cấp đạo đức xã hội", bài phỏng vấn Tiến sĩ Văn học Nguyễn Thị Thu Hà, giảng viên Học viện Hành chính Quốc gia TP.HCM.
https://vtc.vn/hai-tet-khieu-dam-thu-rac-ruoi-vo-van-hoa-gop-phan-truc-tiep-vao-xuong-cap-dao-duc-xa-hoi-d453904.htmlv
hay bài phỏng vấn nhà soạn kịch Lê Chí Trung " Hài nhảm đang đầu độc

hoàn cảnh bi đát của Ukraine, khinh khỉnh từ lúc đất nước này bị Nga cướp trắng bán đảo Crime vào năm 2014 cho đến khi bị Nga tịch thu ba tàu chiến tại eo biển Kerch vào tháng 11 năm 2018.[4]

Nếu những tiếng cười nhảm nhí chỉ đơn thuần thể hiện một nhận thức văn hóa và thẩm mỹ khiêm tốn thì phong thái khinh khỉnh trước sự khốn cùng của một nước yếu như Ukraine lại là triệu chứng của sự vong thân. Đó không đơn thuần là thứ tiếng cười *chadenfreude*, cái nụ cười mãn nguyện hay khoan khoái khi sự không may, mất mát chỉ xảy ra với người, không đến với mình. Cười khi một thân phận nhỏ yếu bị một thế lực mạnh hơn ức hiếp là cười ác. Nhưng sự ác độc ấy lại là một sự ngu xuẩn tàn mạt khi thân phận bị ức hiếp ấy, thực chất, cũng chính là thân phận của chính chúng ta, như là nạn nhân của sự sắp đặt địa lý - chính trị bởi Thượng Đế thì xa quá mà... Trung Quốc thì gần quá.[5]

Nhắc đến Trung Quốc, và nhắc đến tiếng cười vong thân, không thể không nhắc lại cái nụ cười đã làm Lỗ Tấn phẫn nộ

---

thẩm mỹ xã hội"

https://dantri.com.vn/van-hoa/hai-nham-dang-dau-doc-tham-my-xa-hoi-20170503080702726.htm

[4] Hãy đọc các dòng tít trên báo mạng Sohanews:

"Tàu Nga đâm húc, nã đạn vào tàu Ukraine: Kiev đang 'nhìn rau, nhưng muốn gắp thịt'?"

http://soha.vn/tau-nga-dam-huc-na-dan-vao-tau-ukraine-kiev-dang-nhin-rau-nhung-muon-gap-thit-20181126180347933.htm

hay: "Tuyên bố "hùng hồn, đanh thép" nhưng Hải quân Ukraine có còn gì đâu mà ra oai!"

http://soha.vn/tuyen-bo-hung-hon-danh-thep-nhung-hai-quan-ukraine-co-con-gi-dau-ma-ra-oai-20181126114953086.htm

[5] Dẫn theo câu *"Poor Mexico, so far from God, so close to The United States"* của José de la Cruz Porfirio Díaz Mori (1830 – 1915), tổng thống Mexico từ 1876 đến 1880 và 1884 đến 1911. Mori chết trong cảnh lưu vong tại Pháp.

bỏ nghề thầy thuốc. Khi còn là một sinh viên y khoa tại Nhật, đau đớn trước cảnh phim quay người Trung Quốc nhe răng ra cười giữa lúc lính Nhật hành hình một người Trung Quốc, vị bác sĩ tương lai này đã phẫn nộ bỏ con dao mổ để cầm lấy cây bút bởi nghề thuốc chỉ có thể chữa bệnh cho thể xác của con người trong khi cái mà dân tộc Trung Hoa cần là chữa những chứng bệnh đã di căn sâu trong tinh thần họ.[6] Gã Trung Quốc đần độn kia đã cười như thể y không còn là người Trung Quốc nữa và Lỗ Tấn xem đấy là một căn bệnh của tinh thần. Còn thứ tiếng cười dơ dáy, nhảm nhí và ngu muội của chúng ta? Chúng ta đã cười như thể chúng ta không còn là... chúng ta và, để hiểu thứ bệnh tật đã di căn vào sâu trong tim óc này thì, đầu tiên, phải mổ xẻ những yếu tố đã khiến chúng ta... cười.

A thing is funny when — in some way that is not actually offensive or frightening — it upsets the established order. George Orwell đã giải thích một "chung chung" như thế trong tiểu luận "Funny, but not Vulgar": một điều sẽ trở nên hài hước nếu nó phá vỡ những nền nếp định hình miễn là, theo cách thức nào đó, nó không thực sự xúc phạm đến ai mà cũng không làm ai phải lo sợ.[7] Nếu Orwell, như một nhà văn, chỉ giải thích "chung chung" *in broad terms* thôi thì Mack Sennett, một người trong nghề, đã nhấn mạnh vào một từ duy nhất là "inconsistency".[8]

---

[6] Lỗ Tấn đã theo học tại Học viện Y khoa Tiên Đài (Sendai Medical Academy). Nhập học từ năm 1904, đến năm 1906 thì bỏ học để lao vào hoạt động văn học. Chuyện được kể lại trong lời nói đầu của tuyển tập tập truyện ngắn Gào Thét (Call to Arm), đề ngày 3/12/1922.

[7] http://orwell.ru/library/articles/funny/english/e_funny

[8] Margaret Randall (2011), *First Laugh: Essays*, 2000-2009, University of Nesbarka.

Trang 84 – 75.

Mack Sennett (1880 – November 5, 1960) người Mỹ gốc Canada , nổi tiếng như một nhà cải cách của phim hài. Trong suốt cuộc đời của mình, ông được biết đến với cái tên "Vua của Hài kịch"

Sennett là một tên tuổi lớn của Hollywood, bao cân từ vai trò tài tử, đạo diễn, nhà sản xuất, từng được mệnh danh "vua hài kịch", đã sản xuất hàng loạt bộ phim của Charlie Chaplin, lại tổng kết kỹ thuật gây cười bằng danh từ mà chúng ta có thể dịch là "mâu thuẫn", "bất nhất" hay nôm na và... hài hước hơn, là "trớt quớt". Theo Sennett thì từ giới nghệ sĩ hài của sân khấu - màn bạc cho đến những tác giả các câu chuyện tiếu lâm, ai cũng cố đưa ra những câu chuyện với những nút thắt thật "trớt quớt" để, khi mở được nút thắt và nhận chân sự thể, khán giả không thể nào không phá ra cười.

Như cái nút thắt trong *City Lights* của Charlie Chaplin, một phim hài thuộc loại kinh điển của thời kỳ phim câm. Phim mở màn với buổi lễ khánh thành bức tượng cực kỳ nghiêm trang nhưng cái đầu tiên đập vào mắt của khán giả khi bức màn vừa kéo lên không phải là pho tượng đang háo hức trông chờ là anh chàng Tramp vô gia cư rách rưới nằm ngủ khò trên bệ tượng, trông thật là "trớt quớt". Tình thế "trớt quớt" này, rồi những cái "trớt quớt" khác trong hoàn cảnh trớ trêu của một nhân vật đói rách nhưng cố làm người qúy phái với cái mũ quả dưa trên đầu, với cây can trên tay, với mỗi lần "thất lễ" trong những cảnh ngộ trớ trêu là một lần đưa tay lên ngã mũ để cúi đầu xin lỗi v.v...

Về nguồn, từ *City Lights* trở lại với tuồng chèo *Quan Âm Thị Kính* cũng vậy, cũng dễ dàng tìm thấy nút thắt tương tự, như cảnh thằng mõ lốc cốc lời rao tập hợp làng để giải quyết vụ tai tiếng Thị Mầu. "Mõ này lớn tiếng lại dài hơi. Mõ chưa ra là làng chửa được ngồi", lời rao khiến những bậc quyền lực làng đùng đùng nổi giận bởi, với họ, mõ là thứ "mục hạ vô nhân", là giai tầng thấp nhất của xã hội hương thôn, vậy mà nó lại cả gan đòi ăn trên ngồi trước. Nhưng không, cái nút thắt trong lời huênh hoang ấy cũng chính là thân phận "mục hạ vô nhân" của mõ bởi, nếu hắn chưa ra, lấy ai để... trải chiếu cho làng ngồi. Nghe thật là trớt quớt! [9]

Từ tuồng cổ ấy quay về với "hiện thực xã hội chủ nghĩa" trong những chuyện tiếu lâm chính trị xuất hiện tràn trề trong thập niên 70 và 80 cũng vậy. Thí dụ cái nút thắt "gần nửa lời bác dạy" trong câu chuyện truyền khẩu, xuất hiện sớm nhất phải là tháng Tư năm 1980 sau khi ông Tôn lìa trần, được gặp ông Hồ ở thế giới bên kia. "Đánh thắng giặc Mỹ ta sẽ xây dựng bằng mười ngày nay", sinh thời ông Hồ dạy thế và, đến lúc đó, khi ông Tôn lìa trần, "Bọn nó đã đưa đất nước tiến lên được gần một nửa của lời dạy cũ". "Gần nửa" của mười thì ít ra cũng là bốn hay bốn rưỡi và họ Hồ lấy làm hài lòng trước tốc độ phát triển thần kỳ của chế độ mình đã gầy dựng nhưng không, ý của họ Tôn lại nhắm vào lời dạy khác. Sinh thời ông Hồ dạy "Không có gì quý hơn độc lập tự do" và nay, bọn nó, ý chỉ hai ông Lê Duẫn và Lê Đức Thọ, hai nhân vật quyền lực nhất thời ấy, lại đưa đất nước tiến đên chỗ "Không có gì", cũng thật là trớt quớt!

Nếu chuyện tiếu lâm chính trị này chỉ là một sản phẩm tưởng tượng thì lịch sử lại ghi nhận một nút thắt "trớt quớt" làm đổi hẳn dòng... lịch sử. Truyền thuyết "Phóng hỏa hí chư hầu" gắn liền với Bao Tự, người đẹp với nụ cười làm sụp đổ của triều đại Tây Chu.

Tôi yêu Bao Tự mặt sầu bi,
Tôi mê Ly Cơ hình nhịp nhàng
Tôi tưởng tôi là Đường Minh Hoàng,
Trong cung nhớ nàng Dương Quý Phi
(Xuân Diệu, "Nhị hồ")

Xuân Diệu chỉ tưởng tượng qua sách sử nên si mê vẻ mặt sầu bi của nàng Bao nhưng Chu U Vương, sở hữu chủ của giai

---

[9] Thuật lại theo trí nhớ.

nhân xương thịt ấy, lại khát khao ở nàng một nụ cười, dễ dàng mang cả ngàn vàng ra đánh đổi, thậm chí, còn mang cả sinh mệnh vương triều mình ra đặt cược. Đó là lúc chư hầu hùng hổ kéo quân đến giải cứu theo tín hiệu báo nguy từ các hỏa đài để rồi, sau khi phát hiện rằng đây là một trò đùa, lại chưng hửng kéo về: rầm rộ kéo đến như sấm rồi tiu nghỉu giải tán thế trận rút lui như là thua bạc, cái cảnh trớt quớt này đã giúp Bao Tự bật cười, cười sảng khoái, cười ngon lành, nhưng lại đẩy nhà Chu xuống vực tiêu vong. Khi thực sự lâm nguy, U Vương cố nổi lửa báo nguy nhưng các chư hầu bình thản nghĩ đến cái cảnh xuất quân dàn trận "trớt quớt" ngày cũ. Hậu quả là U vương không chỉ cả ngai vàng mà còn mất luôn mạng sống!

Thì "trớt quớt" cả nhưng không phải sự "trớt quớt" nào cũng giống sự "trớt quớt" nào bởi tiếng cười cũng hàm chứa những tầng bậc thẩm mỹ cao thượng hay thấp hèn khác nhau. Có cái thông tục, dễ dãi mà người này có thể ôm bụng cười ngặt nghẽo trong khi người khác mặt mày đăm đăm, xem như một sự hạ cấp về văn hóa. Có cái đòi hỏi khán giả phải đạt tới một trình độ tối thiểu nào đó mới hiểu hết cái lắt léo của ngôn ngữ, của những điển cố văn chương hay giai thoại chính trị, lịch sử. Nhưng cao hay thấp, bao giờ giới gây hài cũng "trớt quớt hoá" hay "mâu thuẫn hoá" bằng hai phương pháp chính là lố bịch hoá một nhân cách hay trớ trêu hoá một hoàn cảnh. Đi tu thì phải đứng đắn nên, dân tộc nào cũng như dân tộc nào, cũng đầy những câu chuyện cười ở đó giới tu hành trở nên lố bịch với những tật xấu như tham ăn hay thôi thúc "trai trên gái dưới" v.v... Một ông bộ trưởng đường bệ thì phải đứng ngồi đĩnh đạc và, theo một thí dụ của Orwell trong tiểu luận kể trên, sự trớ trêu của một cây kim găm *tin-tack* vô tình chĩa mũi nhọn lên trên ở mặt cái ghế bành sẽ khiến người khác phá ra cười bởi "long trọng viên" hoàn toàn đánh mất sự đạo mạo vẫn cố phô bày khi ôm cái bàn tọa nhảy đành đạch và rên la oai oái, chẳng còn gì thể thống.

Vân vân, chúng ta có thể kể ra hàng loạt thí dụ như thế nhưng vấn đề là giới hạn của nó, lố bịch và trớ trêu hóa đến mức độ nào thì tiếng cười sẽ trở nên thấp hèn?

Nếu "thấp", ở đây, là một sự yếu kém trong nhận thức thẩm mỹ thì "hèn" lại là một sự sa đọa về nhân cách. Chúng ta "thấp" khi cười với những chuyện làm chúng ta bé lại về mặt văn hóa. Chúng ta hèn khi không dám cười vào sự lố bịch của kẻ mạnh. Và chúng ta càng hèn, càng vô đạo hơn khi chăm chăm tiếng cười vào hoàn cảnh trớ trêu của những thân phận yếu thế, kém may mắn, chăm chăm vào tình trạng tật nguyền hay dung mạo không đáng mơ ước của họ qua trò giả điếc, giả ngọng, giả mù hay giả què giả cà lăm, giả răng hô v.v... Sự thấp hèn này còn thể hiện ở những tiếng cười dai dẳng, thậm chí tiếng cười thương mại hóa, chăm chăm khai thác tư thế "bên lề" của người không may hay yếu thế bằng trò giả nhại giọng nói địa phương, giải nhại cốt cách quê mùa và thậm chí, cả những phương tiện sinh nhai bất đắc dĩ. Nếu người xưa có "Bốn thầy bói mù xem voi", có thầy bói Nghêu mù mắt trong tuồng *Nghêu Sò Ốc Hến* thì ngày nay, thỉnh thoảng, lại thấy xuất hiện những vai hài chọc cười khán giả bằng dáng đi cà nhắc thấp cao, bằng thân hình dặt dẹo, bằng đôi vai lệch, bằng đôi tay cà giật cà giật, bằng hàm răng vẩu, bằng trò giả gái hay bằng giọng nói ngọng nhà quê "Ở Việt Lam em nàm lông, qua Mỹ em nàm leo" v.v...[10]

Và đó, thảm hại thay, lại là "chất hài" tràn ngập thị trường giải trí hôm nay. Đây đó, đã có lời ta thán về nạn "hài Bắc răng vẩu, nói ngọng - hài Nam giả gái, chuyển giới, khai thác đời tư nghệ sĩ". Và, đó đây, cũng đã có lời biện bạch bằng ý nghĩa "hài hước địa lý", rằng đó là cách chọc cười đặc thù của miền Nam.[11]

---

[10] Một kiểu chọc cười của H.L.

[11] Xem:

Kể ra thì, chúng ta, trong tiếng cười, cũng hình thành một cách biệt Bắc- Nam nào đó, cái khoảng cách văn hóa từng thể hiện trong cách "cười" của *Truyện Kiều* và của *Lục Vân Tiên*. Hai tác phẩm có thể tạm xem như là kết tụ của hai "nết đất" nên, để so sánh "nết" Bắc với "nết" Nam trong cách cười thì, từ đầu, cũng nên so sánh kiểu cười của hai tác phẩm.

Đầu tiên là một phân tích trên phương diện xác suất, thống kê. Nhờ tỷ phú Bill Gate, chúng ta có thể, trong tích tắc, đo lường xác suất cười của hai tác phẩm và, trên khía cạnh này, *Truyện Kiều* tỏ ra "vui" hơn với tỷ lệ từ "cười" cao hơn.[12] Nhưng nếu *Truyện Kiều* đạt tỷ lệ cao hơn về mặt từ vựng thì *Lục Vân Tiên* mới là tác phẩm thực sự thể hiện ý nghĩa của sự... cười. Những nhân vật của Nguyễn Du, phần lớn, là những nhân vật cạy miệng không ra được tiếng cười trong khi những vai của Nguyễn Đình Chiểu thì, từ vai chính đến vai phụ, nói không quá đáng chút nào, lại là kiểu người... chưa nói đã cười.

Cách biệt giữa hai lớp nhân vật này, xem ra, cũng là cách biệt chung của loài người khi phải đối diện với cái... máy ảnh. Angus Trumble, trong *A Brief History of Smile*, đã dùng tới thiết bị này để phân chia nhân loại bởi, khi đứng trước cái ống kính

---

- "Hài miền Nam: Giả gái, chọc cười chuyện đời tư đến khi nào?" (9/02/2017_

https://vietnammoi.vn/hai-mien-nam-gia-gai-choc-cuoi-chuyen-doi-tu-den-khi-nao-19655.html

"Trong khi hài Bắc lạm dụng "thủ pháp" gây cười cơ học với răng vẩu, nói ngọng thì việc giả gái, chuyển giới và khai thác đời tư nghệ sĩ nhan nhản trong tác phẩm phía Nam."

"Trấn Thành: Nói tôi luyên thuyên là không hiểu hài miền Nam!" (23.3.2012)

http://giadinh.net.vn/giai-tri/tran-thanh-noi-toi-luyen-thuyen-la-khong-hieu-hai-mien-nam-20120323094450791.htm

[12] Truyện Kiều có 28 từ "cười" trên tổng số 22778 từ, tỷ lệ 0.00123

Lục Vân Tiên có 16 từ "cười" trên tổng số 14658 từ, tỷ lệ 0.00110

của nó, con người mặc nhiên hình thành nên hai phe rõ rệt, phe cười thật tự nhiên và phe điềm nhiên, phớt tỉnh.[13] Kể ra thì cũng có thêm hạng thứ ba bởi con người vốn dĩ có thói quen đánh lừa những thứ máy móc vô tri và, ở đây, chúng ta có thể kích thích nên những nụ cười giả tạo qua việc phát âm những từ ngữ mà, nhiều khi, chẳng liên quan gì đến tiếng cười. Nếu người Anh mượn đến món *cheese* thì người Hàn cũng sử dụng thứ đồ khai vị *kimchi* trong khi người Nhật lại quẳng rượu món rượu gạo *sake* của mình đi để mượn tới thứ rượu mạnh Mỹ *whisky* v.v... Như thế, nếu phải đưa những nhân vật của *Truyện Kiều* ra để chụp hình thì, có lẽ, những nghệ sĩ nhiếp ảnh sẽ phải dụng đến chước này, phải mỏi miệng kêu gọi mời cười hay mời nhấm, mời nhậu, khác hẳn những nhân vật trong *Lục Vân Tiên*, không chỉ chưa nhậu đã cười mà còn cười giòn, cười ồn ào, bỗ bã, cười hở mười cái răng.

Mà... răng thì lại cho thấy một góc nhìn khác, như là tiêu chí để đánh giá cốt cách của người cười, ít ra là qua nét cọ của các họa sĩ Âu châu. Trumble cũng, trong công trình khảo cứu trên, ghi nhận rằng những hàm răng trong hội họa, lúc cười và cả lúc khóc hay lúc rên la, tất thảy, đều là sự phô bày của hạng bình dân, những thành phần cùng đáy của xã hội, từ những ông già nhớp nháp đến những gã đàn ông nát rượu, những người lùn, gái điếm, dân giang hồ *gypsy* hay nạn nhân của tòa án tôn giáo trong thời kỳ săn phù thủy v.v...[14] Ngược lại, hạng kín răng, kín cả khi cười, lại là những thành phần tinh hoa, quý tộc, như cái cười của Mona Lisa, người đàn bà đã trở thành bất tử qua nét cọ của Leonardo da Vinci.

---

[13] Augus Trumble, (2004) *A Brief History of Smile*, Allen & Unwin, trang 133 – 135

[14] Trumble, sđd, trang xxiii

Truyện Kiều "cười" nhiều nhưng vui ít bởi Nguyễn Du, chủ yếu, đã "cười" như một biện pháp tu từ. Nguyễn Du cười với "Hoa cười ngọc thốt đoan trang", với "Ngậm cười chín suối hãy còn thơm lây", với "Khi ngâm ngợi nguyệt, khi cười cợt hoa" hay với "Hoa đào năm ngoái còn cười gió đông" v.v... Nụ cười đầu tiên mà Nguyễn Du ban cho nhân vật của mình là nụ cười của Thúc Sinh, lúc muốn thử tài văn chương của Thúy Kiều: "Cười rằng: đã thế thì nên / Mộc già hãy thử một thiên trình nghề". Nếu đó không hẳn là tiếng cười theo nghĩa đen thì nhân vật chính, Thúy Kiều, sau những uất ức dồn nén của mười mấy năm gian truân, mới có thể cất tiếng cười thật lớn như để bù đắp, để giải tỏa những ẩn ức hay để trả thù, khi sánh vai cùng Từ Hải: "Cùng nhau trông mặt cả cười". Còn lại thì Kim Trọng, Vương Quan hay Thúy Vân đều là hạng cạy miệng không cười nên, cô em Thúy Vân, khi dính dáng với "cười", cô ta cũng chỉ dính vào với mục đích tỏ bày tâm trạng bực mình, không vừa ý: "Vân rằng: Chị cũng nực cười / Khéo dư nước mắt khóc người đời xưa".

Bước sang thế giới của *Lục Vân Tiên* thì không khí khác hẳn với tiếng cười lấp lánh ánh men răng của đủ loại nhân vật chính, phụ, thiện, tà. Lần đầu gặp Nguyệt Nga, Tiên đã cười, cười ngay trước khi nói: "Vân Tiên nghe nói liền cười:/ Làm ơn há dễ trông người trả ơn?" rồi sau đó, sau bao gian truân, tái ngộ cùng người ngọc, Vân Tiên cũng chỉ biết có... cười, thật tươi, thật dễ dãi: "Vân Tiên thấy vậy mỉm cười một khi".

Nếu đó chỉ là "mỉm cười", không hẳn là tiếng cười ha hả thì, trong một cảnh khác, một Lục Vân Tiên hoàn toàn không biết nhìn người đã suồng sã hoà tiếng cười cùng Bùi Kiệm "máu dê": "Hai người lại gặp hai người / Đều vào một quán vui cười ngả nghiêng".

"Đều vào một quán vui cười ngả nghiêng" thì hẳn, không chỉ là "chưa nhậu đã cười" mà là cười thật to, cười ha hả, cười không thiết che giấu hai hàm răng cửa, cười miệng tới mang tai và, cứ vậy, nhân vật trung tâm của câu chuyện liên tục cười:

Bãi chầu chư tướng trở ra
Trạng nguyên mời hết đều qua dinh ngồi
Họ Vương họ Hớn họ Bùi
Cùng nhau uống rượu đều vui đều cười

Xem ra, không nhất thiết phải nhắc đến cách ứng xử quê mùa nếu không nói là thô lỗ trước người ngọc lúc được tặng trâm "Vân Tiên ngơ mặt chẳng nhìn", hay lúc được tặng bài thơ từ giã:

Vân Tiên ngó lại rằng: 'Ừ
Làm thơ cho kịp bấy chừ chẳng lâu'

thì, chỉ riêng với tiếng cười thôi, nhân vật chính Vân Tiên này, dù đã đỗ Trạng nguyên, dù đã là lương đống của triều đình, vẫn chưa thể hiện được một cốt cách khả dĩ gọi là tinh hoa, quý tộc!

Như thế, dù đã mở đầu là "Gẫm cười hai chữ nhơn tình éo le", cái cười lấn át trong *Lục Vân Tiên* lại là cái cười giao tế, thù tạc có phần dễ dãi. Còn *Truyện Kiều*, như là biểu lộ văn hóa miền Bắc, điểm mấu chốt của tiếng cười lại nằm ở sự thâm thúy Bắc Hà, như phán xét của Thúy Vân: "Chị cũng nực cười". Từ một nhân vật "nực cười", sự thâm thúy của văn hóa đất này lại hướng đến sự "nực cười" của xã hội, của thiết chế chính trị mà kết quả là kho tàng đầy ắp chuyện tiếu lâm chính trị như một mảng văn học dân gian, xuất hiện tràn trề trong giai đoạn gối đầu giữa hai thập niên 70 và 80 của thế kỷ trước.

Every joke is a tiny revolution, những chuyện tiếu lâm chính trị ấy, trong chính giai đoạn ấy, đã đến với chúng ta như những cuộc "cách mạng tý hon", đúng như ví von của Orwell trong tiểu luận kể trên. Lúc cái nút thắt trớt quớt được mở ra, lúc chúng ta ngây ngất với những tràng cười sảng khoái cũng chính là lúc chúng ta được... giải phóng, dẫu chỉ giải phóng trong một thoáng chốc ngắn ngủi, thậm chí độ vài *sát na*. Ngắn ngủi thôi nhưng chính những tiếng cười như thế đã cho phép chúng ta tạm thoát khỏi những xiềng xích vô hình, tạm quên đi cái không khí Stalinist ngột ngạt chung quanh mình hay, nói bằng ngôn ngữ kinh viện, là giúp chúng ta *hủy cấu* cái hệ thống cai trị chỉn chu chặt chẽ để thấy nó rã ra, nhỏ lại, và trở nên tầm thường.

Nhìn ở bề ngoài thì những cuộc "cách mạng tý hon" này đã dồn dập "xảy ra" sau cuộc tang hải 1975 nhưng đó chưa hẳn là sản phẩm của đất phương Nam như là một hình thức phản kháng với chế độ mới. Những ngày đầu tiên sau cuộc đổi đời ấy, tôi đã trực tiếp nghe một ông anh họ, vốn là học sinh miền Nam được đưa ra Bắc vào cuối thập niên 1960, kể cho nghe cảnh người Bắc áp dụng "nghệ thuật sắp đặt" để chửi thầm lãnh tụ: hình ông tiên đánh cờ, hình ông sư tụng kinh, hình ông linh mục giảng đạo và hình ông bí thư thứ nhất để, nhìn qua, bất cứ ai cũng có thể đọc thầm trong đầu "Tiên, sư, cha, Lê Duẫn".

Cho tới bây giờ tôi vẫn không mảy may hoài nghi câu chuyện bởi người kể là con nhà cộng sản nòi, kể câu chuyện ấy khi vừa mới quay về từ "hậu phương lớn" như là một thành phần của phe thắng cuộc, và kể ngay khi đang ở độ phê cao nhất của men say chiến thắng mà, vả lại, người kể này chỉ là một con người kỹ thuật thuần túy, sống bằng nghề kỹ sư và mai này sẽ chết như một ông kỹ sư già hồi hưu, hoàn toàn không có khuynh hướng tưởng tượng ra một "nghệ thuật sắp đặt" như thế, cái sự sắp đặt mà, sau này, được phát triển thành một chuyện tiếu lâm chính trị với ý nghĩa khái quát hóa cao hơn rất nhiều khi phân kỳ quốc sử theo trật tự "Tiên – Sư – Cha – Cộng Sản". "Tiên", ấy là thời "con Rồng cháu Tiên". "Sư", ấy là thời mà các vì vua Nhà Lý rồi Nhà Trần tiếp nối nhau xem đạo Phật là quốc giáo.

"Cha" là thời thuộc địa, dưới ách Thực dân Pháp và, "Cộng Sản", là cái thời mà chúng ta ai cũng "khổ quá, biết rồi" và, như thế, "tổng kết" lại, lịch sử đất nước có thể tóm tắt trong mấy chữ nghe y như là chửi: "Tiên – Sư – Cha – Cộng Sản". Mà cả chính quyền, cũng như bao hệ thống cai trị cổ kim, luôn sợ hãi những tiếng cười chính trị, đã từng bỏ công nghiên cứu và đi đến kết luận rằng những câu chuyện tiếu lâm chính trị như thế, phần lớn, được khai sinh ngay trên đất Bắc.[15]

Đó, với nó, là một thất bại cực kỳ đau đớn. Rõ ràng, cái bộ máy cai trị đã *Marxismisation* kho tàng chuyện tiếu lâm của cha ông như là "vũ khí của giai cấp bị trị chống lại giai cấp thống trị" không bao giờ muốn mình trở thành mục tiêu của những đường đạn bắn ra bằng tiếng cười mà, hơn thế nữa, toan tính lật ngược thế cờ, sử dụng tiếng cười như là vũ khí để bảo vệ quyền cai trị đang nắm trong tay. Cái toan tính từng thể hiện lộ liễu trong lời kêu gào "Cần Cười" của Nguyễn Tuân trong Đại hội nhà văn lần thứ hai vào năm 1963, cái năm của những phân hóa chính trị nội bộ sâu sắc nhất, phất cờ chiến đấu như Tàu hay vẫy cờ hòa bình như Nga.[16] Theo Nguyễn Tuân thì chỉ có bọn vua chúa thời trước là không biết cười, không đóng góp

---

[15] Bộ Công an cho người trà trộn vào hành khách trên tuyến đường sắt Thống Nhất và ghi nhận rằng trên những chuyến tàu Bắc – Nam hành khách kể nhau nghe nhiều chuyện cười chính trị hơn là các chuyến tàu Nam – Bắc, sau đó kết luận rằng đa số những chuyện này xuất phát từ miền Bắc. Kết quả nghiên cứu này chỉ được lưu hành nội bộ, phổ biến trong giới chức an ninh và văn nghệ cao cấp, được nhà thơ Chế Lan Viên tiết lộ trong một cuộc nói chuyện tại nhà riêng vào đầu thập niên 1980. Chế Lan Viên chỉ tiết lộ vắn tắt chừng đó, không nói nhiều hơn. Ghi nhận theo lời kể của nhà phê bình Nguyễn Hưng Quốc.

[16] Bài này được đọc tại Đại hội Nhà văn Việt Nam lần thứ hai vào ngày 11.1.1963 tại Hà Nội, in lại với nhan đề "Nhân đọc chuyện tiếu lâm" trong tuyển tập "Nguyễn Tuân, Tác phẩm Văn học được giải thưởng Hồ Chí Minh", quyển II, NXB Văn học, 2006, trang 1016-1025.

một chút gì vào kho tàng tiếu lâm của dân tộc. Cũng theo Nguyễn Tuân thì đã đến lúc giới văn nghệ sĩ phải đảo ngược cái quan niệm cũ kỹ rằng tiếng cười chỉ là vũ khí của kẻ yếu. Nhưng Nguyễn Tuân đã không thành công và, cho đến bây giờ, cái chế độ cai trị mà Nguyễn Tuân phục vụ đã hoàn toàn thất bại, không thể nào gom nổi tiếng cười sảng khóai tự nhiên vào kho vũ khí tấn công của mình. Nắm súng, nắm quân đội - công an, nắm trọng bộ máy thông tin - tuyên truyền, không một chế độ cộng sản hay độc tài nào trên thế giới nắm được tiếng cười của nhân dân mà, trên thực tế, còn trở thành mục tiêu của những tiếng cười độc địa!

Nếu miền Bắc của Nguyễn Tuân thời ấy từng đóng vai "thành trì xã hội chủ nghĩa" của đất nước thì, sau cái thành trì nhỏ này, lại là thành trì lớn Liên Xô, rồi hàng chục thành trì choai choai mang tính vệ tinh ở Đông Âu, ở tận Cuba và cả ở Ai Cập, một thành trì xã hội chủ nghĩa có phần khang khác của Gamal Abdel Nasser. Nhưng thành trì nào cũng như thành trì nào, những tiếng cười thực sự lôi cuốn luôn là tiếng cười của kẻ yếu như một mảng văn học dân gian riêng với những câu chuyện cười nhạo chế độ... rất chung.

Người Mỹ hay người Anh, người Đức, người Pháp cũng có vô số chuyện cười chính trị nhưng, tuyệt đại đa số, những câu chuyện như thế chỉ nhắm vào phẩm cách cá nhân của các lãnh tụ chính trị, chẳng hạn ông Bill Clinton với tật dê xồm, sợ vợ, thậm chí kém trí hơn vợ, hay ông George William Bush hay Dan Quayle với tật "ít chữ" v.v... Họ bầu chọn nhà lãnh đạo của mình và cười cợt vào những nhà lãnh đạo ấy nhưng tuyệt nhiên không cười vào cái thiết chế chính trị đã cho phép họ bầu và cười người mình bầu lên. Trong khi đó thì những chuyện cười lén lút kể nhau nghe tại các "thành trì xã hội chủ nghĩa" lại nhắm vào tâm điểm, vào bản chất của chế độ, vào năng lực quản trị hay hành vi độc tài chứ không phải là đời sống cá nhân của những lãnh tụ độc tài.[17]

Những chuyện tiếu lâm chính trị thâm thúy của chúng ta cũng không nằm ngoài cái quy luật này. Chúng nhắm đến việc nhạo báng thiết chế chính trị hơn là cá nhân lãnh tụ nên, thường, nếu không vướng víu yếu tố thời gian tính, đều có thể thoải mái "sang tên", hoán đổi từ lãnh tụ này sang lãnh tụ khác.

Như chuyện "Ông Trời ôm ông Lê Duẫn khóc", chẳng hạn. Câu chuyện nhắm vào ông Lê Duẫn nhưng chúng ta có thể "sang tên" cho bất cứ lãnh tụ đảng nào khác bởi cốt ý của nó là sự vô vọng của con đường xã hội chủ nghĩa. Chuyện kể ông Lê Duẫn ăn theo Tổng bí thư Liên Xô Leonid Ilyich Brezhnev, kẻ cùng Tổng thống Mỹ Ronald Reagan nổi hứng lái tàu bay lên Trời hỏi chuyện dương gian, sau một hội nghị giải trừ quân bị. Reagan giành quyền vào trước, được đâu 15 phút, đã tiu nghỉu bước ra, buồn hiu, như là cao bồi mất súng. Ông Reagan chỉ xin hỏi cụ thể bao giờ "Sáng kiến phòng thủ chiến lược của mình thành tựu", Trời bảo đến được mức ấy thì chú mày đã chết rồi. Brezhnev cũng vậy, chỉ 15 phút thôi rồi thẫn thờ bước ra, buồn hắt, chẳng khác nào đảng viên mới bị khai trừ: giấc mơ cải tạo vùng Siberia băng giá thành phố thị sầm uất hãy còn xa lắm, chú mi đầu thai mấy chục kiếp nữa thì mới... họa may

Nhưng đến ông Lê Duẫn thì mạch chuyện bắt sang một nút thắt khác, thú vị đến bất ngờ. Vai đàn em đi ké vào sau chót, hóa ra lại được Trời trọng vọng hơn hết, trọng vọng đến độ thời gian của Reagan và Brezhnev cộng lại, rồi nhân lên mấy lần cũng chưa thể sánh bằng. Sau hơn hai tiếng đồng hồ nhấp nhổm chờ đợi trong khi con tàu vũ trụ bay là là bên trên sắp

---

[17] Alexander Rose, "When Politics is a Laughing Matter", Hoover Institute, Stanford University, (December 1, 2001) https://www.hoover.org/research/when-politics-laughing-matter

"hết xăng", hai nhà lãnh đạo Mỹ - Nga đánh liều xô cửa xông vào để sững sờ khám phá cảnh ông Trời ôm ông Lê Duẫn khóc ròng, khóc dầm dề, khóc nức nở, như mưa. Phải trầy trật lắm lãnh tụ của hai siêu cường mới gỡ được cả hai ra và ông Lê Duẫn, trên đường về kể lại, chỉ thắc mắc chung chung là "Bao giờ Việt Nam xây dựng thành công chủ nghĩa xã hội?" và cái viễn cảnh hãi hùng này đã khiến ông Trời hoảng sợ, bật khóc: "Việt Nam mà tiến tới chủ nghĩa xã hội thì không những nhà ngươi sẽ chết mà cả ta đây, ta cũng chết luôn!"

Chỉ cần thay tên tổng thống Mỹ hay lãnh tụ Nga, hay bất cứ lãnh tụ nước cộng sản cuối cùng nào tương ứng, mới rợi như ông Kim Chính Ân chẳng hạn, chúng ta có thể cập nhật câu chuyện "cuộc cách mạng" trong một vài sát na này bởi, cho đến tận hôm nay, thiết chế chính trị vẫn tiếp tục "kiên định" con đường xã hội chủ nghĩa. Nó vẫn tiếp tục kiên định như vậy dẫu cái nút thắt kể trên từng được mở ra một hướng mới hoàn toàn có thực trong một phiên thảo luận của quốc hội vào năm 2013, khi Tổng bí thư Nguyễn Phú Trọng bất giác thắc mắc là "một trăm năm nữa biết có chủ nghĩa xã hội hoàn thiện hay chưa", cực kỳ trớt quớt. [18]

Cực kỳ trớt quớt nhưng cũng cực kỳ đau đớn. *Người ngoài cười nụ, người trong khóc thầm*, nếu sự trớt quớt là yếu tố gây cười thì nó chỉ có thể khiến kẻ ngoại cuộc bật cười để cho "người trong", sau bao nhiệt huyết và xương máu đã đổ ra, sau thời thanh xuân đã dâng hiến hết và tuổi tàn hơi cố bám víu chút hy vọng vớt vát mong manh, chỉ có thể lặng lẽ giấu hai hàng nước

---

[18] "Dự thảo chưa vang vọng như lời hiệu triệu", báo Tuổi Trẻ, 23,10/2013. Lời của ông Nguyễn Phú Trọng "Đổi mới chỉ là một giai đoạn, còn xây dựng CNXH còn lâu dài lắm. Đến hết thế kỷ này không biết đã có CNXH hoàn thiện ở Việt Nam hay chưa."
https://tuoitre.vn/du-thao-chua-vang-vong-nhu-loi-hieu-trieu-576098.htm

mắt. Nó trớt quớt y như là hoàn cảnh trớ trêu đến thê thảm của vợ chồng Loisel, hai nhân vật trong "La Parure" của Guy de Maupassant, sau khi hy sinh gần như cả cuộc đời để thầm lặng trả nợ cho cái vòng kim cương hỏi mượn để khoe khoang trong dạ tiệc nhưng lỡ đánh mất, cuối cùng mới tình cờ khám phá ra rằng, cái vòng đi mượn ấy, thực chất, chỉ là một thứ vòng giả. Nếu Loisel chỉ là nhân vật tưởng tượng thì Chế Lan Viên lại là một nhà thơ có thật, và nhà thơ cũng lâm cảnh đau đớn và vô nghĩa ấy trong lời trăng trối "Trừ đi". Như là một trong những nhà thơ hàng đầu của nền thơ xã hội chủ nghĩa vậy mà, sau một đời đóng góp cho nền thơ, nhà thơ đã nhắn nhủ cho đời sau rằng hãy trừ đi, và trừ đến nửa phần tác phẩm của mình.[19]

Vân vân, kể sao cho hết những chuyện khôi hài nhưng đau đớn một cách vô nghĩa đang diễn ra ngày ngày như thế, cho dù nó cực kỳ trịnh trọng, cực kỳ trang nghiêm và cực kỳ... tốn kém. Tháng Năm năm 2014, khi cả nước đang sục sôi giận dữ trước việc chủ quyền tổ quốc bị xâm phạm với sự kiện giàn khoan Hải Dương, thiết chế chính trị lại đủng đỉnh tổ chức Hội nghị trung ương đảng để ông tổng bí thư kể trên bình giảng chuyện mà ai cũng biết "Văn hoá hình thành nhân cách con người, bản sắc, cốt cách một dân tộc".[20] Văn hoá thì phải bao hàm bản sắc, mà bản sắc cũng là một phần của văn hoá: lẽ nào

---

[19] "Trừ đi", Chế Lan Viên
"Sau này anh đọc thơ tôi nên nhớ
Có phải tôi viết đâu ? Một nửa
Cái cần viết vào thơ, tôi đã giết đi rồi!
Giết một tiếng đau, giết một tiếng cười,
Giết một kỷ niệm, giết một ước mơ.
Tôi giết cái cánh sắp bay…
trước khi tôi viết.. [..]"

[20] "Tổng Bí thư Nguyễn Phú Trọng: Văn hoá hình thành nhân cách con người, bản sắc, cốt cách một dân tộc"
http://daidoanket.vn/index.aspx?Menu=1366&Chitiet=81283&Style=1

một cơ cấu quyền lực ghê gớm như thế mà lại có thể thật thà đến như thế, trịnh trọng với một đề tài trớt quớt như thế, ngay giữa một tình thế khẩn thiết đến như thế? Chu U vương "phóng hỏa hí chư hầu" để mua lấy nụ cười của Bao Tự. Còn hội nghị này, nếu có mua vui, chỉ có thể mua vui cho những tên Đại Hán cực đoan và sắt máu cỡ Hồ Tiến Tích, kẻ vẫn thường chế nhạo và cười cợt chúng ta trên *Thời báo Hoàn cầu*.[21]

Khi những "nút thắt trớt quớt" ấy đã trở thành một phần đời sống của chúng ta và phần lớn của những hoạt động chính trị - công quyền thì, nhìn lại, sẽ thấy bao nhiêu là chuyện cười thâm thúy từng kể nhau nghe, hóa ra, lại là chuyện thực. Như câu chuyện về "đồng chí lịch sử" của ông cán bộ dân vận thuyết phục dân quê đóng thêm thuế và mua thêm công trái: "Lịch sử đã giao phó, chúng ta không thể thoái thoác - Lịch sử đang nhìn vào chúng ta, chúng ta không thể lẩn trốn trách tránh nhiệm" khiến một nông dân ít học đứng dậy, hầm hầm: "Lịch Sử là đồng chí nào mà ép chúng ta những chỉ tiêu cao như thế!". Đừng tưởng đây chỉ là điều thêu dệt kể để cười bởi, chính ông tướng Hoàng Đan, Tư lệnh Mặt Trận Vị Xuyên trong cuộc chiến biên giới, theo lời kể của con trai ông, đã từng đấm tay phẫn nộ khi nghe lời kêu gọi tương tự về "sứ mạng thiêng liêng lịch sử đã giao phó" từ trên đài phát thanh: "Lịch sử là cái gì mà lính tôi khổ thế!" [22]

---

[21] Hu Xijin, chủ bút của tờ báo diều hâu The Global Times, (Hoàn cầu thời báo), phụ trương cua Nhân dân Nhật báo.

[22] "Cái đấm tay đau đớn của Tướng Hoàng Đan trong chiến tranh biên giới: LỊCH SỬ LÀ GÌ MÀ LÀM LÍNH TÔI KHỔ THẾ?". Trí Thức Trẻ, 15.2.2019. (Tô Lan Hương ghi theo lời kể của ông Hoàng Nam Tiến, con trai Thiếu tướng Hoàng Đan)

http://soha.vn/chien-tranh-bien-gioi-viet-trungcai-dam-tay-dau-don-cua-tuong-hoang-dan-lich-su-la-gi-ma-lam-linh-toi-kho-the-20190214205427515.htm

Chúng ta, như thế, đang sống trong một thiết chế "inconsistency" như là nhận xét của Sennett, sống với những bậc chức quyền như thể là từ trong tranh châm biếm của Tự Lực Văn Đoàn ngày trước bước ra. Khi Chủ tịch nước Nguyễn Minh Triết kể chuyện ông đến Mỹ, vừa "động viên" Tổng thống Mỹ Barack Obama, vừa nhân tiện "phân hóa nội bộ Mỹ", ông ta ngờ nghệch có khác gì hai nhân vật Lý Tóet và Xã Xệ trong những lọat tranh ngày ấy? [23]

Những Lý và Xã ngày trước là những bậc quyền lực thống trị thế giới làng. Tách ra khỏi cái môi trường bao bọc trong lũy tre xanh, lạc vào môi trường đô thị thì những quyền lực làng này, qua nét bút của nhóm Tự Lực Văn Đoàn, đã trở thành những anh nhà quê ngớ ngẩn cù lần. Chủ tịch nước là một chức sắc quyền lực tầm vóc quốc gia, và khi bước ra khỏi biên giới quốc gia thì ông chủ tịch trên, qua sự diễn tả của chính ông ta, lại là một nhân vật cù lần, ngờ nghệch.

Nhưng điểm mấu chốt của vấn đề lại là việc ông chủ tịch tự vẽ lấy mình, dường như bằng cả niềm tin chân thành của mình. Dưới mắt người khác thì ông ta là một nhân vật ngờ nghệch. Nhưng dưới con mắt của chính ông ta, ông là một nhân vật quan trọng và oai vệ, được cả ông Obama "chăm chú - lắng nghe", lại có thể "phân hóa nội bộ Mỹ" chỉ bằng một vài lời và, hơn hết, còn đại diện cho một đất nước đã đạt đến "vai trò, vị thế ngang hàng với người ta, nói năng cũng đúng mức, đàng hoàng". Ông chủ tịch, như thế, thoạt trông, cũng chẳng khác gì thằng mõ trong tuồng cổ *Quan Âm Thị Kính*. Thằng mõ tự hào mình "lớn tiếng, dài hơi". Ông chủ tịch tự hào cho "tư thế mạnh mẽ", "tiếng nói mạnh mẽ", cái tiếng nói "chưa bao giờ cất

---

[23] Phát biểu tại Hội nghị người Việt Nam ở nước ngoài lần thứ nhất vào ngày 22.11.2009.
https://www.youtube.com/watch?v=sYlztYM72NQ

cao như thế" của mình. Nhưng ông chủ tịch lại... say sưa cơn ảo vọng hơn cả thằng mõ. Thằng mõ có thể tự trào "Mõ chưa ra là làng chửa được ngồi" nhưng hắn biết thân biết phận, không quên rằng hắn, thực chất, chỉ là hạng sai vặt, một thằng... trải chiếu. Ông chủ tịch, cũng như bao nhiêu lãnh tụ khác, và cả cái thiết chế chính trị ấy, dường như đã quên hay cố quên cái thân phận bị sai vặt hay "trải chiếu" của mình. Họ say sưa với kỳ tích "anh hùng" trong những trận chiến đầy xương máu mà quên rằng, thực chất, đấy chỉ là một thứ anh hùng trải thân ra làm chiếu. Họ bắt đất nước đưa thân ra làm "chiếu" như một thứ "tiền đồn xã hội chủ nghĩa", một thứ "phên dậu" trong cuộc đụng độ mà, trong chừng mực nào đó, có thể diễn giải như cuộc chiến "ủy nhiệm" giữa những siêu cường.

Chính vì quên, vì còn nuôi ảo vọng là mình là bậc chiếu trên nên mới có những tiếng cười ngu xuẩn và ác độc trước sự khốn cùng của một thân phận chiếu dưới như Ukraine.

Đất nước đang nằm trong tay những "long trọng viên" đầy nét khôi hài, trịnh trọng với những trò cười vì không đủ thông tuệ để thấy rằng đó là trò cười, không thấy mình là những thằng hề lăng xăng trong một tuồng hề phì đại. Đây, ở Bến Tre, là một ông quan đầu tỉnh với niềm tin rằng kẹt xe là "dấu hiệu của sự trù phú".[24] Kia, ở thủ đô, là ông quan ngự sử với danh xưng Cục trưởng Chống tham nhũng, có thể trịnh trọng "tấu hài" ngay trong một cuộc họp báo: "Kê khai tài sản trung thực nhưng chưa đầy đủ". [25] Thêm nữa là người đứng đầu nội các

---

[24] "Kẹt xe cầu Rạch Miễu, ông Cao Văn Trọng nói 'điều đó thể hiện sự trù phú'", Bắc Bình, Thanh Niên 23/2/2019
https://thanhnien.vn/thoi-su/ket-xe-cau-rach-mieu-ong-cao-van-trong-noi-dieu-do-the-hien-su-tru-phu-1054368.html

[25] "Giám đốc Sở Tài nguyên Yên Bái kê khai tài sản chưa đầy đủ", Minh Đức - Nguyễn Hoàn, Tiền Phong, 11.8.2017
https://www.tienphong.vn/phap-luat/giam-doc-so-tai-nguyen-yen-bai-

đọc tên ba nước "cờ lờ vờ" như trẻ đánh vần hay lên gân với cuộc "cách mạng 4.0" theo lối thầy cúng đọc thần chú bởi chỉ đọc suông mà chẳng hiểu mình đọc gì, cũng giống như cái ngôn ngữ thời thượng "xử lý hộp đen" của ông tổng bí thư một thời, cũng đọc lên như một câu thần chú bởi chẳng biết điều mình đang thao thao dạy bảo là gì. [26]

---

ke-khai-tai-san-chua-day-du-1176177.tpo

[26] https://www.youtube.com/watch?v=z8qOUt4pY0w

Hiện tại cụm từ "cách mạng công nghiệp 4.0" đang trở thành thời thượng, nhất là các bài diễn văn của ông Thủ tướng Nguyễn Xuân Phúc. Trên thực tế thì báo chí quốc tế sử dụng cụm từ "industry 4.0" (kỹ nghệ hay công nghiệp 4.0) diễn tả sự áp dụng và tích hợp những thành tựu mới nhất của cuộc cách mạng thông tin vào sản xuất công nghiệp trong một thế giới toàn cầu hóa về mặt chính trị và nối mạng bằng internet tốc độ cao.

"Phát minh" về "cách mạng công nghiệp 4.0" cũng tương tự "phát minh " của ông Nguyễn Văn Linh về "xử lý hộp đen".

Trong Bên thắng cuộc: Quyền bính (2012), Chương 13, ký giả Huy Đức thuật:

"Đầu tháng 6-1988, trong chuyến đi tìm hiểu về "cải tiến cơ chế khoán trong công nghiệp" ở Hà Nội và Thành phố Hồ Chí Minh, Tổng bí thư Nguyễn Văn Linh đưa ra khái niệm "xử lý hộp đen"(141). Tổng bí thư Nguyễn Văn Linh cho rằng: "Xử lý hộp đen là cải tiến quản lý và cải tiến kỹ thuật là khâu quan trọng lúc này cũng như về lâu dài"(142).

Trước đó, ngày 10-6-1988, báo Nhân Dân tổ chức cuộc trao đổi ý kiến với nhiều giám đốc về vấn đề: "Làm thế nào để xử lý hộp đen có hiệu quả theo tinh thần các nghị quyết của Đảng và nhà nước mới ban hành". Cuộc trao đổi do tổng biên tập báo Nhân Dân chủ trì với sự tham gia của hơn hai mươi tổng giám đốc và giám đốc các doanh nghiệp lớn. Từ đó cho tới đầu tháng 7-1988, báo Nhân Dân lần lượt đăng phát biểu của nhiều giám đốc, ai cũng trăn trở: "Làm thế nào để xử lý hộp đen". Mặc dù, ý kiến của họ cho thấy không ai thực sự hiểu như thế nào là "hộp đen" cả.

Không thể ngồi nhìn "hộp đen" cứ "quay", Giáo sư Hoàng Tuỵ và Giáo sư Phan Đình Diệu đành phải viết thư gửi báo Nhân Dân. Hai nhà khoa học nói thẳng rằng, các thuật ngữ, xuất hiện thường xuyên trên báo Nhân Dân và các báo lớn, như "hộp đen", "xử lý hộp đen" và "quay hộp đen" đã "bị hiểu sai lạc và sử dụng tuỳ tiện". Sau khi dẫn các giải thích của các nhà lãnh đạo cũng như một số "nhà khoa học" đăng trên các báo, Giáo sư Hoàng Tuỵ

Và đó chính là đại bi hài kịch của chúng ta. Cái bi hài kịch ở đó chất "hài" tạo ra chỉ có thể giúp những kẻ thù như tên Đại Hán Hồ Tiến Tích phá ra cười trong khi chúng ta ôm hết phần "bi" để đau đớn và phẫn nộ khóc thầm. Và, phải chăng, chính vì phải kìm nén tiếng khóc trước điều lẽ ra phải cười nên chuẩn mực thẩm mỹ của chúng ta về tiếng cười đã bị đảo lộn, bị bóp méo để rồi chúng ta, đa số, càng hạ thấp mình hơn với những tiếng cười dơ dáy và nhảm nhí?

Orwell, như đã nói, cho rằng mỗi một chuyện cười là một cuộc cách mạng tý hon. Orwell cũng nhấn mạnh rằng người kể chuyện cười không thể thành công nếu chăm chăm làm hài lòng những giai tầng đặc quyền của xã hội, rằng cái cười sẽ càng giòn giã hơn nếu họ biết nhắm tới những mục tiêu nằm ở địa vị cao hơn. Hiểu tiếng cười theo khía cạnh này thì những trò cười nhảm nhí trong màn "tấu hài", trong những *gameshow* truyền hình hay những "phim hài Tết" chính là những tiếng cười *anti-revolution* và, tiếng cười vong thân của chúng ta, thực chất, cũng là một thứ tiếng cười phản-cách-mạng.

---

và Phan Đình Diệu kết luận: "Không có một nhà điều khiển học đứng đắn nào, không có một nhà kinh tế học nghiêm chỉnh nào lại có thể hiểu về hộp đen như thế"(143).

Thoạt tiên, Giáo sư Hoàng Tuỵ và Phan Đình Diệu gửi ý kiến của mình đến báo Nhân Dân. Nhưng báo Nhân Dân lờ đi. Họ gửi tới Văn phòng Trung ương, nhưng không ai đủ dũng cảm để nói với Tổng bí thư. Trong các cuộc họp, Tổng bí thư vẫn tiếp tục "xử lý hộp đen". Hoàng Tuỵ và Phan Đình Diệu đành phải đưa bài tới cho nhà văn Nguyên Ngọc. Nguyên Ngọc kể, ông đã gọi điện cho Tổng Biên tập báo Nhân Dân Hà Đăng, nhưng Hà Đăng nói: "Tôi không dám đăng". Nguyên Ngọc nghĩ: "Một bài báo mấy trăm chữ mà hai bậc đại trí thức của Việt Nam phải đồng ký tên. Cái sai không chỉ là của một cá nhân Tổng bí thư nữa mà có nguy cơ trở thành 'kiến thức' phổ thông. Nếu mình cũng sợ không đăng thì người ta sẽ nghĩ là cả nước Việt Nam không biết". Ngày 30-7-1988, Nguyên Ngọc cho đăng bài Hộp Đen Và Quay Hộp Đen trên báo Văn Nghệ. Từ hôm đó, trên báo Nhân Dân, khái niệm "hộp đen" biến mất."

Hẳn nhiên, khái niệm "cách mạng" này phải được hiểu như là một vận động khai phóng và đổi mới triệt để nên, do đó, còn là một tiến trình quất roi vào những thói tật hủ lậu, không hợp với lẽ phải. Và như thế, mỗi lần chứng kiến cảnh một đám đông ôm bụng cười hô hố trước những trò chọc cười "phản cách mạng" là mỗi lần tôi cảm thấy nhói trong lồng ngực. Tôi, thậm chí, còn mơ hồ nhận ra cái màn đêm trước mặt chị Dậu, nhân vật trong *Tắt Đèn* của Ngô Tất Tố, trong cảnh cuối, lúc chạy khỏi nhà viên quan phủ: "Chị vùng chạy ra ngoài giữa lúc trời tối đen như mực, đen như cái tiền đồ của chị vậy!"

Âm thanh của những tiếng cười ha hả ấy càng ngân xa, tương lai của chúng ta càng ngắn lại. Cái đội ngũ khán giả ôm bụng cười hô hố trước những trò cười rẻ tiền và ngu muội kể trên càng đông ra bao nhiêu thì tiền đồ của chúng ta, như là cộng đồng Việt, dân tộc Việt, hay quốc gia Việt Nam, sẽ càng nhuộm cái màu đêm ấy bấy nhiêu, như mực!

1.5.2019

Điệu tranh đấu *li la*

Tây ban cầm đã hát ngọng giọng Tàu và "Lorca Nguyễn Văn Trỗi" của Phạm Thị Hoài làm tôi liên tưởng đến nhiều thứ: những kép đào hát bội-chèo-cải lương, lời văng tục của nguyên Tổng thống Mỹ Bill Clinton, cảnh hội chợ *lô tô* náo nhiệt ở một tỉnh nghèo miền Trung.[1]

Một cảnh Tết quê giữa thập niên 80, thời đói ăn, đói cả thông tin. Cái sân khấu giữa chợ loè loẹt những băng rôn đỏ sậm chữ vàng, lèo tèo những giải thưởng nghèo nàn với dăm ba chiếc xe đạp, phích nước và đồ gia dụng linh tinh nhưng o bế thật kỹ bằng những chùm giấy bóng hay dải băng kim tuyến xanh đỏ tím vàng, rặt một thứ thẩm mỹ chợ quê.

Cờ ra con mấy
con số gì đây
con số 15
anh Nguyễn Văn Trỗi
đi ra pháp trường.
Cờ ra con mấy
chớ con số gì đây
con số chưa ra
hội nghị tỉnh ủy
phát triển nông lâm.
Cờ ra con mấy
con số gì đây

---

[1] Phạm Thị Hoài, "Lorca Nguyễn Văn Trỗi", pro&contra 19/7/2014 http://www.procontra.asia/?p=4649

con số gì đây
là con số 79
chị Võ Thị Sáu
mùa lê-ki-ma...

Gã hoạt náo viên liến thoắng ứng tác theo những vòng quay: thêm một cặp chữ số bung ra, thêm vài ba cái tên anh hùng liệt sĩ hay diễn biến chính trị địa phương xổ ra, bập vào lỗ tai đám đông, trớt quớt và ngang phè, miễn là vần điệu xuôi tai, miễn sao không vi phạm chính sách lập trường. Nhưng dẻo miệng cách mấy thì cũng đến lúc phải đơ lưỡi lại mà cũng cần phải có thì giờ để tiêu thụ càng nhiều vé càng tốt trước khi tung ra đợt xổ mới và, vậy là, đến phiên một ban nhạc chợ quê hay, loè hơn, một "nhóm ca khúc chính trị", danh xưng thời thượng của ngày ấy, tiến lên đảm trách nhiệm vụ khoả lấp "trong khi chờ đợi". Điệu *lô tô* cây nhà lá vườn im bặt để "âm nhạc hiện đại" thay chân, chọc thủng màng nhĩ đám đông với tiếng trống, tiếng guitar điện chát chúa, chọc đi chọc lại cho thoả công tập dượt cái bài hát cũng khá là thời thượng của ngày ấy:

Mặt trời hồng trên cát nóng Es-pa-nha
Là tiếng đàn ghi ta của Lor-ca [2]

Tôi muốn vẽ lại thật rõ mấy chi tiết ấy để thấy rằng việc dạy văn hay bình văn, qua bài thơ của Thanh Thảo viết về "tiếng đàn ghi ta" của Federico García Lorca mà học trò trung học tại Việt Nam đang è cổ ra học, thực chất, cũng chẳng khác gì.[3] Văn

---

[2] Bài hát "Nếu tôi chết, hãy chôn tôi với cây đàn" củaNhạc sĩ Thanh Tùng.

[3] "Đàn Ghi Ta của Lor-Ca -Thanh Thảo", trong *Ngữ văn lớp 12 – tập một*, NXB Giáo dục: 2009 trang 163-166.

Tổng chủ biên cuốn sách này là Phan Trọng Luận, chủ biên phần văn là Trần Đăng Suyển. Bài viết này dựa theo sách giáo khoa in năm 2009 (lần tái bản thứ nhất). Có thể tham khảo nguyên văn bài thơ "Đàn ghita của Lorca" của Thanh Thảo" trong bài "phê bình" của Bùi Công Thuấn hay phát biểu của Thanh Thảo.https://buicongthuan.wordpress.com/2017/04/04/dan-ghita-cua-lorca-

chương, và giáo dục văn chương, của thế kỷ 21, cũng từa tựa cảnh "hội chợ lô tô" của cái thời thiếu đói thông tin, chỉ cầu sao xuôi tai, cầu sao thuận với ý nghĩa lập trường.

Kể ra thì cũng xuôi thuận nhưng hãy tưởng tượng phản ứng của một người Tây Ban Nha thành thạo tiếng Việt sau khi thưởng thức hết mớ hổ lốn những thơ nhạc, những luận điểm phê bình – giảng văn ấy. Rồi hãy tưởng tượng tiếp cảnh người đó, sau khi lơ mơ thưởng thức dăm tác phẩm văn chương hay âm nhạc Việt Nam thôi, đã có thể... rửa hận Lorca, xắn tay thay đổi căn cước Nguyễn Du và vài ba hậu thế đời sau. Theo lối này thì không chừng Nguyễn Du sẽ là một ông thầy cúng "tràn trề lòng nhân bản" với "Văn tế thập loại chúng sinh", Huy Cận sẽ là một ngư phủ yêu nghề với "Đoàn thuyền đánh cá" và Hoàng Vân thì, may hay rủi, sẽ là một kiến trúc sư, một kỹ sư xây dựng hay đen nhẻm như một anh thợ lò tuỳ vào việc ông khách ngoại quốc kia vớ được "Bài ca xây dựng" hay vớ nhầm "Tôi là người thợ lò".

Có thể vậy lắm, bởi nhân vật Lorca "nồng nhiệt cổ vũ nhân dân đấu tranh" trong sách giáo khoa của Bộ Giáo dục và Đào tạo Việt Nam cũng được sản xuất tương tự, không hơn không kém.[4]Nói như Phạm Thị Hoài thì Lorca đã là một thứ Nguyễn Văn Trỗi Tây Ban Nha. "Anh Trỗi ta" ôm mìn, "anh Trỗi Tây" ôm guitar. "Anh Trỗi ta" vang lừng khẩu khí "Hãy nhớ lấy lời tôi", "anh Trỗi Tây" đau đáu ước nguyện "chôn tôi với cây đàn"!

Là thiên tài văn chương lỗi lạc của Tây Ban Nha trong thế kỷ 20, những biển núi tài liệu về Lorca cho chúng ta biết rất nhiều điều về nhà thơ nhưng hoàn toàn không hé mở một tí ti ánh

---

thanh-thao/

[4] Edward F. Stanton, "García Lorca and the Guitar", Hispania 58 (1), 1975 https://www.poets.org/poetsorg/poem/guitar

sáng nào về "cây đàn tranh đấu" mà thế hệ học sinh hiện tại của chúng ta đang gồng mình ra học.

Lorca là một nhà thơ, một kịch tác gia mà, thuở ban đầu, có lẽ, từ ảnh hưởng của mẹ, đã đến với thế giới nghệ thuật như một nhạc sĩ dương cầm và, cuối đời, giữa đỉnh cao danh vọng, đã bị lực lượng phát xít Francisco Franco thủ tiêu, không chỉ vì là nhân vật tiếng tăm có lập trường thiên tả mà còn vì cái giới tính thứ ba. Như bất cứ một người Tây Ban Nha nào khác, Lorca có thể rất yêu và bày tỏ tình yêu của mình với cây đàn guitar "quốc hồn"; thế nhưng, cả cuộc đời nhà thơ, qua những tài liệu ngồn ngộn nói trên, không ai tài nào tìm thấy một khoảnh khắc ở đó nhà thơ đã ôm cây đàn ấy, ôm như một nghệ sĩ guitar thực thụ hay ôm như một chiến sĩ đấu tranh.[5] Xem ra, nếu xưa bọn phát xít, một cách tàn bạo, lôi Lorca ra bãi bắn thì nay họ, những nhà văn chương – giáo dục Việt Nam, đã, liều mạng, lôi Lorca vào... lò cải tạo.

Chỉ bằng chút tài vặt, bằng một số vốn liếng hò vè cùng hiểu biết chính trị rất... cơ bản của mình, gã hoạt náo viên lô tô có thể thoải mái nhét vào tai đám đông hội chợ những thứ hầm bà lằng xuôi tai, miễn sao không vi phạm lập trường. Ca khúc hay bài thơ viết về Lorca cũng vậy, cũng hình thành từ một vốn liếng văn hoá rất cơ bản và một vốn liếng chính trị – lập trường cũng rất là... cơ bản. Phát xít từng tấn công Liên Xô: rõ ràng, phát xít là kẻ thù của ta. Lorca bị phát xít xử bắn: rõ ràng, trong cuộc đấu tranh "ai thắng ai" này, Lorca là chiến sĩ cùng phía với ta. Lorca lại là người Tây Ban Nha, xứ sở của môn đấu bò và, vậy là, với những kiến thức rất ư là... đố vui để học, tha hồ mà... sáng tạo, hết "mặt trời hồng – cát nóng" thì "vũ nữ Digan", hết "áo choàng đỏ thắm" thì "áo choàng đỏ gắt", dễ

---

[5] "Đàn Ghi Ta của Lor-Ca – Thanh Thảo", sách đã dẫn, trang 163, chú thích số 2.

dàng và thoải mái, chỉ miễn sao xuôi tai, chỉ miễn sao thoả đáng với những tiêu chí cơ bản về chính trị lập trường.

Lorca là người đồng tính, sinh thời người Tây Ban Nha đã biết điều đó và, cuối đời, khi bị hành quyết, không chỉ bắn bằng súng mà cả bằng lời nguyền rủa "đồ đồng tính". Không biết có phải tuân thủ theo cái kim chỉ nam "KẾT QUẢ CẦN ĐẠT" mà Bộ Giáo dục và Đào tạo đã nêu trong sách giáo khoa là để "Thấy được vẻ đẹp bi tráng của hình tượng Gar-xi-a Lorca" hay không, những nhà sư phạm văn chương của chúng ta không chỉ uốn nắn giới tính nhà thơ mà còn phởn lên với cái yếu tố "bi" rất tuồng qua việc bế vào tiểu sử của nhà thơ một "thiếu phụ Nam Xương", một vai nữ thủ tiết thờ... liệt sĩ:

tiếng ghi ta nâu
bầu trời cô gái ấy
tiếng ghi ta lá xanh biết mấy
tiếng ghi ta tròn bọt nước vỡ tan
(*"Đàn ghita của Lorca"*, Thanh *Thảo*)

Thanh Thảo chỉ lửng lơ "cô gái ấy", nhưng các nhà sư phạm thì liều mạng hơn với bản khai sinh đính kèm tấm bằng "tiết hạnh khả phong":

"Cô gái ấy: ở đây có thể chỉ An-na Ma-ri-a, người yêu của Lor-ca. Sau cái chết của Lor-ca, An-na Ma-ri-a ở vậy, không một lần lên xe hoa".[6]

Nghe cảm động quá, thế nhưng có lùng sục toàn bộ những biển núi tài liệu về Lorca chúng ta cũng không thể nào tìm ra một bóng dáng mờ nhạt nào của người yêu thủ tiết ấy. Bất quá chúng ta chỉ có thể nhận diện người bạn trung thành Anna Maria, em gái của Salvador Dalí, hoạ sĩ từng phụ trách mỹ thuật sân khấu cho một số vở kịch của Lorca: sau khi được anh trai giới thiệu vào năm 1925, Maria đã trở thành người bạn của

[6]Sách đã dẫn, trang 165, chú thích số 1.

Lorca cho đến khi nhà thơ bị hành quyết. Thế thôi, và nếu có một "tình yêu" thì, oái ăm thay, đó lại là "tình trai" giữa anh cô, Dalí, với bạn cô, Lorca.

Thật không thể khôi hài hơn. Và không thể có một trò đùa nào... mô phạm hơn, đùa nghiêm trang trịnh trọng trong sách giáo khoa. Từ các thư khố tối tăm, từ trong các thư viện hay tài liệu cá nhân phủ bụi, mấy nhà "Lorca học" có thể... *có thể* thế này, *có thể* thế kia với những giả thuyết khác nhau về mấy hình bóng mập mờ lưu lại trong bản thảo, trong nhật ký, trong ghi chép lặt vặt hay thư từ để lại. Đằng này thì một nhà thơ Việt Nam, với một vốn hiểu biết rất lơ mơ về Lorca, phởn lên với một "cô gái" trong thơ và, thế là, những nhà giáo dục của chúng ta đã vồ lấy như vồ một sử liệu mới được giải mật.

Những tiếng đàn bọt nước
Tây Ban Nha áo choàng đỏ gắt
li-la-li-la-li-la
("Đàn ghita của Lorca", Thanh Thảo)

Bài thơ mà các nhà sư phạm liều lĩnh nhét vào đầu học trò đã bắt đầu như thế để rồi cũng kết thúc bằng tràng âm thanh *li-la-li-la-li-*la như thế nhưng lẽ nào lại thế? Bắt học trò học những thông tin sai bét là một lẽ nhưng còn một lẽ khác, quan trọng hơn, ở cách cảm thụ... ngang phè.

Có thể có nhiều mục đích khác nhau trong việc dạy văn mà, trong đó, quan trọng hơn cả, là hướng học trò đến những cách cảm thụ tinh tế đối với thế giới tạo vật quanh mình. Điều kiện cần của sự tinh tế là tính chính xác và điều kiện đủ là độ nhạy của tâm hồn. Nếu sự chính xác là phạm vi của lý tính thì sự rung động của tâm hồn thuộc về cảm tính. Nếu những lứa trẻ, từng bước và từng bước, được hướng vào ngả đường cân bằng giữa lý tính và cảm tính, từng bước và từng bước thể hiện những khả năng cảm thụ tinh tế trước những lay động trong âm thanh và sắc màu của tạo vật, trong những va đập chan chát hay hòa quyện êm ái của ngôn ngữ thì, dần dà, chúng cũng sẽ, từng bước và từng bước, hướng đến những nhận thức xác đáng và hướng thiện đối với những biến động xã hội trước mặt mình. Cái lẽ khác muốn nói ở đây là đó, là cách thẩm âm khó mà xem là chính xác và cách cảm thụ khó mà gọi là tinh tế với "tiếng đàn" được thiết kế trong chương trình như một bài ca bi tráng nhưng lại yếu xìu, lại mướt mát *li-la li-la* như một tiếng sáo thanh bình.

Trên phương diện âm học thì, cũng như bao nhiêu nhạc cụ khác, cây đàn của người Tây Ban Nha cũng có những cung bậc căng chùng khác nhau của nốt *La* và những chệch âm thăng-giáng, thế nhưng âm sắc đặc trưng âm sắc của nhạc cụ ấy khó mà *li-la li-la* vần "L". Cây đàn đó có thể *t'rừm t'rừm* sôi động theo những ngón Flamenco của Paco Peña, có thể *ri ra*hoài niệm và suy tư trong ngón *trémolo* của Francisco Tárrega hay Agustín Pío Barrios và, rộn rã sôi động hay bồi hồi suy niệm, những hoà âm của guitar, khi rung ở tai người thưởng thức, bao giờ cũng đọng lại ở âm sắc "R". Mà, như tác giả bài thơ đã tưởng tượng, tiếng đàn "bi tráng" đó còn gắn chặt với "áo choàng đỏ gắt", là tiếng đàn "ròng ròng / máu chảy", tiếng đàn với "cô gái Digan", nghĩa là đầy đủ những yếu tố bắt chúng ta phải nghĩ đến âm hưởng bi ai và dữ dội của những tấu khúc Flamenco *t'rừm t'rừm*.

Kiểu cảm thụ ấy, xem ra, cũng ngang phè như sân khấu hát bội giữa những tình huống bi phẫn nhất, lúc người cầm chầu đã xắn tay sẵn sàng cho những hồi trống hùng tráng giục giã như trống trận, lúc khán giả nín thở chờ đợi lời khẳng định "Như ta đây" sang sảng trong khoảnh khắc phút chiến thắng hùng tráng hay phút tuẫn tiết lẫm liệt thì chỉ nghe lả lơi câu chèo ai oán tình đời hay nhừa nhựa xuống xề giọng cải lương với niềm đau hận tình trường. Hát bội, như là sản phẩm của vùng đất thời khai phá mở mang trong âm sắc chắc nịch Quảng

Nam và Bình Định, cái thời phải chường mặt ra đối phó với những thử thách thức chực nhấn mình chìm xuống nên, bất cứ giá nào, cũng phải ngửng mặt lên khẳng định, phải dứt khoát và rắn rỏi "Như ta đây" chứ không lả lơi câu thế thái nhân tình hay nhừa nhựa niềm phẫn hận tình trường. Qua cái mục tiêu "thấy được hình tượng bi tráng" nói trên, các nhà sư phạm văn chương nói trên vẫn tiếp tục cái truyền thống "dĩ-chiến-đấu-vi-trung" của bộ môn văn học trong nhà trường xã hội chủ nghĩa thế nhưng, ngay trong chính bài thơ *li-la li-la* nói trên, họ đã nhét vào miệng kép chánh trên tuồng hát bội câu ai oán sụt sùi của vai đào bi lụy chỉ nên dành cho tuồng chèo, hay tuồng cải lương.

Bắt học trò phải cảm nhận rằng cây đàn guitar hát giọng *li-la li-la*, mà lại *li-la li-la* một cách bi tráng, là bắt các em cảm nhận sai. Sai về lý tính và sai cả về cảm tính. Học những thông tin sai là học để dốt thêm. Học để cảm thụ và nhận thức sai là học để ngu thêm. Học để dốt và ngu thêm như thế, quả là một đường lối giáo dục khiến chúng ta, dẫu nhã nhặn đến mấy, cũng phải văng tục.

Và tôi lại nghĩ đến lời văng tục của nguyên Tổng thống Mỹ Bill Clinton, bật ra trong chuyến viếng thăm chính thức Trung Quốc năm 1997, cũng từ sự hoán chuyển trái khoáy "L/R".[7]

Nhưng tôi phải minh xác ngay rằng ông Clinton không hề văng tục mà đó chỉ là một trong muôn vàn chuyện cười, những

---

[7]Chuyện kể: Bill Clinton hỏi Giang Trạch Dân: "How often do you have election?" (Bao nhiêu lâu thì ông tổ chức bầu cử một lần?).

Nghĩ rằng Clinton là tay chơi vì vụ tai tiếng Monica Lewinsky còn nóng hổi, Giang tưởng Clinton nhắm đến chuyện phòng the, nghe "election" hiểu "erection", nên trả lời: "Every night!"

Sau Bill Clinton chửi thề với phụ tá của minh: "Mẹ kiếp, thằng cộng sản bố láo, nước Mỹ chúng ta dân chủ nhất thế giới mà bốn năm mới bầu cử một lần. Độc tài như nó mà dám bảo là tối nào cũng bầu cử một lần."

dirty jokes về ông ta giữa những ngày mà cái tên Monica Lewinsky vẫn còn là một đề tài câu khách. Lời ấy, trong chuyện cười, bật ra với phụ tá của mình trong chỗ riêng sau cuộc nhàn đàm với nguyên Chủ tịch Trung Quốc Giang Trạch Dân. Ông ta hầm hầm "Mẹ kiếp" và ông ta cáu bẳn "Thằng nói láo khốn kiếp". Ông ta tức giận vì cho rằng vị nguyên thủ nước chủ nhà đã xem thường mình, đã bố láo bố toét với mình cái điều cả trẻ con cũng không thể nào tin được là Trung Quốc dân chủ hơn cả Mỹ: nước Mỹ bốn năm mới bầu cử một lần nhưng Trung Quốc của hắn thì, tối nào, cũng chuyện ấy một lần.

Nhưng thực ra, trong câu chuyện chỉ để cười chơi đó, ông Clinton đã lầm. Cũng như cái thời cha ông chúng ta phải tìm hiểu văn minh phương Tây qua sách vở Trung Hoa nên đành phải nói ngọng "R/L" để nhà vật lý học (Maria) Curie phải đóng vai "Cổ-lí phu nhân", nhà tư tưởng (Jean-Jacques) Rousseau phải khăn đóng áo dài làm "Lộ Đức tiên sinh" còn kinh thành Paris thì phải mang tên "Ba Lê" suốt một thời dài v.v... Như bất cứ người Trung Quốc nào khác, họ Giang không thể nào thoát khỏi cái ngọng của dân tộc mình nên "R" và "L" đồng một giọng như nhau và, vô hình trung, câu hỏi về sinh hoạt dân chủ *election* của nhà lãnh đạo Mỹ lại bị ông ta, giữa những tác động của truyền thông về một Clinton rất *playboy*, đã tiếp nhận, đã hiểu như là hiện tượng sinh lý *erection*. *Election* là bầu cử còn *erection* thì, nói văn hoa là "hứng tình", nói nôm na là "cương cứng" hay "ngỏng lên", còn nói một cách thông tục là... "nứng cặc". Nước Mỹ dân chủ bốn năm "bầu cử" một lần và ông Giang Trạch Dân độc tài – cũng như tuyệt bất cứ gã đàn ông Á Đông nào khác trừ... Hồ Chí Minh, luôn có khuynh hướng phóng đại khả năng chăn gối của mình như một chứng chỉ cho khí chất đàn ông – đã tuyên bố không suy nghĩ rằng gì chứ chuyện nứng cặc đó thì ông ta rất khoẻ, đêm nào cũng nứng.

Nếu *election* là sức mạnh của nền dân chủ thì *erection* là sức chiến đấu của chuyện sinh lý trên giường. Mười bảy năm trước chúng ta có thể cười sảng khoái, cười văng nước miếng khi nghe chuyện "hiểu lầm" chỉ để cười chơi ấy nhưng bây giờ, sau bao nhiêu sự kiện ngoại giao có thật và những chuyện tréo ngoe "R/L" có thật, chỉ có thể cười đau, cười ngấn nước mắt với những niềm đau và nỗi nhục có thực qua với những lãnh tụ chính trị lẫn lộn dân chủ với chiếu giường.

Trước khát vọng dân chủ election của nhân dân, họ hành xử như những ông trùm rất thạo việc... *erection*. Vênh váo, ngạo nghễ, họ dí buồi vào mặt hay mồm của của nhân dân, dí như là kép chánh hát bội với vở tuồng "Như ta đây thắng Pháp" và "Như ta đây thắng Mỹ", xem như một thứ sắc phong có thể vượt qua và giẫm lên trên ý nghĩa election. Nhưng khi đối mặt với những thử thách đang chực nhấn cả đất nước mình chìm xuống, đối diện với những đối thủ nói ngọng "R/L" thì thậm thụt, mềm nhũn như thể thứ đàn ông không thể... ngỏng lên, không thể cương cứng cái giọng hát bội "Như ta đây" mà chỉ có thể ai oán, nỉ non cáo giọng chèo – cải lương, hết ỉ ôi "bát nước đầy" Dương Lễ nỡ lòng xử tệ Lưu Bình thì nhừa nhựa câu tình nghĩa chòm xóm anh em sao nỡ phụ phàng.[8]

Trở lại với bài thơ về Lorca. Như một nhà thơ, Thanh Thảo có quyền khác người, có thể bắt cây guitar hát giọng *li-la li-la* và chúng ta có thể thấy ngược tai, có thể không thích, có thể chê

---

[8]Giọng điệu than trách khi xảy ra vụ giàn khoan, thí dụ: "Ai đang hắt đi bát nước đầy?" (Kim Tuấn, Tiền Phong 28/5/2014) hay diễn văn của Đại tướng – Bộ trưởng Quốc phòng Phùng Quang Thanh tại Diễn đàn An ninh Á châu Shangri-la ở Singapore ngày 31.5.2014.

https://www.tienphong.vn/xa-hoi/ai-dang-hat-di-bat-nuoc-day-710010.tpo và:

https://nld.com.vn/thoi-su-quoc-te/toan-van-phat-bieu-cua-bo-truong-phung-quang-thanh-tai-doi-thoai-shangri-la-20140531151914513.htm

bai đủ kiểu nhưng đó là chữ của ông, là quyền của một nhà thơ. Vấn đề ở đây là các nhà giáo dục. Vô tình hay cố ý, khi bắt học trò phải cảm nhận cái tiếng sáo thanh bình *li-la li-la* ấy như một thứ "tráng ca", họ đã hướng các em vào một ngả đường cảm thụ sai, ngả đường ở đó các em sẽ dần dà cảm nhận rằng những giọng chèo ỉu xìu than trách tình đời hay cải lương bi hận tình trường cũng chẳng khác gì giọng hát bội lúc phải cương lên với lời hịch "sơn hà nguy biến".

Nhưng, thực ra, nói là nói vậy bởi không cần phải gióng lên lời hịch vì sự thể đã là một thực tế rành rành. Có lẽ chưa bao giờ đất nước "nguy biến" như lúc này, nguy với một hiện tại và một tương lai bấp bênh khi vận hành và phát triển trên một nền móng xây liều. Chỉ qua bài thơ bi tráng *li-la li-la* này thôi đã thấy rõ bóng dáng của một nền văn chương viết liều, rồi một nền giáo dục dạy liều. Mà, xét cho cùng, viết liều hay dạy liều, cũng là sản phẩm tất yếu của một hệ thống cầm quyền với những chủ trương chính trị liều lĩnh, liều đến độ cực đoan, từ sự cực đoan của đầu óc hoang tưởng đến mức cực đoan của toan tính thực dụng. Nó, như đã thấy, đã liều với cuộc phiêu lưu chiến tranh, ở đó sinh mạng và tương lai của 30 triệu người bị mang ra đánh đổi cho mục tiêu thế giới đại đồng của "ba ngàn triệu trên đời". Và nó, như đang thấy, lại liều với cuộc phiêu lưu mệnh danh "ổn định và phát triển", cái cuộc phiêu lưu chẳng hề vì dân số trên 90 triệu người mà chỉ phục vụ cho một phân số rất nhỏ, cực kỳ nhỏ, một *epsilon* mang tên "nhóm lợi ích" đang ngồi xổm trên đầu trên cổ nhân dân, đang hổn hển xóc lọ và vung vẩy con buồi không nứng nổi trên đầu hay trước mặt của 90 triệu người![9]

---

[9] Thơ Tố Hữu: "Ta vì ta ba chục triệu người / Cũng vì ba ngàn triệu trên đời" (Trích "Miền Nam", viết ngày 14.12.1963, in trong tập Ra trận).

Chú giải thêm về bài "Điệu tranh đấu li la"

Bài "Điệu tranh đấu li-la" được tôi gởi đăng trên trang Pro & Contra của

---

Phạm Thị Hoài và Tiền Vệ, sau được báo mạng Dân Luận đăng lại. Tại đây đã làm nảy sinh một cuộc tranh luận thú vị giữa một độc giả lấy tên Slinkee và T. Tôi xin trích đăng tải cuộc tranh luận này cùng những phản hồi khác trên trang này để chúng ta có hiểu thêm về Lorca.

NJ (khách viếng thăm) gửi lúc 16:13, 26/09/2014 - mã số 129412

Một bài phê bình chính xác về chính trị, giáo dục lồng trong đề tài văn chương, âm nhạc. Cách viết tuyệt hay, lôi cuốn người đọc.

Nguyễn Hoàng Văn viết:

Chỉ qua bài thơ bi tráng li-la li-la này thôi đã thấy rõ bóng dáng của một nền văn chương viết liều rồi một nền giáo dục dạy liều. Mà, xét cho cùng, viết liều hay dạy liều, cũng là sản phẩm tất yếu của một hệ thống cầm quyền với những chủ trương chính trị cực kỳ liều, liều đến mức cực đoan, từ sự cực đoan của đầu óc hoang tưởng đến mức cực đoan của toan tính thực dụng.

Cám ơn tác giả và Dân Luận.

Nguyễn Jung

Re: Nguyễn Hoàng Văn - Điệu tranh đấu li-la

slinkee (khách viếng thăm) gửi lúc 15:21, 26/09/2014 - mã số 129403

- Lorca **có thể** rất yêu cây đàn guitar vì cây đàn guitar được xem là "quốc hồn", và vì ông cũng giống như mọi người Tây Ban Nha khác.

- Nhưng ông chưa từng trình tấu guitar như một nghệ sĩ guitar thực thụ, và có lẽ không biết cả chơi guitar.

- Ông cũng chưa từng ôm cây đàn guitar đi hát những ca khúc đấu tranh.

3 điều nói trên chỉ chứng tỏ được 1 điều, theo tớ, Nguyễn Hoàng Văn coi tầm ảnh hưởng của FGL đ/v flamenco & guitar gần như thời thượng, kiểu ai sao tui dzậy. Vì FGL là người TBN nên phải thích 2 thứ đó.

Cần nói luôn, người Tây Ban Nha thời đó chưa chắc yêu nhạc Flamenco và guitar. Nếu tớ nhớ không lầm, De Falla và FGL mở liên hoan Cante Jondo vì lúc đó đang có hiện tượng mai một nét văn hóa mà De Falla và FGL nghĩ đặc trưng cho Tây Ban Nha. Cung đình TBN cho Cante Jondo là nhạc của dân lao động - right on-, cũng như Mỹ trắng không thích nhạc blues thời mới đầu vì kỳ thị, nên không khuyến khích và tài trợ cho các nghệ sĩ cante jondo.

Tức là cách FGL yêu đàn guitar và Flamenco không vì chúng được xem là quốc hồn, cách yêu của FGL đưa 2 thứ đó thành quốc hồn quốc túy.

Re: Nguyễn Hoàng Văn - Điệu tranh đấu li-la

Lương ngọc Phát (khách viếng thăm) gửi lúc 08:28, 26/09/2014 - mã số 129374

Tác giả NHV viết:

Điều kiện cần của sự tinh tế là tính chính xác và điều kiện đủ là độ nhạy của tâm hồn. Nếu sự chính xác là phạm vi của lý tính thì sự rung động của tâm hồn thuộc về cảm tính. Nếu những lứa trẻ, từng bước và từng bước, được hướng vào ngả đường cân bằng giữa lý tính và cảm tính, từng bước và từng bước thể hiện những khả năng cảm thụ tinh tế trước những lay động trong âm thanh và sắc màu của tạo vật, trong những va đập chan chát hay hòa quyện êm ái của ngôn ngữ thì, dần dà, chúng cũng sẽ, từng bước và từng bước, hướng đến những nhận thức xác đáng và hướng thiện đối với những biến động xã hội trước mặt mình.

....

Học những thông tin sai là học để dốt thêm. Học để cảm thụ và nhận thức sai là học để ngu thêm. Học để dốt và ngu thêm như thế, quả là một đường lối giáo dục khiến chúng ta, dẫu nhã nhặn đến mấy, cũng phải văng tục.

....

Có lẽ chưa bao giờ đất nước "nguy biến" như lúc này, nguy với một hiện tại và một tương lai bấp bênh khi vận hành và phát triển trên nền móng rất... liều. Chỉ qua bài thơ bi tráng li-la li-la này thôi đã thấy rõ bóng dáng của một nền văn chương viết liều rồi một nền giáo dục dạy liều. Mà, xét cho cùng, viết liều hay dạy liều, cũng là sản phẩm tất yếu của một hệ thống cầm quyền với những chủ trương chính trị cực kỳ liều, liều đến mức cực đoan, từ sự cực đoan của đầu óc hoang tưởng đến mức cực đoan của toan tính thực dụng. Nó, như đã thấy, đã liều với cuộc phiêu lưu chiến tranh, ở đó sinh mạng và tương lai của 30 triệu người bị mang ra đánh đổi cho mục tiêu thế giới đại đồng của "ba ngàn triệu trên đời". Và nó, như đang thấy, lại liều với cuộc phiêu lưu mệnh danh "ổn định và phát triển", cái cuộc phiêu lưu chẳng hề vì dân số trên 90 triệu người mà chỉ phục vụ cho một phân số rất nhỏ, cực kỳ nhỏ, một epsilon mang tên "nhóm lợi ích" đang ngồi xổm trên đầu, đang erection và đang dí buồi vào mặt và vào mồm của 90 triệu người [9]!

Bài hay, tuy có hơi dài một chút, song không nề chi. Có lẽ vì những ức chế của t/g cần phải xả cho nhẹ bớt cõi lòng. Đọc hết bài, tôi thấy 3 trích đoạn trên có thể đại lược được chủ ý.

Cám ơn t/g Nguyễn hoàng Văn.

Re: Nguyễn Hoàng Văn - Điệu tranh đấu li-la

Lương ngọc Phát (khách viếng thăm) gửi lúc 08:25, 26/09/2014 - mã số 129373 Tác giả NHV viết:

Điều kiện cần của sự tinh tế là tính chính xác và điều kiện đủ là độ nhạy của tâm hồn. Nếu sự chính xác là phạm vi của lý tính thì sự rung động của tâm hồn thuộc về cảm tính. Nếu những lứa trẻ, từng bước và từng bước, được hướng vào ngả đường cân bằng giữa lý tính và cảm tính, từng bước và từng bước thể hiện những khả năng cảm thụ tinh tế trước những lay động trong âm thanh và sắc màu của tạo vật, trong những va đập chan chát hay hòa quyện êm ái của ngôn ngữ thì, dần dà, chúng cũng sẽ, từng bước và từng bước, hướng đến những nhận thức xác đáng và hướng thiện đối với những biến động xã hội trước mặt mình.

....

Học những thông tin sai là học để dốt thêm. Học để cảm thụ và nhận thức sai là học để ngu thêm. Học để dốt và ngu thêm như thế, quả là một đường lối giáo dục khiến chúng ta, dẫu nhã nhặn đến mấy, cũng phải văng tục.

....

Có lẽ chưa bao giờ đất nước "nguy biến" như lúc này, nguy với một hiện tại và một tương lai bấp bênh khi vận hành và phát triển trên nền móng rất... liều. Chỉ qua bài thơ bi tráng li-la li-la này thôi đã thấy rõ bóng dáng của một nền văn chương viết liều rồi một nền giáo dục dạy liều. Mà, xét cho cùng, viết liều hay dạy liều, cũng là sản phẩm tất yếu của một hệ thống cầm quyền với những chủ trương chính trị cực kỳ liều, liều đến mức cực đoan, từ sự cực đoan của đầu óc hoang tưởng đến mức cực đoan của toan tính thực dụng. Nó, như đã thấy, đã liều với cuộc phiêu lưu chiến tranh, ở đó sinh mạng và tương lai của 30 triệu người bị mang ra đánh đổi cho mục tiêu thế giới đại đồng của "ba ngàn triệu trên đời". Và nó, như đang thấy, lại liều với cuộc phiêu lưu mệnh danh "ổn định và phát triển", cái cuộc phiêu lưu chẳng hề vì dân số trên 90 triệu người mà chỉ phục vụ cho một phân số rất nhỏ, cực kỳ nhỏ, một epsilon mang tên "nhóm lợi ích" đang ngồi xổm trên đầu, đang erection và đang dí buồi vào mặt và vào mồm của 90 triệu người [9]!

Bài hay, tuy có hơi dài một chút, song không nề chi. Có lẽ vì những ức chế của t/g cần phải xả cho nhẹ bớt cõi lòng. Đọc hết bài, tôi thấy 3 trích đoạn trên có thể đại lược được chủ ý.

Cám ơn t/g Nguyễn hoàng Văn.

Re: Nguyễn Hoàng Văn - Điệu tranh đấu li-la

T (khách viếng thăm) gửi lúc 06:02, 26/09/2014 - mã số 129365

slinkee viết:

Regardless việc Lorca có biết chơi guitar hay không -tất nhiên, có thể tranh luận tới deadlock và ai vẫn giữ ý kiến mình...

... nhạc Flamenco -là 1 phần không thể thiếu trong tiểu luận về duende- và guitar chiếm một vị trí khá quan trọng trong kho tàng thơ của FGL, tất nhiên không tới mức "Nếu tôi chết hãy chôn tôi với cây đàn Yamaha".

.. Ở đây -nếu tôi không lầm- Nguyễn Hoàng Văn cho rằng cây guitar và âm hưởng của nó không quan trọng trong thơ FGL là một sai lầm khá tai hại. Ảnh hưởng rất mạnh, chỉ không xến bựa như Thanh Thảo.

1/ Tất nhiên Lorca biết chơi guitar, và không ai tranh luận về điều này. Nhưng Lorca không hề sáng tác nhạc cho guitar độc tấu. Lorca chỉ sưu tầm những giai điệu cổ ca và dân ca Andalucia và soạn phần đệm piano. Các nhạc sĩ khác đã dựa theo đó để soạn lại cho guitar.

2/ Tất nhiên nhạc Flamenco là một phần không thể thiếu trong thơ Lorca, đặc biệt trong tập Cante Jondo và tất nhiên trong tiểu luận về Duende (Hồn). Không ai tranh cãi về điều đó.

3/ Trong toàn bài viết của Nguyễn Hoàng Văn KHÔNG CÓ CHỖ NÀO NÓI RẰNG "cây guitar và âm hưởng của nó không quan trọng trong thơ FGL". Nên đọc kỹ bài viết.

Nguyễn Hoàng Văn viết: "Như bất cứ một người Tây Ban Nha nào khác, Lorca có thể rất yêu và bày tỏ tình yêu của mình với cây đàn guitar "quốc hồn"; thế nhưng, cả cuộc đời nhà thơ, qua những tài liệu ngồn ngộn nói trên, không ai tài nào tìm thấy một khoảnh khắc ở đó nhà thơ đã ôm cây đàn ấy, ôm như một nghệ sĩ guitar thực thụ hay ôm như một chiến sĩ đấu tranh."

Nghĩa là:

- Lorca biết chơi đàn guitar, rất yêu cây đàn guitar và xem cây đàn guitar là "quốc hồn".

- Nhưng ông chưa từng trình tấu guitar như một nghệ sĩ guitar thực thụ.

- Ông cũng chưa từng ôm cây đàn guitar đi hát những ca khúc đấu tranh.

Chuyện rõ ràng như thế thôi.

Re: Nguyễn Hoàng Văn - Điệu tranh đấu li-la

slinkee (khách viếng thăm) gửi lúc 04:35, 26/09/2014 - mã số 129362

Regardless việc Lorca có biết chơi guitar hay không -tất nhiên, có thể tranh luận tới deadlock và ai vẫn giữ ý kiến mình-, nhạc Flamenco -là 1 phần không thể thiếu trong tiểu luận về duende- và guitar chiếm một vị trí khá quan trọng trong kho tàng thơ của FGL, tất nhiên không tới mức "Nếu tôi chết hãy chôn tôi với cây đàn Yamaha". Cũng như Flamenco và guitar đ/v các nhà soạn nhạc TBN khác -mặc dù Isaac Albeniz không viết 1 bài nào cho guitar, nhạc Albeniz được biểu diễn thường xuyên hơn trên guitar trong khi piano chỉ lèo tèo- chuyện FGL bị ảnh hưởng bởi âm hưởng của nó là tự nhiên, không có gì để bàn cãi. Ở đây -nếu tôi không lầm- Nguyễn Hoàng Văn cho rằng cây guitar và âm hưởng của nó không quan trọng trong thơ FGL là một sai lầm khá tai hại. Ảnh hưởng rất mạnh, chỉ không xến bựa như Thanh Thảo.

Còn chuyện Thanh Thảo, chỉ là phương thức truyền thống "xến hóa" tất cả những gì của nước ngoài mà VN thấy thích. Bolero ở Flamenco TBN là tiết tấu nhanh, chậm hơn nhưng syncope nhiều hơn ở Nam Mỹ. Về tới Việt Nam gọt cho hết những gai góc, tạt nước sôi rồi lột da trở thành nhạc xến VN. Bài "Hotel California" viết về -theo nhiều người- một cuộc hội ngộ giả tưởng với quỷ, nhưng khi dân ta dịch lời Việt trở thành một bản nhạc quảng cáo du lịch, thì việc một tay trùm đồi trụy qua Thanh Thảo xến hóa và tay Đảng và Chính phủ, hóa thân cho trở thành Anh Trỗi cũng không phải là một truyện lạ. Một ví dụ rõ nhất là Dostoyevsky, cả một thế hệ nhà văn xhcn khoe mình ảnh hưởng Dos, nhưng không ai dám nhắc tới Quỷ Ám (The Possessed). Tại sao thế nhỉ ?

Mới đọc bên trang Nguyễn Trọng Tạo một số bài thơ của Tadeusz Rozewicz, ông này nổi tiếng về những bài thơ hậu-Auschwitz, nhưng những bài thơ được dịch qua tiếng Việt chỉ là trò con trẻ so với những gì người ta biết về Rozewicz.

Chuyện dài không có hồi kết này hiểu được chết liền.

Re: Nguyễn Hoàng Văn - Điệu tranh đấu li-la

T (khách viếng thăm) gửi lúc 04:12, 26/09/2014 - mã số 129361

slinkee viết:

http://www.last.fm/music/Pedro+Ibanez/_/El+Vito+%28Spain+-+F.+Garcia+Lorca%29

Một bản nhạc nữa cho guitar của FGL "El Vito" do Pedro Ibanez trình tấu

"El Vito" là một bài dân ca miền Andalucia, do Federico Garcia Lorca sưu tầm và ký âm. Bài dân ca có lời hát như sau:

Con el vito, vito, vito,
con el vito, vito, va.
Con el vito, vito bueno,
con el vito, vito, va.
Por el sí que dio la niña
al señor cura en la iglesia
por el sí que dio la niña
entró libre y salió presa.
Con el vito, vito, vito,
con el vito, vito, va.
Con el vito, vito bueno,
con el vito, vito, va.
Una vieja vale un real
y una muchacha dos cuartos
y yo como soy tan pobre
me atengo a lo más barato.
Con el vito, vito, vito...

Bạn thân của Federico Garcia Lorca là nhạc sĩ guitar Regino Sainz de la Maza (1896-1981) đã chuyển soạn bài "El Vito" cho đàn guitar độc tấu.

Re: Nguyễn Hoàng Văn - Điệu tranh đấu li-la

slinkee (khách viếng thăm) gửi lúc 03:43, 26/09/2014 - mã số 129359

Bản Petenera tớ đánh không phải là bài hát, mà là bản độc tấu cho guitar. Giọng tớ như vịt cồ, không (dám) hát nhạc của ai hết, let alone FGL's song.

Thật ra Petenera chỉ là 1 tiết điệu Flamenco, có thể FGL ghi lại cho guitar, hoặc chỉ xử dụng tiết điệu làm nền cho ngẫu hứng của riêng mình, tớ không có khả năng kiểm chứng. Nhưng trong nhạc, ngay cả ghi và phối lại các làn điệu dân ca cũng không cấm các nhạc sĩ ghi tên mình vô như là tác giả thực thụ. Trong bản English Suite viết cho Segovia nhân đám cưới lần thứ mười mấy (biết chết liền!) của ông này, John Duarte phối hẳn bài dân ca Cuckoo và đưa vào Suite mang tên mình.

Một bằng chứng có thể verify được, thời Lorca qua Mỹ có ở nhà một người dịch thơ, dịp đó được ông ta ghi lại thành sách. Quên mất tựa cuốn sách. Cuốn sách đó ghi lại một số cuộc thảo luận về dịch thơ FGL với chính FGL. Một điều rất đáng chú ý, cách FGL hiểu về những nhân vật của mình, nếu theo phân tâm học Freud, FGL rất cởi mở về tính dục tâm lý học. Kèm theo là 1 số bài thơ dịch theo cách hiểu của FGL, sẽ thấy connotations về tính dục và tính giao (với cả 2 phái) rất rõ trong thơ của mình. Ví dụ như Nina (bé gái) đ/v FGL là hình tượng của những faeries. .. Nếu dựa theo cách dịch đó là chuẩn, tớ có thể dám nói là cả thế giới đang hiểu sai FGL.

Ở FGL, có 2 mặt quyện vào nhau là văn hóa TBN, là văn hóa của máu và cái chết của đấu bò, của dục vọng về xác thịt (ở FGL là đ/v cả 2 phái), và phần thứ 2 là người em họ bị tâm thần nên nói bằng ngôn ngữ siêu thực. 2 thứ đó quyện vào nhau không thể tách rời. Nhấn mạnh thêm về văn hóa TBN thời đó, nếu 1 người chỉ cần quan hệ tính dục với đồng giới chỉ 1 lần và bị bắt gặp, sẽ bị gọi là maricon (bê đê) suốt đời.

Bằng chứng không thể verify được là thời Franco có xuất bản 1 cuốn sách bôi nhọ trí thức chết dưới tay Franco. Cuốn sách đó vẽ hình tượng FGL như một kẻ tự do luyến ái, kể cả ấu dâm (theo kiểu Lolita của Nabokov, hay Alice của Lewis Carroll). Cuốn đó không được/bị dịch qua tiếng nước ngoài (hoặc ít nhất tiếng Anh & Pháp, hoặc tớ ráng tìm mà không có). Tớ nghi nếu xét từ những cuộc nói chuyện với chính FGL và nhà dịch thơ FGL, những lời cáo buộc đó có cơ sở. Cuốn sách đó cũng ghi lại một số lần FGL, Dali và một số luminaries nghệ thuật của TBN thời đó viếng nhà thổ, và FGL performed well.

Tớ chỉ công nhận 1 điều, FGL không thể giữ những mối tình với phái nữ dài hơn 1 đêm. Trong khi với phái mày râu, FGL thể hiện rõ hơn vai trò và hình ảnh của 1 người bạn tình.

Re: Nguyễn Hoàng Văn - Điệu tranh đấu li-la

T (khách viếng thăm) gửi lúc 23:19, 25/09/2014 - mã số 129354

slinkee viết:

Hồi đó tớ đã chơi bản Petenera nxb Union Musica Espanola. Không còn in print, và ít ai biết đến, nhưng nếu đi concerts với những người còn chơi repertoire đó thỉnh thoảng vẫn còn nghe. Bài không khó, nhưng không dễ. Ảnh hưởng nhạc dân ca TBN rất nặng.

Bài "Petenera" đầu tiên sử dụng lời thơ của Garcia Lorca là do ca sĩ La Niña De Los Peines hát ứng diễn, trên tiếng đàn guitar flamenco ngẫu hứng của Niño Ricardo, trong cuộc tranh tài "Concurso de Cante jondo" lần thứ nhất, do Manuel de Falla và Garcia Lorca tổ chức tại Granada năm 1922. Bài hát ấy chỉ có bản ghi âm trực tiếp lúc Niña De Los Peines hát ứng diễn, chứ hoàn toàn không có bản nhạc do bất cứ ai viết.

Có thể nghe ở đây:

http://www.amazon.com/gp/product/B000QO1KD6/ref=dm_mu_dp_trk14

Re: Nguyễn Hoàng Văn - Điệu tranh đấu li-la

T (khách viếng thăm) gửi lúc 22:47, 25/09/2014 - mã số 129351

slinkee viết:

Thật ra nói mối tình cũng hơi quá, FGL qua (rất) nhiều đêm với gái làng chơi, và cặp bồ với gái làng chơi là chủ yếu. Có rumors về FGL qua đêm với 1 số diễn viên nữ trong kịch của ông ta.

Bài thơ "Người đàn bà ngoại tình" (Unfaithful Woman) là chuyện thật

Hãy nêu ra những bằng chứng về những điều này.

Re: Nguyễn Hoàng Văn - Điệu tranh đấu li-la

T (khách viếng thăm) gửi lúc 22:36, 25/09/2014 - mã số 129347

slinkee viết:

http://www.youtube.com/watch?v=l3W7ZutxQCc

http://www.youtube.com/watch?v=rTVoXrz45A0

...

Hồi đó tớ đã chơi bản Petenera nxb Union Musica Espanola. Không còn in print, và ít ai biết đến, nhưng nếu đi concerts với những người còn chơi repertoire đó thỉnh thoảng vẫn còn nghe. Bài không khó, nhưng không dễ. Ảnh hưởng nhạc dân ca TBN rất nặng.

Đúng, FGL chơi đàn guitar không giỏi, nhưng biết đàn và biết viết cho guitar.

1/ Tập "Canciones Espanola Antiguas" (gồm 13 bài cổ ca) còn được gọi là "Canciones Espanola Populares, do Garcia Lorca sưu tầm và viết phần đệm piano. Tất cả những bài đệm guitar sau này đều do các nhạc sĩ khác chuyển soạn cho guitar. Trong Youtube clip thứ nhất chỉ có các bài số 2, 1, 7, 4, 9 và 13.

2/ Bài "La Tarara" trong Youtube clip thứ nhì là bài thứ 12 trong tập "Canciones Espanola Antiguas" gồm lời ca theo giai điệu cổ, và nhạc đệm piano của Garcia Lorca.

3/ Bài "Petenera" không phải do Garcia Lorca sáng tác, mà do Manuel Oltra phổ nhạc từ bài thơ "Grafico De La Petenera" của Garcia Lorca trong tập thơ "Poema del cante jondo".

4/ Garcia Lorca chưa từng viết cho đàn guitar.

Re: Nguyễn Hoàng Văn - Điệu tranh đấu li-la

slinkee (khách viếng thăm) gửi lúc 22:14, 25/09/2014 - mã số 129343

http://www.last.fm/music/Pedro+Ibanez/_/El+Vito+%28Spain+-+F.+Garcia+Lorca%29

Một bản nhạc nữa cho guitar của FGL "El Vito" do Pedro Ibanez trình tấu

Re: Nguyễn Hoàng Văn - Điệu tranh đấu li-la

slinkee (khách viếng thăm) gửi lúc 21:05, 25/09/2014 - mã số 129338

http://www.youtube.com/watch?v=l3W7ZutxQCc

http://www.youtube.com/watch?v=rTVoXrz45A0

Thật ra nói mối tình cũng hơi quá, FGL qua (rất) nhiều đêm với gái làng chơi, và cặp bồ với gái làng chơi là chủ yếu. Có rumors về FGL qua đêm với 1 số diễn viên nữ trong kịch của ông ta.

Bài thơ "Người đàn bà ngoại tình" (Unfaithful Woman) là chuyện thật

Hồi đó tớ đã chơi bản Petenera nxb Union Musica Espanola. Không còn in print, và ít ai biết đến, nhưng nếu đi concerts với những người còn chơi repertoire đó thỉnh thoảng vẫn còn nghe. Bài không khó, nhưng không dễ. Ảnh hưởng nhạc dân ca TBN rất nặng.

Đúng, FGL chơi đàn guitar không giỏi, nhưng biết đàn và biết viết cho guitar.

Re: Nguyễn Hoàng Văn - Điệu tranh đấu li-la

T (khách viếng thăm) gửi lúc 18:54, 25/09/2014 - mã số 129322

slinkee viết:

Ông có những mối tình chăn gối với cả 2 phái.

Garcia-Lorca biết chơi đàn guitar, và sáng tác một số nhạc phẩm cho guitar, trong đó có tập dân ca cho giọng hát với phần đệm dành cho guitar. Có tồn tại 1 bản cho giọng hát và dương cầm (piano) đệm nhưng tớ chưa xác minh là do ông hay người khác chuyển soạn lại.

slinkee viết sai khá nhiều:

1/ "Ông có những mối tình chăn gối với cả 2 phái." SAI.

- Cho đến nay, chưa có bằng chứng nào cụ thể về "hững mối tình chăn gối" của Garcia Lorca với phái nữ.

2/ "Garcia-Lorca biết chơi đàn guitar, và sáng tác một số nhạc phẩm cho guitar, trong đó có tập dân ca cho giọng hát với phần đệm dành cho guitar." SAI.

- Garcia Lorca chỉ biết chơi guitar lai rai. Ông chưa từng sáng tác bất cứ nhạc phẩm nào cho guitar. Ông chơi piano khá giỏi. Ông đã sưu tập 13 bài cổ ca Tây Ban Nha, và viết phần đệm piano. Đó là tập "Canciones Espanolas Antiguas". Sau này, Ramon Cueto đã soạn lại thành 13 bài cổ ca có phần đệm guitar.

3/ "Có tồn tại 1 bản cho giọng hát và dương cầm (piano) đệm nhưng tớ chưa xác minh là do ông hay người khác chuyển soạn lại." SAI.

- Như đã giải thích ở trên.

Re: Nguyễn Hoàng Văn - Điệu tranh đấu li-la

slinkee (khách viếng thăm) gửi lúc 11:10, 25/09/2014 - mã số 129282

Vài sự thật về Federico Garcia-Lorca

Ông không phải chỉ đồng tính mà là lưỡng tính. Ông có những mối tình chăn gối với cả 2 phái.

Garcia-Lorca biết chơi đàn guitar, và sáng tác một số nhạc phẩm cho guitar, trong đó có tập dân ca cho giọng hát với phần đệm dành cho guitar. Có tồn tại 1 bản cho giọng hát và dương cầm (piano) đệm nhưng tớ chưa xác minh là do ông hay người khác chuyển soạn lại.

Lý do chính ông bị chính quyền Franco giết không phải vì đồng tính, mà thời đó có chiến dịch tiêu diệt các trí thức không về một phe với Franco. Cùng đợt, có rất nhiều trí thức Tây Ban Nha hoặc bị giết, hoặc trốn ra nước ngoài, như học giả Miguel Unamuno, nhà thơ Antonio Machado là 2 người bị giết, Machado bị giết ở biên giới khi đang tìm cách trốn sang Pháp. Rafael Alberti qua Argentina, con chim đầu đàn nhà thơ Juan Ramon Jimenez và nghệ sĩ cello Pablo Casals qua Mỹ, nhà soạn nhạc Manuel De Falla qua Argentina. Còn lại là những nghệ sĩ ủng hộ Franco như nghệ sĩ guitar Andres Segovia, danh họa Salvador Dali...

Sự thật là Tây Ban Nha là một nước bảo thủ, Franco phát xít Tây Ban Nha còn bảo thủ hơn, và sau khi nắm chính quyền, Franco có ra đạo luật xếp giới đồng tính luyến ái vào có tội và đem trừ khử. Riêng về Garcia Lorca, đã nhiều lần ông đụng độ với cảnh sát Franco trong những vụ hốt giới đồng tính, và khi bắn ông, họ có diễu cợt phần đồng tính trong ông, nhưng ông bị bắn vì thái độ bất hợp tác -ông không thiên tả- với chính quyền phát xít. Không phải vì đồng tính.

"Trời" sinh Võ Nguyên Giáp để làm gì?

Võ Nguyên Giáp đã về với đất giữa những tiếng tung hô về "thiên tài quân sự" và "phẩm cách thánh nhân" của ông ta, giữa những lời phân trần biện minh cho thất bại chính trị của ông ta, cả những nhận xét điềm đạm hay phê bình gay gắt nhất đối với ông ta.[1] Không nhất thiết phải đóng góp thêm cái không khí ồn ào khi "tang lễ quốc gia" sặc mùi đồng bóng vừa mới bị cắt ngang một cách chưng hửng ngay tại thủ đô để tiếp khách giống như là cưới... chạy tang, tôi vẫn cảm thấy thiếu thiếu, vẫn còn có một câu hỏi chưa có lời đáp ở nhân vật này.[2]

Câu hỏi đó là: "Trời" sinh ra Võ Nguyên Giáp để làm gì?

Đã ca ngợi ông ta là một "thiên tài quân sự", là "thánh nhân" thì phải thừa nhận chuyện "Trời sinh". Sinh ông ta ra, rồi phú cho ông ta một "thiên tài", một phẩm cách "thánh nhân", ắt

---

[1] Có rất nhiều ý kiến tôn sùng Võ Nguyên Giáp là bậc "thành nhân, thí dụ như: Nguyễn Như Phong, "Người là bậc Thánh Nhân!"
https://petrotimes.vn/nguoi-la-bac-thanh-nhan-136085.html

[2] Tang lễ kết thúc lúc 5 giờ chiều tại Quảng Bình nhưng trước đó, vào buổi trưa, cờ tang ở Hà Nội đã được tháo bỏ để đón thủ tướng Trung Quốc Lý Khắc Cường.
Xem: http://www.danchimviet.info/archives/80507/vn-som-ha-co-tang-de-don-thu-tuong-tq/2013/10/comment-page-3

hẳn "Trời" đã sắp đặt sẵn cho ông một chương trình, một mục đích và ý nghĩa nào đó, cho đời. Như thế thì cái ý nghĩa "thiên mạng" đó phải thể hiện trong tính nhất quán, trong mối quan hệ tương liên giữa những chặng đời mâu thuẫn mà những kẻ xưng tụng ông vẫn ấm ức gọi là "nghịch lý", cái "nghịch lý" của cuộc đời khởi đầu vinh quang trong vai trò "cầm quân" tại chiến trường Việt Bắc để rồi tiếptục một cách ê chề với những tháng năm "cầm quần" giưa những mưu mô chính trị hậu cung tại Hà Nội, nói theo một câu ca dao hiện đại.[3]

Sự nhất quán giữa hai thái cực "cầm quân" và "cầm quần" ấy có thể nhìn qua học thuyết của Thomas Malthus nhưng đầu tiên là "thiên tài" và phẩm cách của ông Giáp.

Chúng ta thán phục một người là có "tài" khi kẻ đó làm được những điều mà kẻ khác làm được nhưng làm bằng cách nhanh hơn, với cái giá rẻ hơn mà có thể đem lại kết quả hay hơn. Chúng ta ngưỡng mộ một bậc "thiên tài" khi kẻ đó làm được những điều độc sáng mà chưa ai từng làm được hay, không chỉ hơn khối kẻ bình thường khác qua cách làm nhanh nhất, bằng cái giá rẻ nhất nhưng mang lại kết quả mỹ mãn nhất mà còn có thể, qua cách ấy hay việc ấy, để lại một dấu ấn hay những ý nghĩa khó phai nhạt qua những ảnh hưởng đến người khác, ít ra là trong lĩnh vực của mình.

Nếu "thiên tài" của Võ Nguyên Giáp kết tinh ở chiến thắng Điện Biên Phủ "lẫy lừng" thì cái tài trời phú ấy không thể chấm

---

[3] Có thể kể mấy câu liên quan đến việc Võ Nguyên Giáp nhận chức vụ này:

Năm xưa đại tướng cầm quân
Năm nay đại tướng cầm quần chị em

Hay:

Năm xưa đánh giặc công đồn
*Nay về quản lý cái l** chị em*

hết sau phút giây bắn pháo hoa mừng chiến thắng mà còn phải để lại những ý nghĩa "lẫy lừng" nào đó, ít nhất là cho riêng vùng đất ấy, và ít ra là trong đường lối quân sự sau đấy.

Ông ta là "thiên tài quân sự" thế nhưng với những đồng chí thuộc vai vế đàn em "thiên tài" ấy chẳng có một tý ty trọng lượng, chẳng để lại một dấn ấn hay ý nghĩa hay ảnh hưởng nào, ngay trong lĩnh vực quân sự. Gạt ông ta ra ngoài trong những quyết định trọng đại về chiến tranh, Lê Duẩn và Lê Đức Thọ đã không đếm xỉa gì đến "thiên tài" của ông ta. Chiến dịch Mậu Thân, họ chỉ báo trước có một ngày. Chiến dịch Quảng Trị, khi máu bộ đội đỏ cả dòng Thạch Hãn, họ cũng bỏ ngoài tai những ý tưởng chiến thuật của ông ta.[4]

Và "chiến thắng lẫy lừng" ấy cũng chẳng mang lại một ảnh hưởng tích cực nào cho những vùng đất hay con người đã trực tiếp và gián tiếp trả giá. Không nói xa xôi đến "đất nước" hay "dân tộc", gần ba phần tư thế kỷ sau ngày chiến thắng, những "an toàn khu", những "căn cứ địa", những "chiến khu gió ngàn" nuôi dưỡng nên chiến thắng ấy vẫn tiếp tục là những vùng đất đói nghèo nhất nước và, phần đông, thế hệ trẻ lớn lên ở đó, muốn đổi đời thì chỉ có thể, hoặc ngược sang Lào theo những "cung đường ma túy", hoặc xuôi về chốn thị thành làm thuê, làm đĩ.[5]

---

[4] Có rất nhiều tài liệu về việc này, trong đó phần cô đọng nhất là chương viết về Võ Nguyên Giáp trong cuốn *Bên Thắng Cuộc II: Quyền Bính*, của Huy Đức.

[5] Có thể tham khảo một số bài báo tiêu biểu:

- Hải Chung, "Xóa đói, nghèo ở chiến khu xưa".

http://www.nhandan.org.vn/chinhtri/tin-tuc-su-kien/item/21112502-.html

-Nguyễn Đăng Tấn, "Mùa Thu cách mạng, về thăm chiến khu xưa"

http://tuanvietnam.vietnamnet.vn/2013-09-03-mua-thu-cach-mang-ve-tham-chien-khu-xua

- "Na Ư- tụ điểm buôn bán cái chết trắng"

Giới hâm mộ Võ Nguyên Giáp viện dẫn sự thất thế chính trị để biện minh cho sự vô can của ông ta trước giá đắt trong Mậu Thân 1968 và Quảng Trị 1972-1973 thế nhưng cái giá của Điện Biên Phủ 1954 đâu có rẻ chút nào? Bao nhiêu nông dân cầm súng đã gục ngã, bao nhiêu tài nguyên đã tiêu tốn và những món nợ "xã hội chủ nghĩa anh em" với hậu quả nhãn tiền về sự phụ thuộc? Mà, xét cho cùng, nếu tướng tài là vị tướng không cần đánh mà có thể lấy được thành thì, chẳng cần đến những "chiến công chấn động thế giới" kiểu ấy, những cựu thuộc địa có cùng hoàn cảnh tại Á châu không những đã giành lại độc lập với cái giá rẻ hơn mà còn, hơn thế nữa, đã vươn tới những kỳ tích hậu thuộc địa lẫy lừng hơn, rất nhiều.

"Chiến thắng lẫy lừng" ấylà một món hàng xa xỉ, cực kỳ hoang phí, không chỉ hoang phí bằng xương bằng máu mà còn hoang phí bằng sự tụt hậu và lệ thuộc, lệ thuộc chính kẻ thù truyền kiếp của mình, kẻ đã xâm lăng đất nước chúng ta nhiều lần hơn ai hết, biến đất nước chúng ta làm thuộc địa lâu dài hơn ai hết.

Cái chiến thuật thí thịt người chẳng có gì độc sáng về mặt quân sự của ông Giáp gợi nhắc một giai thoại về cách giải quyết của Napoléon Bonaparte khi bị một viên thống chế dưới quyền thắc mắc trước một quyết định thí quân: "*Chỉ một đêm của Paris là đủ*". Chỉ một đêm thôi, và riêng tại Paris thôi, sẽ có bao nhiêu cặp nam nữ cuồng nhiệt quấn quýt vào nhau, sẽ có bao nhiêu tinh trùng bắn ra rồi tiến về bắt rễ trong buồng trứng để từ đó mở ra một mầm sống mới và, với Napoleon, thế là đủ. Đủ để bù lại những sinh mạng bị ông ta vung vãi trước trận địa mà đối phương đã bày bố sẵn sàng.

Như thế phải có một điểm nhất quán nào đó trong "vinh

---

http://vietbao.vn/Xa-hoi/Na-U-tu-diem-buon-ban-cai-chet-trang/10729950/157

quang" của vị "anh hùng chiến thắng" vào năm 1954 với sự cam chịu đến bạc nhược của vị "thống chế đặt vòng" vào năm 1983, khi ông ta trở thành "Chủ tịch Ủy ban quốc gia dân số và sinh đẻ có kế hoạch".[6]

Để hiểu được sự nhất quán ấy, có lẽ, phải nhắc qua học thuyết của Thomas Malthus (1766 – 1834), một giáo sĩ và là một nhà kinh tế học nổi tiếng người Anh.

Năm 1798 Malthus xuất bản cuốn khảo luận *An Essay on the Principle of Population* (Một tiểu luận về nguyên tắc dân số) để rồi khơi mào cho một làn sóng công kích hay chửi bới hằn học. Để đáp trả và cũng để củng cố lý thuyết của mình, từ năm 1799 đến 1802 Malthus đã thực hiện chuyến du khảo dài năm năm xuyên suốt Âu châu để tái minh định lập trường bằng cái tái bản quyển sách trên với những bằng chứng mới. Vẫn tiếp tục bị công kích dữ dội, Malthus lại có thể thu hút một sự chú ý đặc biệt, thể hiện ở việc cuốn sách ấy được tái bản đi, tái bản lại, rất nhiều lần.

Điều khiến Malthus vừa bị công kích vừa lôi cuốn người đọc là cách phân tích nguyên nhân và cách giải quyết nạn bần cùng. Theo Malthus thì dân số tăng theo cấp số nhân trong khi kinh tế chỉ tăng trưởng theo cấp số cộng, và khi nền kinh tế không đáp ứng nổi nhu cầu của một dân số quá đông thì hệ quả là sự bần cùng. Vấn đề đặt ra là làm thế nào để giải quyết nạn quá tải dân số này và, theo Malthus, khi con người bó tay thì "tự nhiên" sẽ ra tay. Khảo sát thật kỹ các xã hội trong suốt chiều dài lịch sử của nó, Malthus đi đến kết luận rằng các biến cố lớn liên quan đến nạn đói, thiên tai, bệnh dịch và chiến tranh đều gắn liền với những "khó khăn về dân số": dân số bị quá tải thì những thảm họa ấy sẽ thay nhau diễn ra để mà...

---

[6] Câu này liên quan đến việc Tố Hữu trở thành phó thủ tướng đặc trách kinh tế: "Nhà thơ làm kinh tế, thống chế đi đặt vòng".

giảm tải! [7]

Hẳn nhiên học thuyết của Malthus không hoàn toàn đúng và không phù hợp với thực tế ngày nay sau bao nhiêu bể dâu về kinh tếvàkhoa học thế nhưng mối ám ảnh "khó khăn dân số" ấy vẫn tiếp tục duy trì hiệu lực, vẫn dai dẳng đeo bám nhân lọai, thậm chí nó từng ám ảnh cả nhà thơ Tú Xương phớt đời của chúng ta, qua bài thơ "Chúc Tết":

Lẳng lặng mà nghe nó chúc con
Sinh năm đẻ bảy được vuông tròn.
Phố phường chật hẹp, người đông đúc,
Bồng bế nhau lên nó ở non

Ba năm sau khi Tú Xương lìa đời thì Võ Nguyên Giáp chào đời. Và bốn mươi bốn năm sau khi ông Giáp chào đời thì ám ảnh ấy đã phần nào giải quyết bằng chiến thuật thí thịt người tại Điện Biên Phủ cùng muôn vàn những trận đánh tương tự trước đó hay sau đó ở những quy mô nhỏ hơn. Nếu chiến tranh, theo cái nhìn của Von Clausewitch, là sự "tiếp nối của chính trị bằng những phương tiện khác" thì, phải chăng, "người hùng chiến tranh" Võ Nguyên Giáp, như một kẻ hoàn toàn thất bại về chính trị, chính là hiện thân của sự "can thiệp của tự nhiên" để giải quyết những "khó khăn về dân số"?

"Tự nhiên", ở đây, nên hiểu là "Trời" và nếu nhìn như thế thì sẽ thấy ngay cái mẫu số chung hay mối quan hệ "biện chứng" giữa đoạn trước và đoạn sau của cuộc đời ông. Cơ hồ "Trời"

---

[7]Hẳn nhiên tính toán của Malthus không hoàn toàn phù hợp với thực tế và trong hai thế kỷ sau đó tốc độ tăng dân số vẫn xảy ra mà không bị cản trở bởi nghèo đói tại các nước kỹ nghệ như Âu châu. Một trong những người chỉ trích Malthus kịch liệt nhất là Friedrich Engels – đồng chí kiêm môn đệ của Karl Marx. Theo ông tổ số hai của chủ nghĩa cộng sản thì Malthus đã không hấy được các yếu tố như quá trình tích sản, tích lũy giá trị thặng dư của giai cấp bóc lột, cũng không thấy được vài trò của khoa học v.v…

sinh ông ta ra là để giải quyết những khó khăn đã ám ảnh Malthus. Đoạn đầu đời xông xáo trên mặt trận, ông ta "giải quyết khó khăn" bằng cách đẩy những mầm sống đã đạt tuổi trưởng thành vào trận địa theo chiến thuật thí thịt người. Nửa đời sau thầm lặng trong nền chính trị hậu trường, ông ta "giải quyết khó khăn" với những cái bọc *condom*, những sợt dây thắt ống dẫn tinh và hay những vòng tránh thai để phong toả, ngăn không cho tinh trùng tiến về với trứng.

Giới hâm mộ xem đó là "thăng trầm" của đời ông Giáp và ca tụng đó là chữ "nhẫn" của bậc thánh nhân, là "phong cách trí thức" của một tướng lĩnh "có văn hoá". Nhưng tính cách của bậc trí thức không chỉ hình thành việc đọc sách, việc làu thông kim cổ hay, giữa một đám lãnh tụ công nông đàn gãy tai trâu, "biết đánh cả đàn pinao". Và, ngoài từ "nhẫn", tiếng Việt còn có thêm từ "khí tiết". Nếu "nhẫn" không có nghĩa là bạc nhược thì "phong cách trí thức" không có nghĩa là phải giữ sự mềm mỏng và thụ động của con người chỉ biết mỗi một việc đọc sách. Mềm mỏng, hay cứng cỏi, người trí thức phải quyết liệt, không lùi bước, không khoan nhượng để bảo vệ lẽ phải và sự thật. Đó là thái độ của Emile Zola khi lên tiếng "Tôi kết tội" để bảo vệ Alfred Dreyfus, viên sĩ quan gốc Do Thái bị cả guồng máy quân sự và chính trị Pháp toa rập để vu khống tội gián điệp. Dreyfus chẳng can dự gì đến Zola và nhà văn này lên tiếng là để bảo vệ lẽ phải, bảo vệ sự thật nhưng còn ông Giáp? Như một "đại tướng - trí thức - anh hùng", ông ta đã làm gì để bảo vệ lẽ phải và sự thật khi chính những tướng lĩnh và sĩ quan tâm phúc của mình như Đặng Kim Giang, Lê Liêm hay Đỗ Đức Kiên bị vu khống là gián điệp?

Không chứng tỏ một nỗ lực tối thiểu để bảo vệ lẽ phải và sự thật, để trọn chữ nghĩa tình với những người từng vào sinh ra tử với mình thì có thể nào đạt đến chuẩn mực xử sự của bậc thánh nhân? Những kẻ chỉ trích vin vào điều này để cho rằng ông ta hèn nhát. Thì đó cũng là một cách nhìn nhưng từ góc độ của Malthus và ý nghĩa "Trời sinh" thì chẳng có gì là anh hùng hay ươn hèn trong cái cuộc đời đó cả. Trời sinh ông ta để "giải quyết những khó khăn" về dân số và ông ta vận dụng bất cứ vai trò nào có thể được để thực hiện sứ mạng đó theo đúng nguyên tắc"Cứu cánh biện minh cho phương tiện"mà Nicolo Machiavelli đã nêu ra trong *The Prince* (Quân Vương).

Cuốn sách được xem là kinh điển về chính trị thực dụng này được xuất bản năm 1532, năm năm sau khi Machiavelli qua đời. Trong công trình mỏng tang của mình, Machiavelli đã nhấn mạnh rằng, trong chính trị, yếu tố hiệu năng và thực tiễn phải được đặt lên lên trên giá trị đạo đức hay các khái niệm trừu tượng, và để sống còn, những lãnh tụ chính trị phải biết cách học hỏi từ loài dã thú:

> *"Bậc quân vương phải học hỏi từ bản chất của loài thú để kết hợp sức mạnh của con sư tử với sự tinh ranh của loài cáo. Sư tử không thể tự bảo vệ mình trước các cạm bẫy nhưng cáo thì không thể chống lại loài chó sói. Vì thế, cần phải là cáo để nhận ra những cạm bẫy và là sư tử để dọa chó sói."*[8]

Nếu "thiên tài quân sự" là kẻ phải thể hiện sự dũng mãnh của loài "sư tử" thì ông ta, "Thiên tài quân sự Võ Nguyên Giáp", còn có nhiều lợi thế trên đấu trường chính trị hậu cung khi đã từng là "cáo" và cũng từng là "sói". Trước khi thực sự chống lại thực dân ông ta đã đóng vai trò chủ chốt trong những cuộc thanh trừng khốc liệt nhắm vào các đảng phái quốc gia chỉ để giành lấy độc quyền chống thực dân, nghĩa là từng giăng bẫy

---

[8]Bản tiếng Anh: "Of the animals, a prince should be compelled to choose to emulate the effective points of] the fox and the lion, because the lion cannot defend himself against traps, and the fox cannot defend himself against wolves. Therefore, it is necessary to be a fox to discover the traps, and [to be] a lion to terrify the wolves. Those who rely simply on the [effective points of a] lion do not understand what they are about."

như "cáo". Trước khi là Bộ trưởng Quốc phòng và Tổng tư lệnh quân đội, ông ta đã là Bộ trưởng Nội vụ đầu tiên của chính quyền Việt Nam Dân Chủ Cộng Hoà và, trong vai trò ấy, đã ký nghị định để chống lại cái gọi là các tổ chức quốc gia gọi "phản động" tháng Chín năm 1945, nghĩa là đã vồ mồi như "sói".

Đã là "sư tử", đã từng giăng bẫy như "cáo" và từng vồ mồi như "sói", tại sao ông ta, có thể dễ dàng đầu hàng trước những đồng chí chỉ đáng mặt là "cáo" hay "sói" như Lê Duẩn và Lê Đức Thọ?

Cũng chẳng có gì đáng gọi là "nghịch lý" trong mối quan hệ tưởng là mâu thuẫn này cả khi một "đại tướng anh hùng" dễ dàng bỏ rơi đồng đội, dễ dàng nhìn những ý tưởng mà mình tin là có lợi cho đất nước bị vứt bỏ vào sọt rác mà, thậm chí, còn là một sự nhất quán và thông suốt nếu nhìn theo những góc độ nói trên.

"Trời" sinh ông ta thế và, cơ hồ, cả trong cái thời sung mãn nhất về thể chất và trí lực của mình, ông ta, "Đại tướng Võ Nguyên Giáp", chưa bao giờ cảm thấy có đủ tự tin với "thiên tài", với "thiên mạng" của bậc anh hùng cứu thế trong tầm vóc của một con sư tử. "Trời" không sinh ông để sống trọn vẹn ý nghĩa của một con người huyền thoại. Trời sinh ông ra để giải quyết những "khó khăn về dân số".

"Thiên mạng" của ông ta là giải quyết những "khó khăn về dân số" còn chế độ toàn trị thì đang lúng túng với "thiên mạng" của mình trước một dân số đầy... khó khăn. Khó khăn vì người dân ngày càng trưởng thành hơn, càng biết rõ chân tướng của bọn họ hơn. Và họ lúng túng vì càng ngày càng để lộ cái bản chất phản động và thối nát nhiều hơn. Thế là, sau bao nhiêu năm bị bỏ quên, phải tìm quên trong thiền và trong kinh Phật, ông ta được vực dậy, được công kênh như một huyền thoại chiến tranh. Ông ta càng rũ xuống, càng vật vờ trong đời sống thực vật trên giường bệnh bao nhiêu, cái chiến dịch phục dựng huyền thoại chiến tranh ấy càng rầm rộ bấy nhiêu.

Nhưng, luôn luôn, cái mà nền toàn trị cần là những huyền thoại chỉ để thờ, thờ sống hay thờ chết. Nó chỉ cần cái bài vị, cái vừng sáng lung linhnhang nến quanh một nhân vật để công chúng kính cẩn gập mình lại lạy chứ không phải những giá trị thực tiễn mà kẻ đó có thể đóng góp. Hồ Chí Minh cũng vậy mà Võ Nguyên Giáp cũng vậy. Cũng chỉ đơn thuần là hai cái bài vị để cho công chúng lạy, lạy sống hay lạy chết. Thập niên 60, hệ thống quyền lực đó vừa thờ sống Hồ Chí Minh, vừa gạt ông ta qua một bên. Chỉ cách đây mấy năm thôi, hệ thống đó cũng vừa rầm rộ "lạy sống" ông Giáp, vừa thẳng tay vứt vào sọt rác những "tâm can" mà ông ta trút cạn khi hệ thống quyền lực tự đâm vào cổ mình bằng cách mời mọc kẻ thù truyền kiếp của dân tộc đến cắm rễ ngay tại vùng đất chiến lược.[9]

Những kẻ hâm mộ ông lấy làm ấm ức vì trong bài điếu văn chính thức đọc trong tang lễ Tổng bí thư Nguyễn Phú Trọng đã không đề cập về ông như một "anh hùng" mà chỉ gọi suông là "nhà lãnh đạo uy tín." Theo họ ông ta là "anh hùng dân tộc", là "hồn thiêng sông núi" v.v... và, theo những dòng người rồng rắn đưa tang, những mỹ từ này đã rồng rắn nối đuôi nhau trên các phương tiện truyền thông để tấn công vào suy nghĩ của công chúng, để bám vào suy nghĩ của thế hệ mới lớn.[10]

---

[9]Võ Nguyên Giáp đã ba lần viết thư gởi Bộ Chính trị đề nghị chám dứt dự án bauxite Tây Nguyên, tuy nhiên lời ông bị gạt qua một bên, thậm chí những kẻ có trách nhiệm đã không thèm trả lời.

[10]Thí dụ các bài báo hay bản tin:

- Thùy Linh, "Đại tướng ơi! Người đã thành hồn thiêng sông núi" http://news.go.vn/xa-hoi/tin-1532062/dai-tuong-oi-nguoi-da-thanh-hon-thieng-song-nui.htm

-Hoàng Điệp – Lam Giang - TTXVN, ""Quốc tang anh hùng dân tộc Võ

Xung tụng ông ta thế nào, là "thiên tài quân sự", là "bậc thánh nhân" v.v.. là tùy bởi việc đó quyền, là năng lực nhận thức, là trí tuệ của từng người. Nhưng nếu gọi một nhân vật như thế - "sư tử" không ra "sư tử", "sói" không ra "sói" và "cáo" không ra "cáo" - là "hồn thiêng sông núi" hay "anh hùng dân tộc"thì quả là một sự báng bổ và xúc phạm. Nó báng bổ tổ tiên. Nó xúc phạm đến sông núi thiêng liêng. Nó xúc phạm những anh hùng dân tộc như Ngô Quyền, Lý Thường Kiệt. Lê Lợi hay Nguyễn Huệ v.v...

Và nó xúc phạm đến cả chúng ta, những người đang mang ơn những người con kiệt xuất của dân tộc ấy, những anh hùng đã thực sự bảo vệ đất nước trước dã tâm nghiền nát và nuốt chửng của kẻ thù truyền kiếp, cái kẻ thù đang vừa kêu ca đòi chia chác thứ "vinh quang" xây trên xác người ở Điện Biên Phủ, vừa vận dụng cả trăm ngàn trò trí trá để bóp nghẹt môi trường và nguồn sống của chúng ta, dồn ép chúng ta vào cảnh kiệt quệ và chết dần chết mòn, cũng với dã tâm nghiền nát và nuốt chửng.[11]

17.10.2013

Nguyên Giáp"

http://tuoitre.vn/Chinh-tri-Xa-hoi/573847/quoc-tang-anh-hung-dan-toc-vo-nguyen-giap.html#ad-image-0

[11]Có nhiều tài liệu từ phía Trung Quốc nhấn mạnh vao trò của các cô vấn Trung Quốc, thí dụ:

"Hồi kí cố vấn Trung Quốc (3) --Vai trò của Vi Quốc Thanh (Wei Guoqing) qua lời kể của viên thư kí" [Bản dịch của Dương Danh Dy]

http://www.diendan.org/the-gioi/hoi-ki-co-van-trung-quoc-3/

Quảng Nam, tiểu tự sự của một tiểu Cộng hoà xã hội chủ nghĩa

Thế là từ nay, tiếp nối với "Trung dũng - kiên cường - đi đầu diệt Mỹ" như là "tám chữ vàng" rôm rả của thời chiến, tiểu tự sự của tiểu cộng hoà xã hội chủ nghĩa Quảng Nam sẽ còn rôm rả hơn nhiều với mấy chữ xám xanh màu đá mọc ra từ "Mẹ anh hùng" như một vế đối bất cân chỉnh cho thời bình, đại loại "Hoành tráng - nguy nga - hàng đầu Đông Nam Á".[1] Và từ nay, e là, pho tiểu tự sự chung cho vùng đất ấy sẽ phì đại thêm ra với pho tượng "to nhất Đông Nam Á" trong

---

[1] Tượng đài Mẹ Việt Nam Anh hùng mới khánh thành ngày 29.3.2015. Tượng này có kinh phí xây dựng 411 tỉ đồng VN tức gần 20 triệu đô la Mỹ, xây dựng trên khu đất rộng 15 mẫu thuộc núi Cấm, xã Tam Phú (Tam Kỳ). Tượng chính làm từ đá cao 18,5 m, hình cánh cung dài 101 m, công trình được xây dựng từ 20,000 tấn mua từ Bình Định.

Tượng đài tạc nguyên mẫu bà Nguyễn Thị Thứ (Điện Bàn, Quảng Nam), có 9 con trai, một con rể và hai cháu ngoại là liệt sĩ. Tượng được quảng cáo là "tượng đài lớn nhất khu vực Đông Nam Á".

Quảng cáo rầm rộ thế nhưng chưa khánh thánh thì đã gây tai tiếng về việc "khắc thơ sai chính tả", khánh thành vài ngày thì nền gạch ngay trước tượng bị bong tróc, vỡ vụn.

Về bức tượng, xem bài thơ "Tôi chết rồi xin hãy để tôi yên" của Trần Mạnh Hảo

http://keditim.net/?p=28793

khi con người và vùng đất ấy vẫn vậy, nghèo vẫn hoàn nghèo.

Nếu "tiểu tự sự" là những câu chuyện chan chứa tự hào mà các thế hệ tiếp nối trên một vùng đất lưu truyền như một chất keo tinh thần để gắn bó cộng đồng thì, cộng lại, từng tiểu tự sự của từng vùng đất sẽ gộp thành "đại tự sự" chung cho một cộng đồng quốc gia, dân tộc. Mà không nhất thiết phải làm toán cộng. Chỉ nhìn từ cái "tiểu cộng hoà xã hội chủ nghĩa" này thôi chúng ta đã hiểu tại sao. Tại sao mỗi ngày pho đại tự sự chung cho "cộng hoà xã hội chủ nghĩa" mỗi xôm tụ với những kỳ tích "hàng đầu" về kích thước trong khi năng lực đất nước cùng phẩm chất của con người thì mỗi ngày mỗi chìm, mỗi ngày mỗi bé mọn?

Thì hãy bắt đầu từ vùng đất vừa bắn pháo hoa ăn mừng tượng đá "to nhất Đông Nam Á" ấy. Là đứa con của đất Quảng, tôi từng được dưỡng dục với những niềm tự hào như "Địa linh nhân kiệt" hay "Ngũ phụng tề phi" để rồi, không cần phải lớn lắm, đã hụt hẫng nhận ra rằng đó chỉ nên là niềm hãnh diện hay cảm hứngdành riêng cho tuổi học trò.

Tôi từng sương sướng cái cảm giác sinh ra trên miền đất "sinh nhân kiệt" để rồi, chỉ qua vài bộ *địa phương chí* thôi, đã hoang mang cái cảm giác vừa leo lên miệng giếng khi, hầu như, miền đất nào cũng sở hữu một niềm kiêu hãnh tương tự. Mà thời đại này thì chẳng cần mất công với mấy bộ địa phương chí. Chỉ *google* mấy từ "địa linh nhân kiệt" sẽ thấy hàng loạt sông núi đứng lên. Cao Bằng, Hải Dương, Nam Định cũng "địa linh nhân kiệt" mà Bắc Ninh, Sơn Tây, Thanh Hoá, Nghệ An, Hà Tĩnh, Quảng Bình, Quảng Ngãi, Phú Yên v.v... cũng vậy, cũng "hồn thiêng sông núi" và "linh khí đất trời", cũng "tinh anh kết tụ" và "nhân tài kiệt hiệt". Dễ thường có đến ba phần tư đất nước là "địa linh nhân kiệt" cả thì việc gì người Quảng phải ê a tán tụng như một thứ của hiếm độc quyền?

Tôi từng bay bổng với "Ngũ phụng tề phi", nói là danh hiệu vua Thành Thái ban cho phủ Quảng Nam trong khoa thi Mậu Tuất (1898) khi có tới năm bậc đại khoa là học trò xứ Quảng.[2] Thì cũng đáng hãnh diện thật nhưng đời người đâu chỉ kết thúc ở mấy kỳ thi trong khi sự phát triển của một vùng đất đâu chỉ ngưng lại với mấy buổi lễ phát thưởng cho học trò? Nếu các kỳ thi chỉ là thử thách đầu tiên để những *chuẩn* nhân tài bước qua nắm lấy cơ hội thi thố với đời thì một cộng đồng trưởng thành không thể mãi mãi ê a thứ thành tích chỉ ở mức ngưỡng cửa ấy. Nó phải hướng đến những gía trị sâu rộng hơn qua những cống hiến mang lại cho nhân quần qua những tác phẩm, những công trình hay sự nghiệp kinh bang tế thế. Mà xét như thế thì, bất quá, những bậc đại khoa này ấy cũng chỉ là những thí sinh giỏi làm bài thi, và, đáng nói hơn, chỉ thi cốt để làm quan.

Đứng đầu danh sách là Tiến sĩ Phạm Liệu, Binh bộ Thượng thư từ 1929 đến 1933, lúc bị Bảo Đại bãi chức trong chương trình cải tổ nội các. Không bình nam ổn bắc thì ít ra sự nghiệp của một binh bộ thượng thư phải thể hiện ở những cải cách quân bị giữa cái thời đất nước cần giành lại tiếng nói thế nhưng ông nghè này không chỉ không làm được mà, kém hơn, còn là phế phẩm của một nỗ lực cải cách như thế. Đứng hàng thứ hai là Tiến sĩ Phan Quang mà thành tích cao nhất là chức Tham tri Bộ Hình là xong, là về hưu, chấm hết. Hai nhân vật đầu bảng đã vậy mà ba nhân vật tiếp nối cũng vậy, cũng chỉ giỏi thi và thi để làm quan, không một tác phẩm, một công trình hay một sự nghiệp để lại!

---

[2] Ngũ phụng tề phi: Năm con chim phượng hoàng cùng bay, danh hiệu chi 5 học trò xứ Quảng gồm ba tiến sĩ là Phạm Liệu, Phan Quang, Phạm Tuấn và hai phó bản là Ngô Chuân và Dương Hiển Tiến. Tương truyền danh hiệu này là tấm biển do vua Thành Thái tặng cho học trò đất Quảng thuở ấy tuy không một sử liệu nào ghi lại.

Là đứa con của đất Quảng tôi không có ý miệt thị những giá trị tinh thần luôn được quê hương mình hâm nóng mà chỉ muốn nhìn đúng với thực chất vấn đề. Cứ máy móc lập đi lập lại cái niềm "tự hào Quảng Nam" ấy thì, nói theo cố Tổng thống – nhà văn Václav Havel, làm một người Quảng Nam sẽ sáng giá hơn là làm một người Sài Gòn hay một người Bình Định ư?[3] Mà nếu thực sự có đủ tư cách để tự hào - như vẫn hằng tự hào về Phan Chu Trinh, Hoàng Diệu hay Phan Khôi - thì niềm tự hào đó phải thuộc về nhân cách, khí tiết, tầm nhìn và cống hiến của những con người đó chứ không thể dừng lại ở việc giỏi thi hay việc làm quan lớn. Nhưng quan trọng hơn, cái lối tự hào "đỗ đầu" này, xem ra, cũng ấu trĩ như niềm tự hào đang vẳng ra từ khối đá "to nhất Đông Nam Á" nói trên và đó, có lẽ, là một trong nguyên nhân khiến đất Quảng nghèo vẫn hoàn nghèo!

Vinh quang "Ngũ phụng" diễn ra vào cuối thế kỷ 19 và từ đó đến nay, với những thế hệ học trò giỏi làm bài thi tiếp nối nhau, Quảng Nam vẫn tròn danh là "đất học". Nhưng nếu thực sự là vùng đất của linh khí đất trời và trí tuệ con người thì, với bề dày lịch sử như thế, đất Quảng phải khác đi và, trên bản đồ đất nước, phải chiếm một vị trí tương tự vị trí của Cambridge ở Anh, của Silicon Valley ở Mỹ, hay của Dubai ở vùng Trung Cận Đông chứ? Không là một trung tâm học thuật thì cũng là

---

[3] Trả lời một cuộc phỏng vấn năm 1988: "''I am Czech. ''This was not my choice, it was fate. I've lived my whole life in this country. This is my language, this is my home. I live here like everyone else. I don't feel myself to be patriotic, because I don't feel that to be Czech is to be something more than French, or English, or European, or anybody else. 'God - I don't know why - wanted me to be a Czech. It was not my choice. But I accept it, and I try to do something for my country because I live here.''

http://www.nytimes.com/1989/12/30/world/upheaval-east-new-president-man-master-irony-humor-vaclav-havel.html

một trung tâm khoa học - kỹ thuật hay kinh tế - tài chính chứ? Nhưng bao nhiêu năm đã trôi qua, với bao nhiêu lần hâm nóng vinh dự "đỗ đầu", đất Quảng vẫn vậy. Vẫn tiếp tục là một trong những tỉnh nghèo nhất nước, vẫn là cái quê hương mà để thi, để học, hay để khá lên thì, tuyệt đại đa số, những đứa con của nó chỉ có mỗi một cách là biệt xứ, tha hương.

Tôi cũng từng là một người tha hương như thế và vùng đất đó vẫn nguyên vẹn trong "tự sự" của chính tôi. Một vùng đất đã mở rộng vòng tay đón nhận xương cốt cha ông chúng ta, hoà tan nhau thai chúng ta, rồi gắn bó với tuổi thơ và một phần tuổi trẻ của chúng ta thì, ắt hẳn, vùng đất đó sẽ trở thành phần không thể tách rời trong "câu chuyện" của chúng ta. Nhưng câu-chuyện-đất của tôi không chỉ có những cảm xúc vinh dự, tự hào. Đất Quảng, với tôi, là những đồng lúa và bãi mía xanh rờn nhưng cũng còn là những đồng cát khô cháy "chó ăn đá, gà ăn muối", còn là những khoảnh đất bạc màu nhọet nước mùa mưa và khô khốc, nứt nẻ vào mùa hè. Đất Quảng, với tôi, còn là những bữa cơm độn "ăn mắm mút dòi", là những nông dân lam lũ "bán lưng cho trời" cả đời chưa một lần bước vào tiệm ăn hạng xòang chỉ để thưởng thức một tô phở tái, là những thị dân chạy ăn từng ngày, là những cảnh ra đi bịn rịn tiễn đưa hay thui thủi một góc sân ga - bến xe với dòng người biệt xứ mang theo giấc mơ cuộc đời sẽ khá.

Mà không hẳn là cao vọng khá lên mà, nhiêu khi, chỉ là để sống. Chỉ để mưu sinh, bằng bắp thịt hay bằng chất xám, phần lớn những đứa con của vùng đất ấy chỉ có mỗi một cách là biệt xứ. Đầu tiên là những chuyến xe đò hay tàu chợ thưa thớt rồi tăng dần, tăng dần theo đà tăng dân số với những chuyến xe khách dày đặc dọc các tuyến đường mà báo chí vẫn lâm ly diễn tả, đều đặn hàng năm, ngay sau ba ngày Tết. Cảnh đưa tiễn nào cũng bùi ngùi cả nhưng càng bùi ngùi hơn khi người tiễn là cha mẹ già lẩy bẩy ở lại trong cảnh "côi cút" trong khi đàn trẻ ra đi thì mệt mỏi nghĩ đến cuộc sống nhốn nháo, đầy cạm bẫy trước mặt. Thôi thì tạm an ủi rằng, dẫu sao, Quảng Nam cũng chỉ là một tỉnh, một "tiểu cộng hoà xã hội chủ nghĩa". Quảng Nam mà là một nước, một "cộng hoà xã hội chủ nghĩa" thì, không khéo, những công dân của cái "nước Quảng" ấy còn phải chịu cái nhục và cái nguy của những di dân Mexico khi trốn chui trốn nhủi để biệt xứ làm thuê.

Cùng có một lịch sử khai phá như nhau, cũng dồi dào tài nguyên như nhau, tại sao ngày nay người Mexico phải liều mạng vượt biên giới chạy về vùng đất cũ của mình là California để làm thuê kiếm sống? Brazil cũng vậy. Cũng rộng lớn, cũng giàu tài nguyên, cũng có một lịch sử khai phá tương tự và cũng những câu hỏi tại sao, tại sao về tình trạng bần cùng và tụt hậu.

Max Weber, trong *The Protestant Ethic and the Spirit of Capitalism*, giải đáp thích sự thể ấy bằng "Văn hoá Tin Lành".[4] Giáo lý Tin Lành, theo Weber, dựa trên tư tưởng thần học cải cách của John Calvin, cho rằng các con chiên không nhất thiết phải xa rời những lợi ích phù thế bởi những hoạt động mang lại lợi ích kinh tế cũng hàm chứa một ý nghĩa đạo đức và tâm linh tích cực và chính tư tưởng thế tục hoá này, cùng các yếu tố khác, đã thúc đẩy những cải cách xã hội và kinh tế mang "tinh thần tư bản" tại Bắc Âu và Bắc Mỹ. Nếu đây chỉ là một hình thức giản lược những phân tích khúc chiết của Weber thì chúng ta còn có thể giản lược hơn nữa bằng hình tượng cụ thể của hai cái nhà thờ. Những nhà thờ Tin Lành ở Bắc Âu hay Bắc Mỹ thường là những nhà thờ giản dị bằng gỗ trong khi nhà thờ nào của Giáo hội Công Giáo tại Châu Mỹ La Tinh cũng đồ sộ và nguy nga, bằng đá. Một bên thì cân bằng giữa hoạt động kinh tế và tâm linh nên, bên cạnh việc dành ra một ít để xây

---

[4]http://www.d.umn.edu/cla/faculty/jhamlin/1095/The%20Protestant%20Ethic%20and%20the%20Spirit%20of%20Capitalism.pdf

dựng nơi thờ phượng giản dị nhưng không kém phần tôn nghiêm, xã hội đầu tư phần lớn vốn liếng tích lũy được vào những hoạt động kinh tế sinh lợi. Một bên thì vốn liếng chạy hết vào những nhà thờ lộng lẫy chỉ để sướng mắt và sướng lòng với niềm tự hào suông nên, hậu quả, phải là tình trạng thua sút và tụt hậu.

Và đó chính là những gì đang xảy ra trên vùng đất vẫn tự hào là "đất linh - đất học". Hậu quả nhãn tiền từ cái pho tượng với niềm tự hào rỗng tuếch này sẽ là, đất Quảng sẽ tiếp tục nghèo, sẽ tiếp tục tụt hậu và nhiều, và rất nhiều năm sau nữa, những người con đất Quảng sẽ còn tiếp tục bỏ quê, tiếp tục bỏ cha già mẹ già chỉ để è cổ làm thuê. Để xứng đáng đất "linh" và "đất học" thì những nguồn vốn như thế cần phải đầu tư cho nền móng đầu tiên của những cơ sở sản xuất kỹ thuật cao, một đại học, một viện nghiên cứu, một trung tâm giao dịch tài chính, chỉ cần "hàng đầu" miền Trung hay, cao tay, là "hàng đầu" Việt Nam thôi, khoan nói chuyện xa vời với toàn cõi Đông Nam Á.

Nhưng không, thay vào đó là một pho tượng rất to, to "hàng đầu" khu vực.

Thì hãy tạm hãnh diện với cái kỳ tích "hàng đầu kích thước" này nhưng, như là một công trình điêu khắc, ít ra cũng phải đề cập đến một tầng bậc "nhất nhì" nào đó về mặt mỹ thuật chứ? Khi những kẻ dựng tượng không hó hé gì đến nghệ thuật mà chỉ huyênh hoang về độ to thì, dẫu là nhất cả Á châu hay cả thế giới đi nữa, công trình đó sẽ không bao giờ đạt tới tầm mức "vĩ đại" mà, thực chất, chỉ là một khối vật chất "phì đại". Nhưng dẫu đó đã thực sự là một công trình "vĩ đại" thì sự thể cũng chẳng khá hơn. Brazil tự hào về tượng Chúa Jesus vĩ đại, như là một trong bảy kỳ quan hiện đại, vừa lớn nhất thế giới, vừa đặt ở vị trí dựng tượng cũng cao nhất thế giới ở đỉnh cao 700 mét thế nhưng ngay tại Rio de Janero, dưới bóng tượng Chúa "vĩ đại" ấy, chính quyền đã bất lực và bé lại trước các băng đảng ma túy con con, không thể nào kiểm soát thành phố, phó mặc cho chúng lộng hành. Rio de Janero chỉ là một thành phố và, trên phương diện quốc gia, chỉ mới năm ngoái thôi, Brazil đã bị tổ chức quốc tế Fund for Peace cảnh cáo như là một *fragile state*, một nhà nước bất ổn, dễ vỡ nát.[5]

Có nhiều tiêu chí để xếp hạng *fragile state*, từ nạn bần cùng và bất công xã hội đến sự bất lực trong việc kiểm soát tài nguyên hay bảo vệ sự bền vững của môi trường, từ tình trạng chảy máu nhân lực đến chảy máu chất xám v.v.., nghĩa là những triệu chứng có thể thấy gần hết ở cái "tiểu cộng hoà" có pho tượng "to nhất Đông Nam Á". Quảng Nam, đó là nơi mà chính quyền bất lực, không kiểm soát nổi nguồn tài nguyên của mình, dù là vàng trong lòng suối hay rừng dọc theo triền suối. Quảng Nam, đó là nơi mà, chỉ mới Tết năm ngoái thôi, vẫn ngửa tay xin gạo cứu đói.[6] Quảng Nam, đó là nơi mà chính quyền không ngần ngại vung vốn liếng dành dụm chỉ để sướng mắt và sướng lòng tự hào suông trong khi không tạo nổi công ăn việc làm, để những bắp thịt gân guốc nhất hay những bộ óc sáng loáng nhất của mình bỏ xứ tìm đường sống.

Nói theo Weber thì đó là sự mất cân bằng giữa nhu cầu tinh thần không tiêu chí nào đo được và những nhu cầu thiết thực hoàn toàn có thể thấy được. Tại sao không tri ân "mẹ anh hùng" ấy bằng những trường học mới, bằng qũy học bổng hay qũy dưỡng lão mang tên bà? Nhà tài phiệt Cecil John Rhodes của Nam Phi đâu cần "phì đại hoá" cái tên của mình bằng một khối đá "lớn nhất" Đế quốc Anh mà, thay vào đó, vĩ đại và bất tử hoá cái tên mình bằng *Rhodes Scholarship*, học bổng hậu đại

---

[5] http://foreignpolicy.com/fragile-states-2014/

[6] "Vì sao tỉnh giàu cũng... xin gạo cứu đói?"
http://vtc.vn/vi-sao-tinh-giau-cung-xin-gao-cuu-doi.2.469812.htm

học tại Oxford cho những sinh viên dấn thân và xuất chúng của khối Thịnh Vượng Chung, như là qũy học bổng quốc tế đầu tiên và, có lẽ, là quỹ học bổng nổi tiếng nhất thế giới.

Thì hãy tạm chấp nhận lý sự của những nhà tuyên truyền tỉnh lẻ rằng bà mẹ liệt sĩ ấy đã mất mát quá lớn, rằng tượng đài thể hiện một ý nghĩa lịch sử, một bài học để nhắc nhở tương lai phải nhìn về quá khứ. Nhưng nếu đã nêu ra một ý nghĩa xuyên suốt lịch sử như thế thì hãy tạm tưởng tượng đất Quảng cái ngày thực sự xứng danh "đất linh" và "đất học", một trung tâm học thuật mà, đến mùa thi, sĩ tử toàn quốc và thậm chí cả từ các nước lân cận nườm nượp kéo về; một trung tâm khoa học hay tài chính mà những nhân tài xuất chúng tìm về để thi thố, nghĩa là một Quảng Nam có thừa tư cách và tài nguyên để sở hữu một công trình mỹ thuật mang tính lịch sử với kích thước "hàng đầu". Nhưng cả khi đó thì người con xứng đáng nhất để vinh danh phải là một nhân vật với tầm cỡ quốc gia như Phan Chu Trinh, nhà văn hoá và nhà ái quốc vĩ đại với một nhân cách vĩ đại mà cái chết vào năm 1926, dẫu bị cấm đoán và đàn áp, đã tự động trở thành quốc tang, gây ảnh hưởng cả một thế hệ và hâm nóng lên cả một phong trào yêu nước. Nhưng quan trọng hơn là tầm nhìn của Phan Chu Trinh. Đất Quảng chỉ có thể khá lên một khi đất nước đã khá lên. Mà muốn khá lên như thế thì đất nước hẳn đã chọn con đường mà ông đã vạch ra cách đây trên một thế kỷ là chấn hưng dân khí và dân trí để tự lực, tự cường: "*Không bạo động, bạo động tất chết! Không trông người nước ngoài, trông người nước ngoài tất ngu! Đồng bào ta, người nước ta, ai mà ham mến tự do, tôi xin có một vật rất quý báu tặng cho đồng bào, là "Chi Bằng Học"*. [7]

---

[7] Trích từ bài "Hiện Trạng Vấn Đề", viết bằng chữ Hán đăng lần đầu năm 1907 trên Đại Việt Tân báo (tức *Đăng Cổ Tùng Báo* đổi tên), bản dịch của bà Lê Thị Kinh.

Nhưng thay vào đó là là một "Mẹ anh hùng", của một vùng đất có đến 11677 mẹ anh hùng.[8] Đó là những bà mẹ đáng thương trong một cuộc chiến đáng tiếc, cái cuộc chiến mà, mãi tới nay, 40 năm sau ngày kết thúc, hệ thống chính trị chủ xướng vẫn ấp a, ấp úng, không dám nói ra sự thật cho dù sự thật ê chề ấy đã phơi bày rành rành. Cuộc chiến bị phát động theo sự giật dây của Trung Quốc, như một hình thức "phên dậu". Cuộc chiến lại diễn ra với niềm tin tưởng tuyệt đối vào tình hữu nghị của kẻ xúi bẩy thâm độc ấy. Và cuộc chiến lại diễn ra với dự phóng ngất ngây về một tương lai hậu chiến với hình ảnh của một Việt Nam rạng rỡ theo mô hình Liên Xô, là thứ đã bị đào thải trong hố rác của lịch sử. Những bà mẹ đáng thương, như thế, không chỉ là những nạn nhân đau đớn mà còn là một sản phẩm oan khiên của một chọn lựa "tất chết" và "tất ngu".

Chọn một biểu tượng đau đớn và oan khiên như thế, thực chất, là chọn lựa của chủ nghĩa ăn vạ và chủ nghĩa công thần.

Nếu kẻ công thần nằng nặc đòi hỏi phải đền đáp xứng đáng cho công trạng của mình thì kẻ ăn vạ gân cổ làm toáng lên về những mất mát của mình. Khi "phì đại hoá" nỗi đau riêng của một bà mẹ như thế, cái chính quyền con của đất Quảng Nam đã ăn vạ với cái chính quyền mẹ về những mất mát chung cho vùng đất của mình, cái vùng từng được khoác cho danh hiệu "đi đầu diệt Mỹ".Nếu mất mát riêng của bà mẹ là bằng chứng cao nhất cho những thương đau mà vùng đất đã gánh chịu thì cái thông điệp về sự "đền đáp xứng đáng" với bà cũng ngụ ý

---

[8] Về danh hiệu "Mẹ anh hùng" thì quy định chỉ cấp cho những phụ nữ còn sống hay đã quá cố nếu: 1/ Có 2 con là liệt sĩ và có chồng hoặc bản thân là liệt sĩ; 2/Có 2 con mà cả 2 con là liệt sĩ hoặc chỉ có duy nhất một con mà người con đó là liệt sĩ; 3/Có từ 3 con trở lên là liệt sĩ; 4/ Có 1 con là liệt sĩ, chồng và bản thân là liệt sĩ.

một thông điệp song trùng về một sự "đền đáp" xứng đáng về chính trị hay kinh tế cho cả vùng đất. Mà hệ thống toàn trị không thể không đáp ứng cho trò ăn vạ tập thể đó bởi nó, chính nó, cũng là một tập thể ăn vạ chủ nghĩa và công thần chủ nghĩa.

Nếu trò kiếm ăn khó ngửi nhất của đám ăn vạ là quay ngoắt 180 độ từ tư thế thủ phạm để làm toáng lên như là nạn nhân thì hệ thống cai trị đó cũng đã lì lợm cái trò "kiếm ăn" khó ngửi này từ bao nhiêu năm nay rồi. Sử dụng bạo lực để áp đặt một chọn lựa "tất ngu", nó đẩy dân tộc vào con đường "tất chết" nhưng vênh vang như thể là một thứ công thần để đòi cái quyền cai trị vĩnh viễn. George Washington giải phóng nước Mỹ ra khỏi ách cai trị của Thực dân Anh nhưng bậc "công thần" này chỉ có thể ngồi vào ghế tổng thống qua một cuộc bầu cử, và chỉ ngồi hai nhiệm kỳ là đủ, là rút lui. Winston Churchil dẫn dắt nước Anh chiến thắng Phát xít Đức nhưng công lao đó không đủ để buộc cử tri Anh, vốn chán ngán với chính sách kham khổ thời chiến, phải đền đáp cho ông ta trong cuộc bầu cử sau ngày chiến thắng. Còn nó thì khác. Như là thủ phạm đã khiến đất nước lâm vào con đường kiệt quệ, nó lại trâng tráo đóng vai công thần để lì lợm đòi cái quyền ngồi trên đầu trên cổ dân tộc.

Trở lại với "tiểu cộng hoà xã hội chủ nghĩa": tiếng là "đất linh" nhưng những gì diễn ra chỉ cho thấy thực trạng của một miền đất đã bị "lời nguyền". Thêm một nhà máy thủy điện mọc lên thì, ngay sau đó, đã chưng hửng rằng, nếu không là một thứ "máy" gây động đất, cũng là thứ "máy" gây thiếu nước trong mùa khô và gây lũ lụt trong mùa lũ lụt. Dựng lên một viện bảo tàng, lại băn khoăn ngay rằng rồi đây không biết sẽ bảo tàng thứ gì. Dựng lên một nhà khách, lại băn khoăn không biết sẽ đón khách gì.[9] Nhưng chúng, những thí dụ phản trí tuệ này, không còn là chuyện riêng của cái "tiểu cộng hoà" đó nữa.

"Tiểu cộng hoà" hay cả "cộng hoà", cũng vậy, cũng tràn tràn nạn bần cùng, cũng tràn tràn những bất công xã hội, cũng bó tay bất lực trước sự mất kiểm soát nguồn tài nguyên hay sự bền vững của môi trường, cũng tình trạng nhân tài ồ ạt bỏ đi, cũng chảy máu chất xám... Nếu chúng ta có là một "tiểu cộng hoà xã hội chủ nghĩa" hãnh tiến, vừa mới ngửa tay xin gạo cứu đói đã quay ngoắt hãnh diện về pho tượng "to nhất Đông Nam Á" thì chúng ta cũng có nguyên một "cộng hoà xã hội chủ nghĩa" tương tự khi, liên tục 20 năm ăn mày nước Nhật, lại bắng nhắng đòi sắm sửa một hệ thống đường sắt cao tốc "không thua nước Nhật".[10] Cái thói hãnh tiến đã thành bệnh, thành một hội chứng tâm thần, thành một lời nguyền đang làm kiệt quệ đất nước, nhỏ như cái bánh chưng hay tô hũ tiếu "to nhất" chỉ để đổ đi hay lớn như cái sân bay tốn hàng tỷ hàng tỷ không biết để làm gì hay cái tháp truyền hình "cao nhất thế giới" cũng không biết để làm gì. [11]

Cũng bởi thằng dân ngu quá lợn
Cho nên chúng nó dễ làm quan
(Tản Đà)

---

[9] Nguyễn Duy Xuân, "Ai bảo xứ Quảng nghèo?"
http://dantri.com.vn/dien-dan/ai-bao-xu-quang-ngheo-1046720.htm

[10] Nguyễn Văn Tuấn, "Việt Nam còn ăn xin đến bao giờ?"
http://www.boxitvn.net/bai/33615

[11] TS Nguyễn Thiện Tống: Vội xây sân bay Long Thành là gây tội với đất nước
http://kinhdoanh.vnexpress.net/tin-tuc/doanh-nghiep/ts-nguyen-thien-tong-voi-xay-san-bay-long-thanh-la-gay-toi-voi-dat-nuoc-3160587.html
Và KÍNH GỬI ÔNG TỔNG GIÁM ĐỐC TRUYỀN HÌNH VN VỀ VIỆC XÂY DỰNG "THÁP TRUYỀN HÌNH CAO NHẤT THẾ GIỚI"
http://www.boxitvn.net/bai/33529

Đất nước đang ở trong thời kỳ bệ rạc chưa từng có mà con đường vượt thoát cũng chính là con đường mà Phan Chu Trinh đã chỉ là "chi bằng học". Việc học mênh mông nhưng, nói cho cùng, cũng chỉ là học để biết và, trong khuôn khổ của bài này, người Quảng Nam nói riêng hay người Việt nói chung đều cần phải biết. Phải biết rằng quê hương "linh-kiệt" hay đất nước "văn hiến" của mình chẳng còn "linh-kiệt" hay "văn hiến" gì nữa mà đang oằn lưng ra với thực trạng "bị lời nguyền". Phải biết rằng, với một thực trạng như thế thì, thực chất, những "kỳ tích" nhai đi nhai lại, hữu hình hay vô hình, chỉ là những cái nhục, nhục từ tượng đá to nhất đến nhục ở chiến thắng "chấn động nhất". Và phải biết rằng, tác giả của những kỳ tích ấy, dẫu xôm tụ bằng cấp nhất, lại là một chính quyền ít thực học nhất!

Khi đã biết như thế thì, hẳn nhiên, chúng ta sẽ biết rất rõ rằng cái "lời nguyền" đang ám cả đất nước ấy chẳng có gì bí hiểm hay dị đoan mà chính là cái thế lực cai trị ấy, cái thế lực không chỉ ít thực học, không chỉ không chịu học mà, thậm chí, còn cấm cản và kiểm duyệt để ngăn ngừa cái học thực sự nâng cao dân trí, thực sự đưa đất nước thoát khỏi tình trạng trì trệ và tụt hậu.

7.4.2015

Chính trị và mỹ học của miếng ăn ngon

Thỉnh thoảng, không biết có phải là do kẹt, không tìm ra thứ gì giật gân để câu khách, những tờ báo bình dân lại khiêu khích tỳ vị độc giả bằng những miếng ngon, đáng để thử qua dẫu có trở thành... xác chết, ví như tờ *The Daily Telegraph* mới đây với "100 Sydney dishes to die for: How many have you tried?".[1]

"To die for", ý hẳn tuyệt lắm, nhấm nháp vài ba miếng có chết cũng cam lòng, cũng đã sống một đời đáng sống. Nếu đây chỉ là một biện pháp tu từ mang tính thậm xưng thì cõi nhân gian này không thiếu hạng người sắp thành xác chết mà vẫn vướng víu với khổ lụy của miếng ngon hay, thậm chí, thành rồi mà vẫn chưa thể dứt khỏi những sân hận từ cái miếng ăn ấy.

Như trường hợp của Sở Thành Vương, một ông vua chư hầu ở Trung Hoa trong thời kỳ đồ sắt, cai trị nước Sở từ năm 671 đến 626 BC. Từng giết anh giành ngôi, từng bắt cóc hai cháu ruột gọi mình bằng cậu về làm nô lệ tình dục, ông vua nặng nghiệp này chẳng có tư cách nào để lấy làm đau đớn hay bất

---

[1] Amy Harris, "100 Sydney dishes to die for: How many have you tried?", *The Sunday Telegrap*, December 28, 2014 12
http://www.dailytelegraph.com.au/news/nsw/sydney-dishes-to-die-for-how-many-have-you-tried/story-fni0cx12-1227167760234

ngờ khi bị con trai cướp ngôi mà, xem ra, chỉ có thể đau cái nỗi đau bị tước bỏ miếng ăn ngon như một ân huệ cuối cùng. Bị con trai ra lệnh phải tự treo cổ chết, Sở Thành Vương bình thản xin sống nán thêm vài phút chỉ để thưởng thức nốt món chân gấu đang hầm trong bếp nhưng đứa con vẫn lạnh lùng từ chối nên, chết rồi, ông ta vẫn mở mắt "trừng trừng".

Chết không chịu nhắm mắt có nghĩa là nấn ná, không đành chết bởi vẫn còn đó những dự án dang dở, bất thành. Nếu "dự án" của một ông vua chư hầu như Sở Thành Vương chỉ là thưởng thức bát chân gấu vừa chín tới thì dự án mà bậc đại đế như Napoléon Bonaparte (1769 - 1821) bỏ lỡ lại là cơ hội mời mọc những miếng ngon như thế. Là người có tầm nhìn xa rộng, xa cả hai thế kỷ sau mình và rộng đến nửa vòng trái đất quanh mình khi cảnh cáo nhân loại rằng hãy để yên, đừng đánh thức gã khổng lồ đang ngủ say mang tên Trung Hoa, Napoléon lại không chịu học cái bài học rất nhỏ và rất gần hơn ngay trong lịch sử nước Pháp của mình.[2] Theo Roy Strong trong *Feast: A History of Grand Eating* thì, trong những tháng ngày lưu đày chờ chết trên đảo Elba, Napoléon lấy làm tiếc là đã không chịu noi theo gương Louise XIV (1638 - 1715) để tổ chức những yến tiệc thật lộng lẫy, linh đình.[3] Ông vua có thói quen ăn uống chóng vánh của giới võ biền, bữa nào cũng không quá mười phút, tiếc là đã dại, không biết sử dụng bàn tiệc để kiến tạo thêm quan hệ đồng minh và, nhờ đó, biết đâu được, sinh mệnh chính trị của ông ta đã khác.

Như vậy, có thể nói, nếu đã có cơ hội kề vai nhau bên những

---

[2] Napoléon nói về Trung Hoa: "China? There lies a sleeping giant. Let him sleep, for when he wakes he will move the world."

Gregorio F. Zaide (1980) *History of Asian Nations*, Manila: National Book Store, tr, 34 -35.

[3] Roy Strong (2002) *Feast: A History of Grand Eating*, London: Jonathan Cape, trang 276.

miếng ăn ngon, các chính trị gia sẽ dễ dàng bắt tay nhau cùng nhìn về một hướng và có hiểu được nỗi lòng của Napoléon, chúng ta mới hiểu cho Peter Costello, nhà chính trị hiện đại Úc. Trong suốt 12 năm đóng vai phó lãnh tụ Đảng Tự Do và là nhân vật số hai trong Chính phủ John Howard, được đàn anh Howard ca tụng như là nhà quản trị kinh tế hàng đầu, Costello lại ấm a ấm ức, lại lồng lộn tức tối khi bậc đàn anh này vờ vịt mắc bệnh đãng trí, không chỉ với giao ước truyền ngôi mà cả với cả chuyện tiệc tùng, nhậu nhẹt. Kiến tạo nên những tình trạng tài chính thặng dư để Howard múa may như một vũ khí chính trị, Costello lại bị chính Howard "rút phép thông công" trên phương diện miếng ngon, kỳ thị hẳn so với những thành viên nội các dưới cơ khác. Đường đường là nhân vật số hai, Costello lạc loài như kẻ đứng bên lề khi chưa bao giờ được phép bước vào tư dinh thủ tướng The Lodge hay Kirribilli House như một khách mời.[4] Bị đối xử bần tiện với cái ghế ngồi bàn tiệc, Costello còn bị bức tử về chính trị khi đàn anh ấy bám

---

[4] Chính trị nước Úc. Năm 1994, giữa lúc đảng Tự Do tỏ ý muốn chọn Costello làm lãnh tụ, Howard thuyết phục Costello không ra tranh cử với thoả thuận: ông ta sẽ làm lãnh tụ và sau đó nếu thắng cử, Howard chỉ giữ chức thủ tướng cao nhất là một nhiệm kỳ rưỡi rồi trao quyền lại cho Costello. Tuy nhiên sau khi giành chính quyền vào năm 1996 Howard lại "quên" lời hứa này, giữ chức lãnh tụ liên tiếp bốn nhiệm kỳ, cho đến năm 2007, khi mất chính quyền và mất cả ghế dân biểu.

Howard cho biết đã mời Costello đến ăn tối tại Kirribilli House tuy nhiên không nói rõ khi nào. Trong khi đó thì Costello phủ nhận, cho biết "không thể nhớ" là được Howard mời đến nhà dùng cơm. Costello cố xem nhẹ việc này, cho đó là "lối hành xử của Sydney" tuy nhiên các đàn em của Costello rất tức giận, cho rằng Howard cố tình làm mất mặt Costello.

Khi John Howard tổ chức tiệc để chiêu đãi các thành viên nội các tại dinh thủ tướng The Lodge vào ngày 29.11.2007 trước khi về đời sống thường dân, Costello đã không đến. Lúc đó báo chí Úc cho biết Costello vẫn còn căm hận ông Howard và có lẽ đến tận bây giờ, vẫn chưa hết hận.

Van Onselen, Peter & Errington, Wayne (2007) *John Winston Howard: The Biography*, Melbourne University Press, trang 317.

chặt cái ghế ngồi thủ tướng và, do đó, vĩnh viễn rứt nó ra khỏi cái bàn toạ của mình. Costello căm hận đến độ, nghĩa tử là nghĩa tận, khi Howard chỉ còn là một cái xác chết chính trị, mất chính quyền, mất chức thủ tướng, mất cả cái ghế dân biểu đã an toàn suốt 33 năm, cũng không tha thứ. Khi Nội các Tự Do chia tay đàn anh Howard trong bữa tiệc cuối cùng, Costello đã hờn dỗi, không thèm ghé dự. Mà không chỉ bày tỏ thái độ với bữa tiệc cuối như là cái đám ma chính trị, Costello còn đều đặn bộc lộ sự uất ức ấy bất cứ cơ hội nào có được trên các phương tiện truyền thông như một nhà phê bình chính trị. Một Costello không chịu hoà giải với quá khứ của 12 năm bị loại bỏ miếng ngon là một Costello, hiểu theo nghĩa bóng, "hai mắt trừng trừng".

Thế kỷ 21 rồi mà cũng hao hao bao thế kỷ trước nhưng do đặc điểm giao thương - kinh tế mỗi thời nên vẫn còn có những thứ khác. Nếu một cáo già chính trị như Howard biết khai thác không khí rút-phép-thông-công của bữa tiệc trong không khí gia đình để khẳng định với các thực khách có mặt rằng hoặc có ta, sẽ không có thằng ngoại đạo ấy, hoặc, léng phéng với thằng giặc ấy, hãy liệu hồn ta... rút phép thông công thì Louis XIV đã đi xa hơn thế. Không chỉ làm chính trị với danh sách khách mời, tạo cho họ cái cảm tưởng thuộc về một đẳng cấp ưu việt đầy đặc quyền, ông vua sành ăn này còn làm chính trị với cả tấm thực đơn.

Không chỉ được ca ngợi là đẩy nghệ thuật ăn uống lên một nấc mới, Louis XIV còn được tán dương không tiếc lời về tài trị nước: với Napoléon thì đó là "vị vua duy nhất của nước Pháp xứng đáng là vua"; với nhà toán học kiêm triết học Đức Gottfried Wilhelm von Leibniz (1646-1716) thì đó là "một trong những ông vua vĩ đại nhất" và, với triết gia -nhà văn Pháp Voltaire (1694-1778) thì thời đại của ông vua này sẽ được hậu thế "ghi nhớ đời đời". Hẳn nhiên, Louis XIV không phải là một ông vua hoàn hảo nhưng ở đây, trên khía cạnh chính trị, hãy xem tầm nhìn của ông ta khi biến tấm thực đơn thành một công cụ tuyên truyền. Âu châu thời ấy phát sốt với những gia vị và hương liệu Phương Đông, tưởng không bao giờ thoả mãn nổi và, khi bàn tiệc của ông ta ăm ắp những miếng ngon hiếm có và đắt tiền ấy, ông ta đã chứng tỏ được quyền lực của mình. Quyền lực của người đang nắm cả thế giới trong tay qua việc làm chủ những tuyến đường hàng hải chiến lược.

Như vậy có thể nói, không ngoa, không có những thôi thúc từ miếng ăn ngon, diện mạo nhân loại ngày nay đã khác. Từ những suy niệm mơ hồ Christopher Columbus (1451-1506) và Ferdinand Magellan (1480-1521) có thể nhìn thấy cả một lục địa ở chân trời thăm thẳm nhưng vấn đề lại là thôi thúc miếng ngon. Không có động lực tìm kiếm đường giao thương cho các nguồn hương liệu và gia vị phương Đông xa xôi huyền bí ấy, các triều đình Âu châu đã không tài trợ những cuộc thám hiểm chứng minh được rằng trái đất tròn, rằng còn có một "tân thế giới" mang tên America. Sẽ trễ, trễ, trễ rất nhiều thứ, xấu hay tốt, đáng có hay không đáng có. Trễ tiến trình xâm chiếm thuộc địa và trễ những cú đòn đau. Trễ những cú giật mình choàng tỉnh, trễ ý hướng xây dựng ý thức quốc gia và trễ khát vọng hiện đại hoá. Hẳn nhiên, chẳng chóng thì chầy, con người rải khắp năm châu cũng sẽ giao tiếp nhau trên một trái trái đất tròn nhưng chỉ cần bước trễ một bước chân thôi là sẽ đánh mất bao nhiêu cơ hội? Chỉ vì ông vua Tự Đức (1829–1883) và các triều thần do dự trước những đề nghị canh tân, diện mạo của Việt Nam ngày nay đã thảm hại bao nhiêu lần so với nước Nhật, khi quốc gia này bắt tay đổi mới với sự quyết đoán của một ông vua sinh sau đẻ muộn là Minh Trị Thiên Hoàng (1852 – 1912).

Chính khao khát miếng ngon đã giúp nhân loại mở rộng tầm nhìn và kiến tạo nên những trật tự thế giới mới. Nó khiến con người lao vào cướp bóc và chém giết lẫn nhau nhưng cũng đã khơi mào các cuộc va chạm và tiếp xúc văn hoá để học hỏi nhau. Và nó còn mở ra những hướng nhìn mà kẻ nhạy bén nắm lấy có thể tạo cho mình một vị trí quyền lực hay một chỗ đứng lịch sử vững vàng trong khi kẻ chậm chân phải suốt đời nuốt hận. Napoléon thấy được ý nghĩa của miếng ăn no với đoàn quân ra trận nhưng không thấy được ý nghĩa của miếng ăn ngon trong ván bài quyền lực hậu cung. Và ông nuốt hận trong cảnh lưu đày.[5] Costtello lấy làm tự hào về những "miếng ngon kinh tế" đã mang lại cho đất nước nhưng khù khờ, chậm chạp, để đàn anh nuốt trọn cái "miếng ngon chính trị" lẽ ra mình đã có thể thực phần nếu biết cách đầu tư cho những "miếng ngon bàn tiệc". Và ông ta cay đắng, chì chiết như một nhà phê bình chính trị.

Nhưng vấn đề còn là bản chất của sự thôi thúc bởi, có khi, chính những miếng ngon còn làm lu mờ hay bó hẹp tầm nhìn để rồi, có tiêu tốn bao nhiêu tài nguyên đi nữa, cũng sẽ thất bại, không thể quy những cái nhìn lệch phương về cùng một một hướng và, thậm chí, còn dẫn đến những tình trạng bức tử cá nhân hay cộng đồng. Như cái bữa tiệc xa hoa và cực kỳ phản chính trị của Từ Hy Thái hậu vào đầu năm 1874. Thay vì đầu tư vào sức mạnh, vào ý chí đề kháng của quốc gia, người đàn bà giảo quyệt của nền chính trị hậu cung này đã vung vẫy cái kho bạc sắp cạn cho ý đồ dùng miếng ngon để cản hoạ xâm lăng. Nhưng nếu bàn tiệc chỉ là cơ hội kề vai thì những nhà chính trị nhồm nhoàm cái miệng chỉ có thể cùng nhìn về một hướng từ những mẫu số chung căn bản nào đó. Phải phung phí bao nhiêu tài nguyên thì mới tìm được mẫu số chung giữa con mồi và kẻ săn mồi? Dùng miếng ăn ngon để ngăn cản dã tâm xâm

---

[5] Napoléon có câu nói nổi tiếng "Quân đội ra trận với cái bao tử" (An army marches on its stomach).

lược là một hành động thiển cận. Áp dụng quan niệm về cái ngon man rợ với bộ óc khỉ trào lên sau nhát búa gõ xuống hay tiếng kêu chít chít của con chuột sơ sinh khi hai hàm răng bập vào để mua chuộc những nhà ngoại giao Tây phương cũng là một hành động thiển cận.[6] Mà, tự thân cái bữa tiệc như là đỉnh cao của quan niệm về cái ngon của người Trung Hoa lúc ấy cũng là biểu hiện của một cái nhìn thiển cận, khả dĩ giải thích tại sao môn sinh vật học của người Trung Hoa đi muộn và, cao hơn, nói theo Napoléon, tại sao lúc đó Trung Hoa vẫn còn ngái ngủ.

Đi đầu nhân loại, người Trung Hoa phát minh ra la bàn, thuốc súng, pháo thăng thiên v.v... nhưng lọ mọ bước sau Tây phương trong môn sinh vật học và một học giả Trung Hoa nổi tiếng là Lâm Ngữ Đường (1895-1976) đã kiến giải bằng sự thèm khát... miếng ngon. Lâm Ngữ Đường cho rằng "một nhà bác học Trung Hoa không thể lạnh lùng ngắm một con cá mà không nghĩ ngay đến cái vị của nó và muốn xực nói", rằng "khi thấy một con nhím, họ nghĩ ngay đến cách làm thịt ra sao cho hết độc" chứ không chịu mất thì giờ với mấy câu hỏi "phù phiếm" về cấu tạo cơ thể hay cơ chế sinh hoạt của nó.[7] Nhưng, có lẽ, Lâm Ngữ Đường vẫn chưa nói hết. Đành rằng họ không mảy may thể hiện tinh thần khoa học khi nhìn vào nội tạng của con thú nhưng ánh mắt ấy đâu chỉ chăm chăm với cái sự khoái khẩu không thôi? Họ còn muốn sống lâu, muốn làm một người tình cường tráng và bền bỉ trên giường. Rồi họ còn muốn con trai nối dõi, muốn con cháu đầy đàn v.v... Và họ suy diễn đến nát đầu với việc chọn thứ nội tạng nào, việc phải nấu ra sao để

---

[6] Đó là hai món "não hầu" và "sâm thử". Theo các tài liệu phổ thông thì bữa tiệc này tốn kém khoảng 397,000 lượng vàng.

[7] Dẫn theo bản dịch *Một quan niệm sống đẹp* xuất bản lần đầu năm 1964 của Nguyễn Hiến Lê. Trang 50. Nguyên tác *The Importance of living*, Lin Yutang.

từng phần phủ tạng ấy có thể phục vụ cho từng mục tiêu ấy. Họ, nói theo Lỗ Tấn, chỉ ăn thịt người nghĩa bóng nên hiếm khi mổ banh phủ tạng xác người theo nghĩa đen nhưng, cả với phủ tạng con thú nghĩa đen, cái nhìn soi mói ấy cũng đã phảng phất một chút tinh thần "vị y khoa", hướng đến việc phụng sự con người, dẫu là một phong thái phụng sự đầy vị kỷ.[8]

Nhưng Tây phương cũng chẳng sớm sủa gì. Để có một cái nhìn y khoa "vị cộng đồng" trước phủ tạng con người thì cũng phải trải qua những thất bại ê chề của Cách Mạng Pháp (1789-1799) trong nỗ lực cạnh tranh với Giáo Hội Thiên Chúa Giáo. Nếu Giáo Hội có thể kiến tạo nên một hệ thống tu sĩ chuyên chăm sóc linh hồn con người thì những nhà cách mạng này tin rằng họ có thể làm điều tương tự với hệ thống thầy thuốc chuyên chăm sóc thể chất con người. Nhưng khi được bộp chộp thành lập, được bộp chộp huấn luyện, đội ngũ thầy thuốc ấy cũng chỉ có thể cứu người theo lối... hại người.[9] Khi chỉ quan

---

[8] Theo Lỗ Tấn thì văn hoá Trung Quốc là một thứ "văn hoá ăn thịt người", quan niệm này thể hiện sắc nét nhất trong tác phẩm "Nhật ký người điên":

"Cổ lai, việc ăn thịt người thường lắm, mình cũng còn nhớ, nhưng không được thật rõ. Liền giở lịch sử ra tra cứu thử. Lịch sử không đề niên đại, có điều trang nào cũng có mấy chữ "nhân, nghĩa, đạo đức" viết lung tung tí mẹt. Trằn trọc không sao ngủ được, đành cầm đọc thật kỹ, mãi đến khuya mới thấy từ đầu chí cuối, ở giữa các hàng, ba chữ: "Ăn thịt người". [...]

Muốn ăn thịt người khác, nhưng lại sợ người khác ăn thịt nên họ giữ miếng nhau, nhìn nhau ngờ vực.. [...]

Bây giờ mới biết mình đã sống bao nhiêu năm ở một nơi mà người ta ăn thịt lẫn nhau từ bốn nghìn năm nay. Đứa em gái mình chết đúng vào lúc ông anh lên cai quản trong nhà. Vị tất ông ta đã không đem thịt nó trà trộn với các thức ăn rồi giấu giếm đi, đưa cho mọi người ăn!"

Xem:

http://maxreading.com/sach-hay/truyen-ngan-lo-tan/nhat-ky-nguoi-dien-11016.html

[9] Michel Foucault (1963), *The Birth of Clinic: An archeplogy of mecical*

sát dấu hiệu bệnh tật ở phía ngoài bộ da thì môn triệu chứng học trở nên rối rắm với muôn vàn triệu chứng trùng lặp và chồng chéo, dẫn đến vô số lỗi lầm. Tình trạng kéo dài mãi cho đến lời thức tỉnh trong bài giảng lịch sử năm 1802 của nhà giải phẩu học Marie François Xavier Bichat rằng cái chết mới là "sự phát biểu của sự thật về bệnh tật và đời sống", rằng các sinh viên phải mổ cái tử thi ra, rằng họ phải "xua tan cái bóng tối mà sự quan sát không thôi không thể nào xua đi được".[10] Đó là sự khởi phát của mối quan hệ mà Michel Foucalt gọi là bộ ba, là *trinity* của sự sống – bệnh tật – cái chết bởi, có thông qua cái chết khoa học mới quan tâm đến cá nhân con người, cho phép giới thầy thuốc có được cái nhìn gọi là *medical gaze*: cái nhìn chăm chú, có thể xuyên thấu qua bộ da để đi sâu vào cơ thể mà truy tầm căn nguyên bệnh tật, cái nhìn không chỉ đòi hỏi kiến thức chuyên môn mà cả năng lực tri giác.[11]

Thì cũng là những cái nhìn. Nhìn trừng trừng nghĩa bóng kiểu Costello hay trừng trừng nghĩa đen kiểu Sở Thành Vương. Sử sách Trung Hoa chép rằng, trong nghi thức cuối cùng, khi con trai đặt thụy hiệu là Linh Vương, Sở Thành Vương vẫn "trừng trừng" hai mắt và đứa con phải tế bằng cái tên sống Thành Vương thì mới chịu nhắm lại. "Thụy hiệu", nói nôm na, là tên "hèm", tên cúng cơm của bậc đế vương, và Sở Thành Vương, phải chăng, sắp chết vẫn cố sống nán vì một bát chân gấu, chết rồi thì cố sống tiếp bằng cái tên chỉ vì cái miếng ăn ngon dở dang ấy? Và nếu giới y khoa, đứng từ cõi sống, chăm chú nhìn để thấy rõ những chuyển động bên trong một cơ thể đang bị đẩy về cõi chết thì Sở Thành Vương đã, từ cõi chết, trừng trừng nhìn về cõi sống đòi "sống", muốn "sống"

---

perception, London and New Yourk: Routledge, tr. 37.
Bản anh ngữ của A. M. Sheridan.

[10] Michel Foucalt, tr. 77-104.

[11] Michel Foucalt 176 -180

trong thế giới của người chết như là người còn sống.

Sự loạng choạng giữa hai ý niệm sống-chết với miếng ngon này gợi nhắc kinh nghiệm đau đớn của Nguyễn Tuân, với một Nguyễn này cố giết và một Nguyễn kia cứ sống. Vì phải lòng với "Phở", một tùy bút đặc sắc viết vào năm 1957sau một hội nghị quốc tế ở Phần Lan, nhà văn nổi tiếng khinh bạc này đã phải vật vã tự kiểm thảo "chàng Nguyễn" cũ dẫu đã "lột xác", đã tuyên bố "giết chết" Nguyễn cũ lỗi thời ngày ấy để hoà nhập với xã hội mới từ tận năm 1945.[12] "Lột xác" trước biến động thời cuộc là một sự tự vệ chính trị mà tự bôi trơn bằng thủ tục tự kiểm thảo trước cơn dị ứng của "xã hội mới" cũng là một hành động tự vệ chính trị. Nếu không từ "lột xác" mình vào năm 1945, số phận của Nguyễn Tuân sẽ như thế nào? Hãy nghĩ đến một Khái Hưng, bị thủ tiêu mất xác. Nếu không mau mắn cúi đầu ăn năn sau tai nạn "Phở" năm 1957, ông ta sẽ sống ra sao? Hãy nghĩ đến một Nguyễn Hữu Đang đói rách, ngồi bên bờ ao "lưng khòng như chữ C viết nghiêng, tỉ mỉ cọ rửa những viên gạch vỡ không biết để làm gì"![13] Để sống, Nguyễn Tuân

---

[12] Thoạt đầu bài này mang tên "Vô đề" sau đổi thành "Lột xác" ghi lại những trăn trở, xâu xé của mình trước quyết định đi theo Việt Minh. Tháng Tám 1946 Nguyễn Tuân viết bài "Ngày đầy tuổi tôi cách mệnh" xác định "lập trường cách mạng", năm 1950 Nguyễn Tuân được kết nạp đảng.

Trong đợt chỉnh huấn 1953 Nguyễn Tuân viết bài tự kiểm thảo tựa đề "Nhìn rõ sai lầm", tuyên bố đoạn tuyệt với quá khứ lãng mạn tiểu tư sản và chối bỏ các tác phẩm "Vang bóng một thời", "Chùa đàn".

Tùy bút Phở đăng trên một tạp chí văn học ở Hà Nội năm 1957, kể chuyện thèm phở (Có thể đọc lại tùy bút này trong tuyển tập *Những Áng Văn Ẩm Thực*, NXBVHTT, Hà Nội, 2001, Thái Hà sưu tập). Đây là thời điểm mà không khí chính trị khá căng thẳng sau sự kiện Nhân Văn – Giai phẩm, năm 1958 Nguyễn Tuân lại viết bài "Nguyễn Tuân tự phê bình", in trên báo *Văn nghệ* tháng 5, năm 1958.

[13] talawas 2.9.2005, Phùng Quán, "Những ngày cuối năm, tìm thăm người dựng Lễ đài Tuyên ngôn Độc lập".

phải dùng ngòi bút của mình đâm chết chàng Nguyễn cũ. Nhưng vẫn hớ hênh để lộ sự thèm khát miếng ngon, ông ta lại phải lôi chàng Nguyễn cũ ra để giết thêm lần nữa. Chàng Nguyễn cũ thích miếng ngon, xem ra, vẫn sống đi, sống lại, sau những lần bị giết đi, giết lại.

Cơ sự là do Nguyễn Tuân quá sành ăn và, không phải là ngẫu nhiên mà những nhà văn với khuynh hướng duy mỹ như Nguyễn Tuân hay Tản Đà vừa là bậc sành ăn, vừa là bậc thầy trong việc bất tử hoá những miếng ăn. Cái ngon, với họ, đã bước vào phạm trù của mỹ học.

Mỹ học là một thứ triết học về cái đẹp, là cái sẽ ở lại với chúng ta, giúp chúng ta nhận ra những ý nghĩa mới trong sự hiện hữu hay trong các mối quan hệ và tương tác của mình. Một bài hát hay, dẫu chỉ nghe qua một lần, sẽ còn ở lại với chúng ta và, nếu viết về quê hương chẳng hạn, sẽ giúp chúng ta chạm đến những độ sâu chưa từng dò thấy trong quan hệ gắn bó giữa mình với mảnh đất đã nuôi dưỡng nên mình. Một kiệt tác hội hoạ, như một bức tranh tĩnh vật, sẽ ở lại với chúng ta trong cách nhìn muôn vật, giúp chúng ta nhìn chúng khác đi, thấy những chùm ánh sáng phủ quanh khác đi. Miếng ăn ngon, ví như một cái đẹp của hương vị, cũng sẽ tiếp tục ở lại với chúng ta như thế.

Nó sẽ ở lại, rất lâu, cả với những kẻ mà vinh quang nghề nghiệp gắn liền với số lượng... xác người. Như một mẫu số chung, sau non già nửa thế kỷ, ký ức về miếng ăn ngon hầu như luôn tươi rói trong trí nhớ của những viên tướng từng xem mạng người như cỏ rác: dẫm lên bao nhiêu xác người, vượt qua bao nhiêu bom pháo chiến trường, bao nhiêu mưu mô chèn ép của nền chính trị hậu cung, miếng ăn ngon luôn nóng hổi trong những trang cuối hồi ký cuối đời nhìn lại của họ. Hoàng

---

http://www.talawas.org/talaDB/showFile.php?res=5271&rb=0302

Cầm - thượng tướng, viên chỉ huy cấp quân đoàn đầu tiên của quân đội cộng sản - nhớ từng chi tiết trong bữa nai nhúng giấm năm 1965 tại Tây Ninh.[14] Nguyễn Hữu An, thượng tướng, viên chỉ huy Bắc Việt trong trận vận động chiến đầu tiên với quân đội Mỹ tại Ia-Drang, không thể nào quên bữa canh chua cá chép "Ôi, Sao mà ngon đến vậy" năm 1964 giữa Tây Nguyên.[15] Hoàng Minh Thảo, cũng thượng tướng, phó tư lệnh Mặt trận Tây Nguyên, thì nhớ mãi bữa "thịt rừng nấu với măng le" năm 1966 mà "ngoài Bắc có tiền mua cũng không được", cũng giữa Tây Nguyên.[16]

Miếng ngon nhớ lâu, đòn đau nhớ đời, kể ra thì chẳng có gì là sâu xa trong những ký ức của những ông tướng già lụ khụ bởi điều kiện thời chiến, sau hàng tháng trời, thậm chí cả năm cầm hơi bằng gạo hẩm, củ rừng. Nhưng khi Vũ Bằng mang cả *Thương nhớ mười hai* vào Nam thì sự thể đã khác. Không chỉ là những kinh nghiệm sống dai, những miếng ngon thương nhớ ấy còn là tinh túy kết đọng từ sự giao phối của đất trời quê hương theo chu kỳ tuần hoàn của năm tháng: tháng Giêng với "bữa cơm giản dị có cà om với thịt thăn điểm những lá tía tô thái nhỏ hay bát canh trứng cua vắt chanh ăn mát như quạt vào lòng"; tháng Hai với cá Anh Vũ Việt Trì nướng chả "chấm nước mắm ngon có vắt chanh, bỏ ớt, và quậy mấy cây tăm cà cuống..., ăn với cháo có hành cuộn lại, có rau cần điểm một ít thìa là ngọt cứ lừ đi"; tháng Ba với "rau cần đầu mùa nấu canh với tôm he ăn với chén cơm gạo vàng"; tháng Tư với "cà Nghệ muối ăn với nước rau luộc và canh trứng cua đồng vắt chanh cốm thơm lạ thơm

---

[14] Hoàng Cầm (2001) *Chặng đường mười nghìn ngày*, NXB Quân đội nhân dân, tr. 87

[15] Nguyễn Hữu An (2002) *Chiến trường mới*, NXB Quân đội nhân dân, tr. 12.

[16] Hoàng Minh Thảo (2004) *Chiến đấu ở Tây Nguyên*, NXB Quân đội nhân dân tr. 95.

lùng" v.v...[17]

Nghe như là những khối tình. Từng vị, từng vị đã là tình, là nghĩa, là quê hương bỏ lại phía sau trên ý nghĩa không - thời gian; là sự tương tác, là mối quan hệ tương liên của *trinity* đất - trời - người: đất Bắc lõm vào với những bãi biển bập bồi đồng cói và cái tinh túy kết đọng trong mối quan hệ ấy là cái vị bùi bùi mằn mặn của vị tương mà người đi đau đáu mang theo: *Nhớ canh rau muống, nhớ cà dầm tương*; miền Trung ưỡn mình ra biển như ngực như một cô gái dậy thì nên cái vị "dầm" nào cũng là cái mặn của những bờ cát trắng phau màu muối; còn phương Nam thì, như là vùng đất của những cửa biển sềnh sệch phù sa và xanh ngắt lá tràm, cái cực đoan của bờ cát miền Trung đã dịu lại, mềm đi, cứ là lững lờ mặn ngọt.[18]

Và nghe sâu chặt như là ký ức tình đầu. Đời sống chúng ta mở ra khi những tương tác đầu tiên bám rễ như một thứ tình đầu để rồi góp phần hình thành nên nhân cách và lối sống của chúng ta. Có tình đầu với thanh âm và ngữ điệu, *Tôi yêu tiếng nước tôi, từ khi mới ra đời, người ơi, mẹ hiền ru những câu xa vời* (Phạm Duy). Có tình đầu với hương và vị, thứ tình đã khiến Vũ Bằng đau đáu nhớ thương, khiến Nguyễn Tuân quay quắt trong cảm giác "thiếu thiếu cái gì" bên những bàn tiệc sang trọng ở Phần Lan; là thứ tình sâu chặt hơn cả tình đầu với tiếng mẹ khi, có thể quên, có thể đánh rơi tiếng mẹ, những thế hệ lưu vong thứ hai thứ ba khó mà đánh rơi những hương vị mà

---

[17] Có thể đọc cuốn này tại địa chỉ:
http://vnthuquan.net/truyen/truyen.aspx?tid=2qtqv3m3237ntn3ntn0n31n343tq83a3q3m3237nvn&AspxAutoDetectCookieSupport=1

[18] Ts Nguyễn Thị Bẩy & Gs Trần Quốc Vượng (2010), *Văn hoá ẩm thực Việt Nam*, Hà Nội: NXB Từ Điển Bách Khoa & Viện Văn Hoá.
GS Trần Quốc Vượng chỉ giải thích tại sao người Thanh, Nghệ Tĩnh ăn mặn hơn người Bắc.

cha mẹ mang theo truyền lại.[19] Như thế thì, lúc này, những miếng ngon như phở, như bún bò Huế hay như nem, tré, bánh nậm, chả giò v.v.., đã trở thành một phần căn cước, một thứ mẫu số chung để kết nối những thế hệ chỉ có thể nói tiếng Anh hay tiếng Pháp, tiếng Đức, nhắc nhở rằng những khía cạnh thẩm mỹ tiềm ẩn trong cái lưỡi của chúng vẫn phảng phất bản sắc của vùng đất có bờ biển lõm sâu vào, có bờ biển ưỡn ngực ra hay sềnh sệch phù sa chập chùng những rừng tràm xanh ngắt. Miếng ngon, cũng lúc này, đã biểu lộ những ý nghĩa về sự hiện hữu của con người trong mối quan hệ và tương tác cộng đồng.

Nhưng bất cứ sự hiện hữu nào cũng chỉ có ý nghĩa khi những phẩm giá hằng hữu của nó được bảo toàn đầy đủ. Và bất cứ mối quan hệ tương tác nào, với xã hội hay thiên nhiên, cũng chỉ có ý nghĩa khi tính cân bằng và bền vững của nó được sự bảo toàn đầy đủ. Vấn đề, như thế, không phải là chuyện đáng lo với những thế hệ lưu vong mà là với cái cộng đồng đang sinh tồn trên mảnh đất khai nguyên, có bờ biển lõm sâu vào. *Ăn Bắc mặc Kinh*, nếu người Bắc từng sành ăn nhất nước thì cái nghệ thuật hay cái mỹ học về sự ăn đã hạ thấp đến mức thấp nhất như có thể thấy qua hiện tượng “bún mắng” và “cháo chửi” ngay giữa thủ đô.[20] Và nếu thủ đô là hàn thử biểu của văn hoá và chính trị quốc gia thì đây cũng là triệu chứng của một đất nước đang bị bức tử.

Hình dung đất nước như một “cơ thể” thì cơ thể ấy chỉ có thể sinh tồn dựa trên mối quan hệ tương liên và sự tương tác bền

---

[19] Gs Trần Quốc Vượng cũng đề chập đến ý này trong cuốn sách đã dẫn ở trên, trang 18.

[20] Những địa chỉ ‘bún mắng, cháo chửi, ốc lắm mồm’ nức tiếng Hà thành: http://nhahanghanoi.vn/ha-noi/nhung-dia-chi-bun-mang-chao-chui-oc-lam-mom-nuc-tieng-ha-thanh/

vững giữa con người với con người, giữa con người với núi sông, trời, biển. Nhưng quan hệ gắn bó ấy đang bị phá vỡ, chà đạp, bị coi rẻ, khinh khi. Núi sông đang bị tàn phá, phẩm giá con người đang bị chà đạp và còn mối quan hệ người - người thì bị thoái hoá thành thứ quan hệ giữa loài muông thú nên, rõ ràng, đất nước đang chầm chậm chuyển mình với nguy cơ hóa thành xác chết.[21]

Đó là bệnh chứng từ một hệ thống chính trị "ăn thịt người" với đám vua con hành xử như thể đang sống trong thời kỳ đồ sắt. Đó là một hệ thống cầm quyền cai trị bằng cách che phủ bóng tối lên sự thật, trợn trừng hai con mắt ngờ vực nhìn vào nhân dân nhưng hoàn toàn mất hết khả năng phản vệ, tin tưởng nhìn cùng một hướng với kẻ thù. Đó là những bàn tiệc phản chính trị và man rợ bày ra trên cái thân xác đang giẫy chết của đất nước. Đó là những nhà cai trị và những thành phần đặc quyền phàm ăn, nhung nhúc "như một bầy sâu", "ăn của dân không từ chỗ nào", "ăn" trên sự bất ổn của xã hội, "ăn" trên sự tàn phá thiên nhiên và "ăn" bằng cái giá mà không chỉ thế hệ hôm nay mà nhiều, rất nhiều thế hệ mai sau phải trả.[22]

---

[21] Chỉ riêng Tết Ất Mùi (2015) đã xảy ra hàng loạt vụ đánh nhau, khiến 6200 người nhập viện (chưa kể con số tự chữa trị).

Xem: Phạm Thạch Hoàng, "Bạo lực đưa người Việt về đâu?".

http://www.vanhoanghean.com.vn/chuyen-muc-goc-nhin-van-hoa/dien-dan/bao-luc-dua-nguoi-viet-ve-dau

[22] Lời Chủ tịch nước Trương Tấn Sang: "Trước đây chỉ một con sâu làm rầu nồi canh, nay thì nhiều con sâu lắm. Nghe mà thấy xấu hổ, không nhẽ cứ để hoài như vậy. Mai kia người ta nói một bầy sâu, tất cả là sâu hết thì đâu có được. Một con sâu đã nguy hiểm rồi, một bầy sâu là 'chết' cái đất nước này"."

http://vietnamnet.vn/vn/chinh-tri/19800/-mot-con-sau-da-nguy-hiem-huong-gi-mot-bay-.html

Lời của Phó Chủ tịch nước Nguyễn Thị Doan: "Ăn của dân không từ một chỗ nào, từ tiền BHYT của thương binh. Cháu nghèo trường dân tộc cũng bị hiệu trưởng, ban giám hiệu "ăn" gần 3 tỉ đồng. Đến liều vắc-xin con con

Căn nguyên của căn bệnh ấy đã rành rành, chẳng cần đến một cái nhìn chăm chú của năng lực chuyên môn và tri giác theo cách nói của Foucalt. Nhiều người đã thấy nhưng cũng có khối người cố tình không chịu thấy. Cố tình như những kẻ, chỉ vì sự hấp dẫn của bát bún hay bát phở, ngây ngô giả điếc trước những tiếng quát tháo và chửi bới của chủ hàng. Cố tình như cái thế lực cai trị cùng nhìn một hướng với kẻ thù bất kể cái mẫu số riêng khác nhau rành rành giữa con mồi và kẻ săn mồi, khác nhau rành rành ở những mưu toan và những hành động doạ nạt lộ liễu, cái thế lực nhớ rất dai vị ngon ở những con mồi đã trót cắn trong âm mưu thâm độc của kẻ thù nhưng hành xử như một thứ bệnh nhân đãng trí với những đòn đau lẽ ra phải nhớ đời, như cái vết thương cứa cổ 1979.[23]

---

cũng ăn của các cháu!"

http://nld.com.vn/thoi-su-trong-nuoc/pho-chu-tich-nuoc-nguoi-ta-an-cua-dan-khong-tu-cho-nao-20130911035645107.htm

[23] Các lãnh tụ cộng sản vẫn nhắc nhở "công ơn" của Trung Quốc trong hai cuộc kháng chiến mà lờ đi thâm ý của Trung Cộng khi muốn biến Việt Nam thành "phên dậu" của Trung Quốc, thậm chí kiểm duyệt báo chí trong các dịp kỷ niệm là cuộc chiến biên giới 1979.

Thí dụ bài báo "Tình hữu nghị không bao giờ thay đổi" trên báo Quân Đội Nhân Dân ngày 25.4.2014: "Trong cuộc đấu tranh giành độc lập dân tộc, thống nhất đất nước của nhân dân Việt Nam, các đồng chí Trung Quốc đã giúp cả sức người, sức của và là hậu phương lớn của cách mạng Việt Nam", Đại tướng Phùng Quang Thanh, Bộ trưởng Bộ Quốc phòng Việt Nam đã nhấn mạnh như vậy.."

http://www.qdnd.vn/qdndsite/vi-vn/61/43/chinh-tri/tinh-huu-nghi-khong-bao-gio-thay-doi/298621.html

Nổi bật nhất trong những nhà cai trị cùng nhìn một hướng với kẻ thù là Phùng Quang Thanh, Đại tướng, Bộ trưởng Quốc phòng, từ các sự kiện giàn khoan hay xây đảo nhân tạo, thậm chí PQT than phiền tình trạng người dân VN căm thù TQ!

http://www.thanhnien.com.vn/chinh-tri-xa-hoi/bo-truong-phung-quang-thanh-quan-doi-phai-kiem-soat-duoc-tinh-hinh-tren-bien-504083.html

Khi dễ dãi nhìn cùng một hướng với kẻ thù như thế thì nó, cái thế lực ấy, đã là hiện thân của một thứ "chư hầu" không còn có tư cách để lấy làm bất ngờ hay đau đớn trước những nỗi đau của tổ quốc nữa. Nó không còn tổ quốc để mà sợ mất. Tổ quốc hay phẩm giá, với nó, chỉ là những miếng ngon "đang có" và những miếng ngon "sẽ có", những "miếng ngon" phải được bảo vệ bằng bất cứ giá nào, kể cả cái giá của việc tự bấm vào tử huyệt để biến đất nước thành một thân xác giãy chết, như đã thấy ở hai tử huyệt Vũng Áng và Tây Nguyên.[24]

Chúng ta đang sống trong thế kỷ 21 và, không như thế kỷ 18, không phải đợi đến lúc mổ banh cái tử thi ra rồi thì mới có thể lò mò đi tìm, lò mò "xua tan bóng tối" hay lập cập "phát biểu lên sự thật" của căn bệnh. Để tấn công vào căn bệnh nặng nhất thì phải gầy dựng lại sức đề kháng của mình từ đầu, từ những triệu chứng nhẹ nhất. Ngày nào com người còn gằm mặt xuống những tô bún hay tô phở bốc khói, để mặc những kẻ bán bún và phở chà đạp nhân phẩm của mình, ngày đó những kẻ bán nước sẽ còn tiếp tục chà đạp lên phẩm giá của họ, như một cộng đồng. Ngày nào những hàng bún và hàng phở hỗn láo đó còn tồn tại, ngày đó những kẻ bán nước hỗn láo cũng sẽ tiếp

---

http://hoangsa.org/f/threads/xu-th%E1%BA%BF-gh%C3%A9t-trung-qu%E1%BB%91c-nguy-hi%E1%BB%83m-cho-d%C3%A2n-t%E1%BB%99c.1556/

[24] Bài nói chuyện của Đại tá-PGS-TS-NGUT Trần Đăng Thanh, Học viện Chính trị, Bộ Quốc phòng giảng về Biển Đông cho các các lãnh đạo Đảng ủy khối, lãnh đạo Đảng, Tuyên giáo, Công tác chính trị, Quản lý sinh viên, Đoàn, Hội thanh niên các trường Đại học-Cao đẳng Hà Nội, trong có ba điều chú ý: Mỹ là kẻ thù muốn lợi dụng "ta", Trung Quốc từng đánh "ta" nhưng có ơn với "ta", bảo vệ CHXN là bảo vệ sổ hưu đang có hay sẽ có của từng người trong "chúng ta":

http://danlambaovn.blogspot.com.au/2012/12/ai-ta-tran-ang-thanh-giang-ve-bien-ong.html

tục tồn tại, sẽ tiếp tục cắt xẻo thân thể tổ quốc ra bán, nhẹ nhàng và dễ dãi, như thể đang bán những gánh bún, gánh phở.

3.2015

World Cup và một mỹ học khác về Tổ quốc

Không phải là người cuồng nhiệt với bóng đá nên tôi vẫn thường theo dõi World Cup một cách tuỳ hứng, cầm chừng, hoàn toàn không dính vào mấy trò cá cược, cho đến World Cup 2014. Chú ý hơn, tôi còn hồi hộp như một tay cá cược hạng nặng đã vung hết vốn liếng và ngày mai vào đường bay bất định của trái bóng thế nhưng ấn tượng sâu đậm nhất, day dứt như một ám ảnh, đã không đến từ hướng bóng bất ngờ, những bàn thắng bàn thua nghẹt thở bất ngờ. Cái làm tôi chú ý là hình ảnh thẫn thờ hay chờ chực nổ tung của những nhà huấn luyện, trái tim và linh hồn của trận đấu nhưng bó tay, bất lực bên lề trận đấu.

Tôi săm soi để ý dẫu họ chỉ thấp thoáng mờ nhạt bên lề, hiu hắt chìm khuất dưới một núi những cổ động viên rực rỡ, ồn ào. Tôi để ý từng phản ứng, cử động. Tôi săm soi từng vẻ mặt, nét mày. Banh lên, họ đờ người nín thở, mồm há hốc, mắt căng ra, chờ đợi. Sân nhà bị đối phương tràn ngập, cái ghế ngồi hoá thành lò lửa, họ nhấp nhổm, không yên. Đội hình loạng choạng, họ giận dữ gào thét, vung tay ra dấu chỉnh đốn thế trận. Một cú sút cháy lưới đối phương, khí sắc căng cứng trên mặt họ bùng ra, vỡ oà, tay vung lên đấm vào không khí. Đường bóng căng như dây đàn bay vọt sà ngang trong gang tấc, họ hụt hẫng tiếc nuối, tay chùng xuống, vô hồn. Khoảnh khắc cuối, một sai lầm không đáng của hàng phòng ngự khiến công khó trong 90 phút trôi sông đổ biển, họ bùng dậy phẫn nộ hay họ rũ xuống đớn đau.

Là trái tim đội bóng, họ nắm bắt sở trường của từng cầu thủ để tạo nên nhịp đập chung cho toàn đội. Bóng đá là trò chơi tập thể ở đó nhiệm vụ của họ là tạo nên sức mạnh chung như là bệ phóng để từng tài nghệ thăng hoa và khai thác từng tài nghệ cá nhân như là chất xúc tác cho sức mạnh chung toàn đội. Bóng đá là một dự án chung mà nhiệm vụ của họ là kết nối các cầu thủ lại thành một khối để bất cứ thao tác nào với trái bóng cũng phải mang tính cộng đồng, nghĩa là phải nằm trong khả năng phán đoán của đồng đội. Bóng đá là một trận chiến mà bất cứ một lơ là cá nhân nào cũng có thể dẫn đến cái giá chung tập thể bởi các cầu thủ của họ không những phải chu toàn nhiệm vụ tại vị trí phân định mà còn phải bảo đảm mối liên lạc giữa các tuyến để có thể làm chủ nhịp điệu của thế trận, có thể lèo lái cuộc chơi theo ý đồ chiến thuật của mình.

Chỉ hiểu lõm bõm mấy lý thuyết sơ đẳng về nghề nghiệp của họ tôi có thể hiểu tại sao tôi chú ý đến họ. Bởi như họ, tôi và bạn, những người Việt bình thường với mối ưu tư thường tình về đất nước của mình, ai cũng ý thức rất rõ về thế trận nhưng đành chịu, bó tay, bất lực đứng ở vị trí bên lề. Tại sao trận đấu lại có thể diễn ra như thế này? Tại sao đội hình lại rời rạc, loạng choạng, thiếu ăn ý như vậy? Tại sao cứ tiếp tục cái đấu pháp lỗi thời, không những vô hiệu lực mà còn phản tác dụng kia? Tại sao có thể buông xuôi, để mặc những máu, mồ hôi và nước mắt trôi sông đổ biển trong phút chốc? Tại sao, tại sao và tại sao. Hàng loạt câu hỏi nhức nhối nối tiếp nhau, như thác, gầm gừ trong đầu chúng ta, như sấm và, vô hình trung, chúng ta bỗng hoá thành những nhà huấn luyện đang muốn nổ tung cái đầu của mình ra với ý tưởng xốc lại đội hình, chỉnh đốn lại thế trận, ấn định lại đấu pháp nhưng đành, đau đớn và phẫn nộ, bó tay bất lực đứng nhìn từ vị trí bên lề.

Nhưng đó không đơn thuần là chuyện hư bột hư đường với "vinh dự quốc gia", của một đội tuyển bóng đá quốc gia. Vinh dự ấy chỉ có hiệu lực bốn năm trong khi chúng ta thì đau với mối nguy đang đe doạ sức sinh tồn của dân tộc có hiệu lực ngàn vạn năm. Cái trận đấu quốc tế về chủ quyền quốc gia, đang nằm trong tay một "đội tuyển chính trị quốc gia".

Danh chính ngôn thuận thì, như một chính quyền đã được Liên Hiệp Quốc công nhận, cái "đội tuyển chính trị" trong trận đấu này chính là đội hình "Cộng Hoà Xã Hội Chủ Nghĩa Việt Nam" (CHXHCNVN) và, như những cổ động viên đã phó thác toàn bộ vốn liếng và ngày mai, chúng ta đang đau đớn chứng kiến lối đá lạ lùng của một đội bóng lạ lùng.

Đó là một trận đấu mà đội trưởng hoàn toàn mất tích, hậu vệ không dám cản banh, trung vệ đòi làm trọng tài biên trong khi tiền đạo thì, mãi đến nay, chỉ có mỗi một thao tác duy nhất là... sút vào lưới nhà. Sự lạ lùng không chỉ giới hạn trên sân. Nó lan ra cả bốn phía khán đài khi cổ động viên nửa được van lơn, nửa bị đe nẹt, viện cớ những *holligan* cò mồi, là phải câm họng, không được công khai cổ động đội nhà. Trên hết là mục tiêu, chiến thuật. Thay vì tạo ra nhịp điệu thế trận của mình để hoá giải đấu pháp của đối phương, đội tuyển này lại ra sân như muốn phục vụ cho ý đồ chiến thuật của đối phương.

Bất cứ trận đấu hay dự án nào cũng cần phải một vị trí đầu đàn. Nếu, trên thực tế, vai trò đội trưởng phải thuộc về tổng bí thư thì, trên danh nghĩa, đó lại là vị trí của chủ tịch nước. Thế nhưng "trên thực tế" hay "trên danh nghĩa", tổng bí thư hay chủ tịch, đội trưởng nào cũng không dám ra sân.

Cả hai đều vắng mặt, như hai tên đào ngũ.[1]

[1] Những lãnh tụ như Nguyễn Phú Trọng, Trương Tấn Sang chưa hề chính thức tuyên bố về Biển Đông, chỉ tuyên bố vớ vẩn quan7h các cuộc tiếp xúc

Đội trưởng tự nhận thẻ đỏ từ đầu và những cầu thủ khác thì ra sân với tấm thẻ đỏ lơ lửng trên đầu, một thứ vòng kim cô hay một thứ lưỡi gươm *Democles*. Chủ tịch quốc hội, trên lý thuyết, là nhân vật có vai trò tập hợp sức dân, thể hiện ý nguyện và lòng dân nên, do đó, có thể xếp vào hàng hậu vệ. Thế nhưng đây lại là một hậu vệ nhát banh. Thỉnh thoảng y quay mặt sang hai phía khán đài hếch mũi nhăn mặt như muốn pha trò nhưng nhiệm vụ thực sự của mình thì thoái thác và lãng tránh.

Hoàn toàn không dám cản banh, chỉ một "nghị quyết" về Biển Đông thôi, y cũng són giái.

Quan trọng không kém là thủ tướng. Có trách nhiệm điều phối chính quyền, điều phối các hoạt động phân phối và quản trị tài nguyên, nhân vật này cần đứng vào vị trí trung vệ, cầu nối giữa tuyến dưới và tuyến trên, cái vai trò cực kỳ quan trọng khi vừa kiến tạo những đợt tấn công vừa đóng vai trò tiếp ứng cho hàng phòng ngự. Thế nhưng va cũng chẳng đảm nhiệm được tý ty phần trăm nhiệm vụ trên phần đất phân định mà chỉ thấy lăng xăng ở dọc đường biên. Thỉnh thoảng va tạt sang nước này nước kia để, hoặc phát biểu dăm câu, hoặc hăm he sẽ có hành động pháp lý dăm câu. Tất cả chỉ có vậy. Chỉ hăm thôi, và chỉ hăm khi đã dạt ra biên. Va tuyệt đối không dám thực hiện cú sút phạt đáng ra được hưởng từ những lỗi mà mình đã phất cờ từ vị trí trọng tài biên.

Vai trò xông pha trận mạc ắt phải thuộc về đại tướng - bộ trưởng quốc phòng. Và để tương xứng với hậu vệ sợ banh và trung vệ sợ tuột dây giày, ông tiền đạo - đại tướng này lại lúng ta lúng túng với ngọn cờ trắng trong tay như có thể thấy ở bài diễn văn "giải quyết song phương" trong Diễn đàn An ninh Á châu Shangri-la tại Singapore. Không chỉ đẩy cổ động viên

---

với cử tri.

Nhật - Mỹ vào tình thế việt vị, há miệng mắc quai, tiền đạo ấy đã biến cú đá phạt lẽ ra phải hướng vào lưới địch thành cú sút ngược bắn vào khung thành nhà!

Không dám tổ chức các đợt tấn công đã đành, đội tuyển chính trị ấy còn e dè khép nép như thể sợ rằng trọng tài sẽ cho mình hưởng quả phạt đền. Đội tuyển chính trị CHXHCNVN đã ra sân như sợ rằng mình sẽ... thắng. Thiên về phòng ngự hay tấn công, đội bóng nào cũng nhập cuộc với giấc mơ chiến thắng hay thực tế hơn theo cán cân thực lực là giảm đến mức tối thiểu số bàn thua. Không đấu pháp, không huấn luyện viên và không đội trưởng nhưng, với bóng dáng lộ liễu của một trùm cá độ không thèm ra mặt, đội bóng này ra sân như muốn... tối đa số hoá số bàn thua.

Mỗi chú bé đều nằm mơ ngựa sắt
Mỗi con sông đều muốn hoá Bạch Đằng
("Tổ Quốc bao giờ đẹp thế này chăng?" - Chế Lan Viên)

Nếu những đứa trẻ còn biết mơ ngựa sắt thì những nhà lãnh đạo quốc gia này lại bằng lòng với... ngựa gỗ, thứ ngựa đồ chơi sản xuất trong những công xưởng rẻ tiền Trung Quốc, chỉ có thể lắc tới lắc lui cái nhịp điệu chán phèo đã lên dây cót sẵn của nhà sản xuất Trung Quốc; hết lắc về sự cân bằng giữa "chủ quyền" với "tình hữu nghị" thì lắc đến sự cân bằng giữa "hoà bình ổn định" và nguy cơ "phức tạp hoá vấn đề". Nếu chú bé chú bé Làng Gióng trong truyền thuyết vươn mình hoá thành người khổng lồ phóng lên lưng ngựa sắt đi giữ nước thì hôm nay chúng ta chứng kiến những nhà chính trị trong tuổi trưởng thành hoá thân thành trẻ con giữ nước. Sợ, không dám làm "Thánh" trên sân đấu, họ lẩn vào bốn phía khán đài để làm những ông thánh ăn vụng với từng nhóm nhỏ khán giả / cử tri. Họ "sẽ" bảo vệ chủ quyền thế này. Họ "sẽ" lấy lại những gì đã mất thế kia.[2] Họ nói thánh nói tướng bằng thì tương lai trong khi ngôn ngữ cho hiện tại thì mập mờ và gian trá, ngầm đe nẹt và ra mặt van lơn, rằng hãy "yên tâm / tin tưởng", rằng phải "tự chế / đừng để bị lôi kéo / kích động", rằng "không nhất thiết" phải công khai hò hét các khẩu hiệu đòi hỏi chủ quyền. Ngựa sắt của Thánh Gióng, với họ, chỉ còn lại là ngựa gỗ và con sông Bạch Đằng "tự cổ huyết do hồng", cơ hồ, chỉ còn là một con kênh Nhiêu Lộc đen ngòm.

Chế Lan Viên viết mấy câu thơ "mơ ngựa sắt" ấy vào thập niên 60, cái thời mà hào quang của Pelé rực rỡ trên đấu trường quốc tế và danh tiếng của Đỗ Thới Vinh cùng Phạm Văn Rạng tỏa sáng trên sân cỏ Á châu.[3] Từ những hào quang ấy nhà văn

---

[2] Trưởng ban nội chính trung ương đảng Nguyễn Bá Thanh khẳng định với cử tri Đà Nẵng; "Nhất định chúng ta sẽ lấy lại tất cả những gì đã mất và sẵn sàng đối phó với mọi tình huống xấu nhất có thể xảy ra.

http://vietnamnet.vn/vn/chinh-tri/183968/ong-ba-thanh---chung-ta-se-lay-lai-nhung-gi-da-mat-.html

[3] Phạm Văn Rạng (1934 – 2008). Thủ môn, đã được Liên đoàn bóng đá Á châu (AFC) bình chọn là "Đệ nhất thủ môn Á châu". Từ năm 1952 đến 1964 ông là thủ môn chính của đội tuyển VNCH và đã tham dự các đại hội thể thao SEAP Games 1959, 1963, 1965; các giải Á vận hội 1958 và 1962, Cúp Merdeka từ năm 1958 đến năm 1962. Góp phần đem về cho đội tuyển VNCH một huy chương vàng, hai huy chương đồng SEAP và hai giải tư Á châu. Năm 1964 Phạm Văn Rạng giải nghệ, chuyển ngạch sang làm công chức ngành quan thuế. Nhưng năm 1966 đó AFC thành lập đội tuyển Á châu và HLV trưởngLý Huệ Đường (Hồng Công) bỏ công thuyết phục Phạm Văn Trạng làm thủ môn, dù đã giải nghệ hai năm.

Sau 1975 ông sống khá chật vật và qua đời năm 2008 trong cảnh cô đơn và nghèo túng.

Đỗ Thới Vinh (1940 – 1990?], từng đứng vào đội hình đội tuyển Á châu cùng với Phạm Văn Rạng. Rất được khán giả Malaysia hâm mộ ến nhờ phong cách thi đấu mã thượng

Ông là cầu thủ có13 năm liên tục là tiền vệ của đội tuyển VNCH với 118 trận đấu quốc tế, 11 lần tham dự giải Merdeka (1957 – 1969), 6 lần dự giải Đông Nam Á Vận Hội (SEAP Games), 6 lần có mặt ở giải King's Cup của

Duyên Anh đã thổi bùng ước mơ World Cup và "vinh dự Việt Nam" vào tâm hồn của thế hệ trẻ em thời ấy, qua những câu chuyện dành riêng cho trẻ em.[4]

Duyên Anh chỉ viết truyện riêng cho trẻ em thôi chứ chưa đạt tới tầm cỡ của một nhà văn vừa viết cho trẻ em, vừa viết cả cho những ai "đã từng là trẻ em". Dẫu vậy tôi vẫn muốn sống lại những khát vọng hồn nhiên của cái thời... chưa từng là người lớn, cái khát vọng mà, nói theo Chế Lan Viên là "mơ ngựa sắt", và nói theo Duyên Anh là "Mơ thành người Quang Trung". Trong giấc mơ đó Đội tuyển Việt Nam Cộng Hoà, với những cầu thủ trụ cột như "Bồn lừa" và "Chương còm", diễn tả như những đứa em từng hâm mộ "anh Vinh / anh Rạng", đã chiến thắng vô địch thế giới Brazil ngay trên sân Brazil. Và trong giấc mơ đó những tuyển thủ Việt Nam không chỉ khiến một danh thủ lẫy lừng như Pelé và đất nước Brazil phải tâm phục khẩu phục mà còn khiến người Pháp phải tự cảm thấy xấu hổ, cúi đầu xin lỗi người Việt Nam về 80 năm đô hộ.

Đó không chỉ là vinh quang sân cỏ và hành động ngoại giao tưởng tượng kia chỉ là một cái cớ bởi sâu thẳm trong đó là ước mơ đau đáu về một nước Việt Nam mạnh mẽ ngửng đầu, không ai dám khinh nhờn, không bị ai ức hiếp, một ước mơ không phải là xa vời lắm nếu chúng ta nhìn vào những vào

---

Thái Lan, 2 lần dự Á Vận Hội.

Sau năm 1975 cuộc sống của Đỗ Thới Vinh trở nên bần hàn và qua đời vào dầu thập niên 90 nhưng không rõ năm nào. Từ năm 2002 người hâm mộ cũ vẫn vẫn đều đặn tổ chức các "trận đấu tưởng niệm Đỗ Thời Vinh" nhân ngày giỗ ông.

[4] Các nhân vật trẻ con như "Bồn Lừa" với tài lừa banh và "Chương Còm" với tài "bắt gôn", xuất hiện trong nhiều tác phẩm như *Dzũng Đa Kao, Thuở mơ làm Quang Trung, Gấu Rừng* v.v..,liên quan đếu câu chuyện kể trên là *Bồn Lừa*, tác phẩm mang tên nhân vật chính. Bồn Lừa có khi được tác giả gọi là "Vinh em", còn "Chương Còm" được gọi là "Rạng em", ý muốn nói đó là những thế hệ tiếp nối, hậu duệ của hai bậc đàn anh.

nước Á châu như Nhật hay Nam Hàn ngày nay. *Con hơn cha là nhà có phúc*, nếu những Đỗ Thới Vinh và Phạm Văn Rạng có thể đạt đến trình độ thượng thặng của nền bóng đá Á châu ở thập niên 60 thì những thế hệ tiếp nối cũng có thể đi xa hơn đàn anh mình và, tệ ra, cũng có thể tiến tới World Cup như Nhật hay Nam Hàn chứ? Và nếu, năm 2008 nguyên Thủ tướng Úc Kevin Rudd từng đứng ra xin lỗi những thế hệ thổ dân bị đánh cắp, năm 1998 nguyên Tổng thống Mỹ Bill Clinton đã đứng ra xin lỗi Phi châu về về tệ buôn bán nô lệ da đen, thì viễn ảnh về việc người Pháp đứng ra xin lỗi về hành động thực dân của cha ông họ ngày trước cũng là điều mà chúng ta có thể kỳ vọng chứ?

Và bây giờ cũng tại Brazil, cũng ngay trong mùa World Cup, cái tên Việt Nam lại được nêu lên, nhưng như một vết nhục: "It's the World Cup, not a friendly in Vietnam".[5] *Đó là World Cup chứ không phải một trận giao hữu tại Việt Nam*, có người Việt bình thường nào mà không cảm thấy đau khi Raúl Albiol, một tuyển thủ Tây Ban Nha, trong cuộc phỏng vấn của tờ *The Guardian*trước trận đấu chỉ mang ý nghĩa thủ tục với đội tuyển Úc để rồi lên đường về nước, đã lôi tên đất nước mình ra như là hạng vứt đi của nền bóng đá thế giới, cái nơi thua chẳng sao mà thắng cũng chả vinh dự gì? Nếu trên sân bóng đá, đội tuyển Việt Nam đã đồng hoá cái tên đất nước như là trình độ đáy

---

5 http://www.theguardian.com/football/2014/jun/21/raul-albiol-spain-australia-world-cup

Sid Lowe, "Raúl Albiol says Spain will give everything to defeat Australia", The Guardian, 22.6.2014.

"Raúl Albiol has dismissed suggestions that already-eliminated Spain's match against Australia in Curitiba on Monday does not matter, saying that they must win their final game to avoid finishing bottom of their group. **"It's the World Cup, not a friendly in Vietnam,"** he said. Both Albiol and Manchester City's David Silva also confirmed that they plan to continue with the national team after the tournament."

hạng của thế giới thì, trên bản đồ bang giao quốc tế, qua cuộc tranh chấp chủ quyền mà chúng ta đang chứng kiến, "đội tuyển chính trị" Việt Nam đã biến cái tên Việt Nam thành một mục tiêu của sự... thương hại.

Sự thương hại bao giờ cũng chỉ ban phát cho hạng người không thể ngóc đầu và, cơ hồ, trên muôn mặt đời sống, chúng ta chỉ đối mặt với những tình huống phải cúi đầu. Chưa bao giờ phẩm giá Việt Nam bị hạ thấp như hôm nay. Chúng ta tủi nhục cúi đầu khi người Nhật và người Thái dựng những biển cấm bằng tiếng Việt. Chúng ta nhục nhã chứng kiến cảnh "đội tuyển chính trị quốc gia" líu ríu cúi đầu, cúi đầu khi sinh mạng và tài sản của người dân bị trắng trợn xúc phạm, cúi đầu cả khi chủ quyền quốc gia bị ngang nhiên xâm phạm. Và lời xin lỗi về 80 năm thực dân sẽ là một giấc mơ rất xa vời khi mà, không cần đợi những thế lực thực dân đến bắt người Việt làm nô lệ lần nữa, chính cái đội tuyển chính trị kia đã hiện nguyên hình là một thế lực thực dân. [6]

Cái gì đã đẩy đất nước chúng ta đến mức tận cùng của sự nhu nhược, sa đoạ và hèn yếu này?

Tôi nghĩ đến những bài thơ trên của Chế Lan Viên, "Tổ Quốc bao giờ đẹp thế này chăng?":

Hỡi sông Hồng tiếng hát bốn nghìn năm!
Tổ quốc bao giờ đẹp thế này chăng?
- Chưa đâu! Và ngay cả trong những ngày đẹp nhất
Khi Nguyễn Trãi làm thơ và đánh giặc,

---

[6] Nguyễn Hoàng Văn, "Thực dân, nô lệ, ăn mày"
http://www.talawas.org/?p=21228
Đã in lại trong Nguyễn Hoàng Văn (2014), *Ngôn ngữ và quyền lực*, Người Việt, California
http://www.amazon.com/Ngon-Ngu-Quyen-Vietnamese-Edition/dp/1629882402

Nguyễn Du viết Kiều, đất nước hoá thành văn,
Khi Nguyễn Huệ cưỡi voi vào cửa Bắc.
Hưng Đạo diệt quân Nguyên trên sóng Bạch Đằng...
Những ngày tôi sống đây là ngày đẹp hơn tất cả
Dù mai sau đời muôn vạn lần hơn...

Bài thơ được viết vào năm 1965, là thời của chiến tranh chia cắt và tổ quốc có thể nào "đẹp" trong cái hình hài quằn quại đau đớn vì cắt xẻ và xung đột ấy? Nhưng với nhà thơ thì tổ quốc không chỉ rất "đẹp", mà là "đẹp nhất" bởi, từ góc nhìn lịch sử:

Có phải cha ông đến sớm chăng và cháu con thì lại muộn?
Dẫu có bay giữa trăng sao cũng tiếc không được sống phút giây bây giờ
Buổi đất nước của Hùng Vương có Đảng,
Mỗi người dân đều được thấy Bác Hồ...

và bởi, từ góc nhìn riêng:

Ôi! Trường Sơn vĩ đại của ta ơi!
Ta tựa vào ngươi, kéo pháo lên đồi,
Ta tựa vào Đảng ta, lên tiếng hát,
Dưới chân ta, đến đầu hàng Đờ-cát,
Rồng năm móng vua quan thành bụi đất,
Mỗi trang thơ đều dội tiếng ta cười!

Tiếng cười dẫu có "dội" trang thơ đến đâu đi nữa thì tổ quốc cũng cần phải đi lên, phải đẹp hơn mỗi ngày và có thế hệ nào mà không mong mỏi rằng con cháu sẽ đi xa hơn mình? Thế nhưng "tổ quốc" đã vươn đến cái đỉnh cao mà quá khứ không thể so sánh, tương lai không thể vượt qua,vĩnh viễn, muôn vạn năm sau, tổ quốc không thể nào "đẹp" và "đáng sống" hơn. Khi thế hệ đi trước có thể kiêu ngạo đến mức hẹp hòi và ích kỷ trong quan niệm về cái "đẹp" của tổ quốc như thế thì, ắt hẳn, phải có một sự lệch lạc nào đó trong nhận thức của họ về cái "đẹp" ấy.

Nói một cách khác là sự lệch lạc trong "mỹ học về tổ quốc".Mỹ học là một thứ triết học về cái đẹp. Nếu cái đẹp bao giờ cũng tùy thuộc vào phối cảnh của đối tượng và sự tương tác giữa con mắt thưởng ngoạn với đối tượng thì cái đẹp của tổ quốc cũng vậy. Nó tùy thuộc vào phối cảnh của đất nước. Và nó tùy thuộc vào sự tương tác từ những con mắt nhìn vào. Nghĩa là tuỳ thuộc vào "nhận thức" về tổ quốc.

Nhận thức về tổ quốc hình thành trong đầu chúng ta từ những bài học địa lý và lịch sử đầu tiên. Những bài địa lý dạy chúng ta hình hài thân xác tổ quốc trên ý nghĩa không gian và những bài sử cho chúng ta nhìn ra "linh hồn" của tổ quốc trên khía cạnh thời gian. Chúng ta học để ý thức được nhiệm vụ của mình cho một tổ quốc ngày càng đẹp hơn, cao cả hơn. Nhưng chúng ta còn học để hiểu rằng cái đẹp và sự cao cả của tổ quốc phải đặt trong ý nghĩa tương liên giữa thời gian với không gian. Tổ quốc hôm nay phải hơn ngày hôm qua và sẽ không là gì so với ngày mai, tất nhiên. Nhưng trên nghĩa cạnh tranh / sinh tồn, tổ quốc còn phải đẹp và cao cả hơn trên ý nghĩa không gian, phải "hơn" theo một tốc độ để không bị tụt hậu so với thế giới và láng giềng, nghĩa là phải "hơn" trong cái nhìn đồng đại. Khu biệt hoá không gian chỉ để "đẹp hơn" trên khía cạnh thời gian là một sự lệch lạc. Nhìn ra cái "đẹp" ở thân xác và linh hồn rướm máu của tổ quốc trong chiến tranh chia cắt cũng là một sự lệch lạc. Sự lệch lạc nối tiếp lệch lạc này, ắt hẳn, phát sinh từ những bài học địa lý và lịch sử lệch lạc.

Nhưng đó không chỉ đơn thuần là những bài học cụ thể trong một cuốn sách giáo khoa cụ thể, như cuốn sách địa lý mà Trung Quốc vừa mới trưng ra như một bằng chứng trong tập hồ sơ trình lên Liên Hiệp Quốc.[7] Những bài học cụ thể đã quan

---

[7]http://edition.cnn.com/2014/06/11/world/asia/china-vietnam-paracels/index.html?hpt=hp_t3

trọng. Nhưng quan trọng hơn là "cách học", như một "sợi chỉ đỏ xuyên suốt" hệ thống giáo huấn, thứ "bài học" cao nhất, mang tính "chỉ đạo nhất" như bài học "địa lý quốc gia" mà lãnh tụ Hồ Chí Minh đã nêu ra trước cơ cấu quyền lực cao nhất của chế độ, chẳng hạn. Cái bài học đã được ông ta diễn đạt thành vè như là lời giáo đầu cho bài diễn văn "phát triển nông – công nghiệp" tại Hội nghị Trung ương đảng ngày 16 tháng Tư năm 1962:

Nước ta ở về xứ nóng, khí hậu tốt,
Rừng vàng biển bạc, đất phì nhiêu.
Nhân dân dũng cảm và cần kiệm,
Các nước anh em giúp đỡ nhiều[8]

Thì "rừng", "biển" và "nhân dân" nhưng còn "các nước anh em", cái thế giới xã hội chủ nghĩa mà "anh em" gần nhất thì hoá thù chỉ trong vòng chưa đầy hai thập niên sau đó, còn phần còn lại thì chỉ có thể sống sót chỉ thêm một thập niên sau đó? Trong khi sẵn sàng "đốt cháy cả dãy Trường Sơn", sẵn sàng hy sinh nguyên một thế hệ "hay hơn nữa" để đạt đến những mục tiêu chính trị, lãnh tụ ấy lại không thể nhìn xa hơn thời của mình chỉ một thế hệ. Nhưng vấn đề ở đây không phải là cái tầm nhìn ấu trĩ của ông ta. Vấn đề là cái mỹ học lệch lạc về tổ quốc của ông ta.

Để tồn tại và phát triển thì đất nước, và mọi dự phóng cho đất nước, phải được đặt trong phối cảnh trần trụi và khắc nghiệt của nó với những thách thức mà đất nước đã, đang và sẽ phải

---

[8] Bài nói chuyện tại Hội nghị lần thứ bảy của Ban Chấp hành Trung ương Đảng Lao động Việt Nam (khoá III) ngày 16.4.1962, đăng báo Nhân dân ngày 20-6-1962. Tập hợp lại trong Hồ Chí Minh: Toàn tập, tập 10, trang 543.

http://123.30.190.43:8080/tiengviet/tulieuvankien/4lanhtu/details.asp?topic=3&subtopic=91&leader_topic=&id=BT2630361165 Hồ Chí Minh

đối phó. Nhưng như một kẻ viễn mơ, ông ta đã tô vẽ "tổ quốc" bằng cách thoát ly, kéo "tổ quốc" tách ra khỏi ràng buộc lịch sử - địa lý ngàn đời để đẩy đến với thế giới "anh em" tồn tại chỉ có mấy đời. Ông ta nhắm mắt vin vào chỗ dựa chính trị của ông ta, của những "đội tuyển chính trị" nối gót ông ta, một kiểu... ký sinh chính trị. Đến lượt, cái hệ thống ký sinh trùng chính trị này lại là chỗ dựa cho những người có thể sảng khoái "dội" tiếng cười giữa nhữnng tan nát thương đau, bất kể thế nào, họ phải "dội tiếng cười" để "tổ quốc" của riêng họ phải trở nên đẹp nhất.

Thì cũng gọi là "tổ quốc" nhưng đó là một thứ "tổ quốc" " không còn là... tổ quốc nữa , thứ "tổ quốc" phản trắc và lừa mị. Tổ quốc chúng ta hình thành trên mãnh đất khắc nghiệt về địa lý thiên nhiên và trắc trở về địa lý – chính trị, phải luôn luôn đối phó với một láng giềng mạnh gấp mấy lần, thể hiện qua mối xung đột truyền thống đã lưu dấu lịch sử với 1000 năm đô hộ và vô số những cuộc chiến nối tiếp nhau trong hơn 1000 năm sau đó. "Tổ quốc" của họ thì phải ký sinh vào "tổ quốc" của những tên thực dân đã từng dày xéo đất nước chúng ta trong 1000 năm đô hộ, đã liên miên xâm lăng, liên miên gây chiến với chúng ta trong suốt hơn 1000 năm nối tiếp. Bây giờ, cả khi "láng giềng ý thức hệ" ấy đã hiện nguyên hình là một "láng giềng địa lý" thô bạo, đang xắn tay tiếp nối dài cái bề dày xâm lược đó, họ vẫn cố bám víu, ký sinh.

Hậu quả nhãn tiền từ mối quan hệ ký sinh chính trị này là trận đấu đầy... phản trắc về chủ quyền. Đội tuyển chính trị ấy biết thi đấu như thế nào đây khi đối thủ của họ lại là chỗ dựa "anh em" cuối cùng của họ? Những tuyển thủ trong đội bóng ấy phải phòng thủ, phải tấn công và phải phối hợp với nhau như thế nào đây khi đối phương trên sân chính là ông trùm cá độ đang bảo kê cho sự tồn tại họ, bảo kê cho hôm nay và cho ngày mai của họ, cái ngày mai đã hình tượng hoá một cách thô tục như là cái "sổ hưu đang có" hay "sẽ có" mà họ thầm thì hô hào như một đám ăn vụng là phải quyết tâm giữ gìn cho bằng được?[9]

Và như thế, trong khi muốn nổ tung cái đầu của mình ra trước những lệch lạc về đội hình và đấu pháp của trận đấu, chúng ta lại bặm môi nuốt nước mắt và kìm nén tiếng gào trước những trận càn quét hung hãn của đối phương trên vùng cấm địa. Chúng ta muốn bật khóc trước hình ảnh tả tơi rách nát của khung lưới thành nhà. Chúng ta nhói lòng, muốn gào lên thật to trước những thương tích bầm dập mà những thủ thành chịu đựng. Những tuyển thủ được chế độ trả lương cao nhất đã đào ngũ, đã dạt ra biên hay lăng xăng làm trò hề trên khán đài và vùng đất trước khung thành đã bị bỏ ngõ. Chỉ còn lại những những cảnh sát biển, những nhân viên kiểm ngư và những ngư dân. Những nhân viên cảnh sát và kiểm ngư còn lâu mới hưởng được bổng lộc cao ngất của chế độ. Và nhất là những ngư dân hiền lành, chất phác. Sau một thời dài bị bỏ quên trong thân phận đứa con bị bỏ chợ, họ lại được khuyến dụ ra nơi đầu sóng ngọn gió để góp phần bảo vệ chủ quyền chỉ chỉ để tiếp tục gánh chịu tình cảnh của đứa con bỏ chợ: bị đối phương vờn như vờn bóng, muốn hủy hoại tài sản thì huỷ hoại, muốn hành hung thì hành hung, muốn bắt cóc thì cứ việc còng tay.

---

[9] Bài nói chuyện của Đại tá-PGS-TS-NGƯT Trần Đăng Thanh, Học viện Chính trị, Bộ Quốc phòng giảng về Biển Đông cho các các lãnh đạo Đảng ủy khối, lãnh đạo Đảng, Tuyên giáo, Công tác chính trị, Quản lý sinh viên, Đoàn, Hội thanh niên các trường Đại học-Cao đẳng Hà Nội, trong có ba điều chú ý: Mỹ là kẻ thù muốn lợi dụng "ta", Trung Quốc từng đánh "ta" nhưng có ơn với "ta", bảo vệ CHXN là bảo vệ sổ hưu đang có hay sẽ có của từng người trong "chúng ta":

http://danlambaovn.blogspot.com.au/2012/12/ai-ta-tran-ang-thanh-giang-ve-bien-ong.html

Chưa lúc nào tổ quốc chúng ta yếu hèn như lúc này và Chế Lan Viên, tác giả bài thơ xem như một thành tựu và như một tuyên ngôn của thứ mỹ học khác về tổ quốc ấy, đang ở đâu? Đang tiêu dao ở miền cực lạc nào đó hay đã đến gặp "cụ Mác, cụ Lê" như là lãnh tụ chính trị có tầm nhìn không quá 20 năm nhưng tên tuổi vẫn sánh ngang hàng với tổ phụ đã lưu tên cả mấy ngàn năm?

Hỡi những người Việt Nam vẫn còn xem vua Hùng là tổ phụ, vẫn muốn mình và con cháu mình có thể sống với tư thế ngửng đầu, hãy đốt thứ "tuyên ngôn" về "tổ quốc" trên như một thứ vàng mã để khấn lên cái sự thật mà bất cứ ai cũng thấy được; hãy đốt và khấn như một nghi thức trừ tà, nghi thức đầu tiên của nỗ lực thanh tẩy những nguyên nhân của sự yếu hèn để hướng một tổ quốc toàn vẹn, đẹp hơn, và cao cả hơn:

Tổ quốc có bao giờ nhục như thế này chăng?

7.2014

Ném đá

Những lời hạch tội nối tiếp trút lên đầu tên "tội phạm chiến tranh" Bob Kerrey làm tôi nghĩ đến câu chuyện trong sách Phúc Âm: "Chỉ những ai trong các ngươi là người trắng tội mới được phép ném viên đá đầu tiên".[1]

Đó là câu chuyện về cách xử trí sáng suốt và cao cả của Chúa Jesus Christ khi bị những giáo sĩ Pharisee bắt bí trước đám đông, ép phải áp dụng hình phạt tàn khốc với một phụ nữ

---

[1] Bob Kerrey sinh năm 1943, xuất thân là dược sĩ, Năm 1966 tình nguyện nhập ngũ và trở thành sĩ quan biệt kích hải quân (SEAL Navy), tham chiến tại Việt Nam đến năm 1969 thì bị thương. Sau khi giải ngũ và về Mỹ gia nhập chính trị trong đảng Dân Chủ, trở thành thống đốc tiểu bang Nebraska (1983 – 1987), Thượng nghị sĩ (1989 – 2001). Năm 1992 ông ra tranh ghế ứng cử viên tổng thống nhưng thất bại trước ứng cử viên Bill Clinton. Năm 2001, sau khi từ bỏ chính trị, ông được mời làm Viện trưởng Đại học New Schoolở New York. Đảm nhiệm chức vụ này từ năm 2001 đến 2010.

Tháng Tư năm 2001 tạp chí The New York Times khui ra cuộc hành quân Thạnh Phong: tối 25.2.1969, trung đội Kerrey chỉ huy tiến vào đây tấn công vào một mục tiêu nghi ngờ, tuy nhiên hì nạn nhân thực sự là 21 thường dân gồm người già, phụ nữ và trẻ em.Kerrey nhận trách nhiệm cho các vụ này với tư cách chỉ huy nhưng giải thích: "*Theo bài bản của cuộc hành quân là phải loại bỏ những người mà chúng tôi chạm trán*" (Standard operating procedure was to dispose of the people we made contact with".

Một số tờ báo tại Việt Nam lại lôi ra chuyện này, sau khi ông Kerrey được bổ nhiệm chủ tịch Hội đồng quản trị Đại học Fulbright.

phạm tội ngoại tình.[2] Năm mươi mấy tuổi, lần đầu đọc câu chuyện đó, tôi thấm thía đến mức bần thần cả người để rồi, suốt mấy chục năm sau đó, lại e dè kiêng kỵ, không muốn chạm đến câu chuyện đó. "Ném đá", trong từng ấy thời gian, luôn hiện diện trong danh sách những ngôn từ sáo rỗng cần tránh né của tôi bởi đã bị lạm dụng quá nhiều, lạm dụng đến mức nhảm nhí, bầy hầy. Bất cứ lúc nào, từ một người mẫu hạng A đến một tài tử hạng B hay ca sĩ hạng C, D, X, Y, Z, những kẻ hành nghề trình diễn luôn sợ đời quên lãng này cũng có thể mượn câu chuyện ấy để kịch tính hóa những va chạm tủn mủn trong đời tư hay nghề nghiệp của mình. Những ý nghĩa cao cả trong lời Chúa, vô hình trung, đã bị những nạn nhân tự phong mang ra trây như một thủ đoạn ăn vạ, cho phép họ đặt mình vào vị trí phải được Chúa bảo vệ và, do đó, phải được đối xử như là kẻ đứng ở phía của lẽ phải.

Nhưng thủ đọan bắt vạ này lại là điều thấp thoáng ẩn hiện trong câu chuyện liên quan đến ông Kerrey. Lên tiếng như là những công tố viên, những đấu tố viên kia đã chiếm luôn vị thế của một thứ nạn nhân độc quyền. Chỉ những kẻ hèn, ác và phi nghĩa mới sát hại ông già, phụ nữ và trẻ em. Mà cựu đối thủ của

---

[2] Tân ước] John 8:1-11.

Chúa Jesus đang giảng thuyết với một đám đông thì hai giáo sĩ phái Pharisee đến, dẫn theo một phụ bị bắt quả tang phạm tội ngoại tình. Họ chất vấn Chúa Jesus: Theo luật Mose thì phụ nữ này phải bị ném đá, bây giờ Jesus giải quyết như thế nào. Chúa Jesus không tra lời, cuo1i xuống, bắt đầu lấy ngón tay viết trên đất. Hai giáo sĩ gặng hỏi mãi, nên Jesus đứng lên và bảo họ: "Ai trong các ngươi không hề phạm tội thì hãy ném đá trước đi" rồi ngồi xuống tiếp tục viết trên đất. Nghe nói thế, họ rút lui từng người một, bắt đầu là những người nhiều tuổi nhất, và còn lại một mình Chúa Giêsu với người thiếu phụ vẫn đứng đó. Bấy giờ Chúa Giêsu đứng thẳng dậy và bảo nàng: "Hỡi thiếu phụ, những người cáo chị đi đâu cả rồi? Không ai kết án chị ư?" Nàng đáp: "Thưa Thầy, không có ai". Chúa Giêsu bảo: "Ta cũng thế, Ta không kết tội chị. Vậy chị hãy đi, và từ nay đừng phạm tội nữa".

họ từng tàn nhẫn ra tay với ông già, phụ nữ và trẻ em. Họ là bản sao ngược của kẻ thù và, do đó, lẽ phải phải thuộc về họ. Vừa có tư thế nạn nhân, vừa có lẽ phải trong tay, họ phải có quyền ngả giá và đặt để điều kiện.

Tôi không bênh vực ông Kerry. Tôi cũng không tranh luận với những công tố viên. Nhưng tôi đòi hỏi một sự sòng phẳng và công bằng, sòng phẳng và công bằng với chính những ông già, phụ nữ và trẻ em bị sát hại ấy. Đành rằng những nạn nhân đáng thương ấy đã bị toán quân của ông Kerrey bắn chết nhưng ai mới là kẻ đã đẩy họ vào vị trí phải hứng chịu lằn đạn?

Hãy tưởng tượng cảnh Lê Văn Tám lao vào kho xăng. Bây giờ thì chỉ có bọn đui và bọn điếc - đui điếc tận trong óc trong tim - mới không biết rằng chú bé ấy là một sản phẩm tuyên truyền nhưng thôi, để tiện, cứ tạm thời tưởng tượng. Hãy tưởng tượng tình thế của người lính gác kho, anh ta sẽ phản ứng như thế nào nếu thấy Tám ôm mồi lửa xông vào? Không bắn, anh ta và những đồng đội khác sẽ bị thiêu hủy trong biển lửa. Mà bắn, anh ta sẽ bị nguyền rủa như là một tội phạm đốn mạt. Thật là khó cho anh ta quá. Mà cũng khó cho những người lính khác, vốn được huấn luyện bài bản theo chiến tranh quy ước nhưng bị sa lầy trong một cuộc chiến hòan tòan phi quy ước. Thật là khó bởi nếu Lê Văn Tám chỉ là một nhân vật không thật thì còn có muôn vàn em bé có thật khác sẵn sàng noi gương Lê Văn Tám, như những Kpa Klơng hay “Cu Theo Nguyễn Văn Hòa”, chẳng hạn. Kpa Klơng, theo tài liệu tuyên truyền, mới 13 tuổi đã dùng tên tẩm thuốc độc hạ sát ba địch quân và, hai năm sau, chỉ mới 15 tuổi, đã lập công với 88 mạng người.[3] “Cu Theo”, cũng theo sách vở tuyên truyền, chỉ mới 12 tuổi đã bắn

[3] Kpa Kơ lơng (1948-1975), chức vụ cuối cùng là thượng úy, tham mưu phó Tỉnh đội Gia Lai. Được tài liệu tuyên truyền tán dương về tài bắn "xuyên táo": bắn 7 viên đạn hạ 19 đối phương (?)

chết ba lính Mỹ và, gớm thay, sau khi đối phương gục ngã, cảm thấy chưa chắc ăn, cậu bé lẽ ra còn ở tuổi chỉ biết nhảy lò cò và bắt chuồn chuồn này đã phóng ra chĩa súng bắn bồi, liền mấy phát đạn.[4] Nếu Kpa Klơng hay "Cu Theo" là những "Lê Văn Tám" thành công thì còn có bao nhiêu em bé "không thành công" khác, đã vùi thây đâu đó như những cái chết không tên trong những nấm mồ hoang lạnh.

Chiến tranh là một cuộc đấu khốc liệt và dứt khoát ở đó chỉ có một trong hai chọn lựa là phải sống, bằng không thì sẽ chết. Đó là nơi mà lằn ranh mong manh giữa sinh và tử phải được định đoạt ngay từ những sát na đầu tiên. Lao vào một cuộc chiến nghĩa là chấp nhận một xác suất thật cao của việc bị bắn chết và như thế vấn đề ở đây là những kẻ đã nhẫn tâm đẩy những trẻ em ở lứa tuổi đi học vào cuộc chơi khốc liệt này.

Giết chết một đứa trẻ còn đang tuổi đi học là một tội ác. Nhưng dựng lên một hình tượng giả tạo như Lê Văn Tám để xúi giục những đứa trẻ khác lao vào chỗ chết để được tâng bốc là anh hùng cũng là một tội ác. Khi một người lính bắn chết một đứa bé thì đó, chủ yếu, là tội ác của cá nhân anh ta. Nhưng khi một bộ máy quyền lực sử dụng cả một lớp lang tuyên truyền để xúi giục hàng hàng lớp lớp trẻ em lao vào chỗ chết thì đó lại là một tội ác tập thể, thứ tội ác có hệ thống, tội ác có chủ trương, đường lối.

Ông Kerrey đã phạm tội giết trẻ em và phụ nữ tại Bến Tre. Nhưng Bến Tre, ngoài danh hiệu là đất "đồng khởi", còn lừng danh là đất của "đội quân tóc dài", quê hương của phó tư lệnh Nguyễn Thị Định và bao nhiêu "nữ anh hùng" khác. Chỉ cần

---

[4] Em bé này đã được Tố Hữu đưa vào thơ: "Tên em là Nguyễn Văn Hòa/Mẹ em thường gọi em là cu Theo", http://nld.com.vn/thoi-su-trong-nuoc/gap-lai-hoa-cu-theo-20150912214531192.htm

mở trang web chính thức của chính quyền tỉnh Bến Tre sẽ nhận ra những khuôn mặt "nữ anh hùng" như thế, thậm chí những "nữ anh hùng" từ tuổi 13 như Phan Thị Hồng Châu, bằng ấy tuổi đã là một "chiến sĩ trinh sát vũ trang trực tiếp chiến đấu" và, đến năm 21 tuổi, sau 17 trận đánh, đã là "anh hùng lực lượng vũ trang" sau khi "tiêu diệt và làm bị thương 174 tên địch". Rồi những "anh hùng" như Đoàn Thị E, như Tạ Thị Kiều và biết bao nhiêu bé gái cùng phụ nữ cầm súng với thành tích thấp hơn? Quả là không gì mỉa mai bằng. Một mặt thì tự hào rằng Bến Tre là đất của những nữ anh hùng, nữ anh hùng giết giặc từ tuổi 13, giết như ngóe, giết không hề gớm tay. Một mặt thì đau đớn vật vả với một thảm cảnh chiến tranh ở đó giặc đã nhẫn tâm hạ sát cả trẻ em, phụ nữ và ông già.[5]

Nếu phải kiểm toán sòng phẳng tội ác của một người lính chuyên nghiệp như Bob Kerrey thì phải kiểm toán cho sòng phẳng cái môi trường xung đột mệnh danh là "thế trận của nhân dân" hay "chiến tranh nhân dân" ấy. Tiến hành một cuộc chiến nhân dân có nghĩa là bắt toàn bộ nhân dân – từ những trẻ em, phụ nữ đến người già – phải lăn xả vào cuộc chiến. Nếu ông Kerrey phạm tội giết trẻ em thì cái hệ thống chính trị đã chấp nhận những cô bé chỉ mới 13 tuổi làm "trinh sát vũ trang trực tiếp chiến đấu" có thể nào phủi tay như kẻ vô can? Ông Kerrey là một quân nhân Mỹ, ông ta đến chiến trường Việt Nam, lúng túng trong cái ranh giới cực kỳ mỏng manh giữa một "địch quân" với một đứa trẻ, một phụ nữ hay một ông già, ông ta đã bắn chết hàng loạt người Việt Nam. Còn cái hệ thống chính trị ấy? Cái hệ thống đã sử dụng chính nhân dân của mình như là cái lá chắn hay cái bẫy với những ranh giới mù mịt ấy?

---

[5]http://www.bentre.gov.vn/lists/thongtingioithieu/tongquat.aspx?categoryid=anh+h%C3%B9ng+l%E1%BB%B1c+l%C6%B0%E1%BB%A3ng+v%C5%A9+trang&proxycache=1

Giết một đứa trẻ là một tội ác đáng tởm. Nhưng, cũng như những tên khủng bố ISIS đang làm tại Fallujah trong những ngày qua, việc nấp sau lưng những đứa trẻ hay bà mẹ để theo đuổi chiến tranh cũng đáng tởm không kém.[6] Nói như nhà văn Nguyên Ngọc khi bàn về câu chuyện của ông Kerrey và lý do phải tha thứ ông Kerrey: "*Còn riêng đối với chúng tôi thì sao, chúng tôi, những người từng là lính Việt Cộng thời thảm khốc ấy, khi chúng tôi vẫn từng "nấp" trong nhân dân vô tội, để họ có thể cùng chết với chúng tôi? Kể cả, ngày ấy, như chính tôi từng được trải nghiệm, có bao bà mẹ, và cả các em bé nữa, sẵn sàng chết để che cho chúng tôi? Hóa ra tự chúng tôi cũng còn một câu hỏi...*"[7]

Nhưng cuộc chiến ấy đâu chỉ đơn giản như thế, đâu chỉ có những em bé và bà mẹ sẵn sàng chết? Phải tính đến những ông già, phụ nữ và trẻ em không hề sẵn sàng nhưng đã bị đẩy vào chỗ chết nữa chứ?

Bấy giờ có tôi trong ngôi trường cũ
Viên phấn trên tay kẻ đậm đề bài
Chẳng cần gọi tên từng người trong sổ
Lớp học từ nay không vắng một ai
("Bấy giờ", Trần Đình Quân)

Tôi nhớ rất rõ lời hát ấy vì ước mơ hòa bình của người thầy-nhạc sĩ ấy cũng chính là trải nghiệm chiến tranh của tôi, ngay từ trong lớp học, như một học sinh tiểu học, khi lớp học ấy ngày một vắng dần. Hỏa tiễn hay đại pháo 130 ly từ đâu đó trên núi vu vơ bắn về, lớp học vắng dần. Quả mìn phát nổ đâu đó bên con đường ngoại ô, chiếc xe đò bị xé toang ra, lật ngửa,

---

[6] Islamic State using families as human shields against Iraqi forces in battle for Fallujah, UN says
http://www.abc.net.au/news/2016-05-31/islamic-state-using-human-shields-in-falluja-iraq/7465032

[7] "Về trường hợp Bob Kerrey", Nguyên Ngọc.
http://vanviet.info/van-de-hom-nay/ve-truong-hop-bob-kerrey/

tanh banh, lớp học cũng vắng dần. Những lớp học vắng dần và từ những cái tang nhỏ nhỏ như thế cho đến những cái tang lớn hơn, như cái tang của Huế trong Tết Mậu Thân. Nhiều người đã lên tiếng cái tang của Huế và sự lên tiếng chỉ xuất phát từ một phía, còn lại chỉ là sự ngậm miệng đến lỳ lợm của một phía. Nhưng cuộc "Tổng tấn công và nổi dậy" năm đó vẫn còn có rất nhiều thân phận nạn nhân khác chưa hề nhận được một lời tiếng nào từ cả hai phía. Tôi có không ít thân nhân từng "bám trụ" trong vùng "giải phóng" thời chiến, những nông dân chất phác đã hăm hở tham gia "tổng nổi dậy" theo lời tuyên truyền hấp dẫn và chắc nịch rằng "giải phóng trong tầm tay", rằng bộ đội chính quy đã làm tất cả, chỉ có chiến thắng, chiến thắng và chiến thắng, cái chiến thắng đầy hứa hẹn tại các vùng thị tứ ê hề chiến lợi phẩm. Nhưng tuyên truyền là tuyên truyền, chiến thắng và chiến lợi phẩm đâu không thấy, chỉ thấy chớp lửa lóe lên từ những ụ trung liên và đại liên phòng ngự, chỉ thấy những thân người đổ gục, những cánh tay cánh chân đứt lìa ngổn ngang, trộn lẫn với những đòn bánh tét và xâu bánh ú mang theo làm thực phẩm đi đường. Những kẻ đang chì chiết về tội ác của ông Kerrey với con số nạn nhân đếm được có dành một góc nhỏ nào trong tim cho những nạn nhân không thể đếm hết này?

Những lời hạch tội ấy bùng nổ sau tuyên bố về Đại học Fullbright trong chuyến đi của ông Barrack Obama tại Việt Nam. Ông Obama đến như một cuộc đầu tư chiến lược mà người Việt Nam thì chào đón y như ngày hội. Trường Fullbright ra mắt, hứa hẹn bao nhiêu là cơ hội nhưng cũng tiềm tàng bao nhiêu là thách thức với viễn ảnh của một đại học tự trị có quyền tự do học thuật tuyệt đối, hòan tòan bất khả xâm phạm. Thách thức thì tất phải dẫn đến những lo xa và sợ hãi. Nhưng vận hội mà Fullbright sẽ mở cùng không khí hội hè thấp thoáng sự sùng bái cá nhân với ông Obama lại khiến những bóng mờ bên lề chạnh lòng, bực bội.

Bực mình chẳng muốn nói ra / Muốn đi ăn giỗ, chẳng ma nào mời, khó mà kết luận rằng những công tố viên trong "vụ án Kerrey" này đều là những kẻ "bực mình" nhưng khi một người như bà Tôn Nữ Thị Ninh, một trong những kẻ hạch tội chì chiết nhất, đay nghiến nhất, tuyên bố sẵn sàng gặp ông Kerrey để "trao đổi về những việc góp phần thúc đẩy quan hệ Mỹ - Việt vì lợi ích nhân dân hai nước", bà ta đã, vô hình trung, bộc lộ cái tâm lý tự xem mình là một nhân vật quan trọng,phải nằm trong trung tâm sự chú ý, phải được tham vấn, phải có ý kiến trong những dấu mốc biến chuyển quan trọng, nghĩa là phải được mời mọc.[8]

Có thể bà cựu Phó Ban Đối Ngọai Quốc Hội này lỡ miệng, không tầm thường đến độ phẫn nộ chỉ vì không được mời... ăn giỗ thế nhưng, khó mà tin rằng, xuyên suốt những gì đã làm, bà ta đã thể hiện một tấm lòng cao cả, vì dân, vì nước. Quan hệ Việt – Mỹ đã đạt tới mức cao nhất như có thể thấy trong chuyến đi của ông Obama, đâu phải phiền đến một viên chức đã về hưu và sắp bị đời quên lãng như bà ta "góp phần thúc đẩy"? Mà đâu chỉ có mỗi một cái làng biển ở Thạnh Phong của 47 năm trước? Tại sao, tại sao trong suốt những năm qua, bà ta hòan tòan dửng dưng, câm như hến trước những tội ác vẫn dồn dập đổ lên đầu ngư dân tại bao nhiêu là làng chài dọc theo bờ biển miền Trung?

Bây giờ thì nguồn sống tại đó đã bị cắt đứt và những lớp học

---

[8] "Thư ngỏ gửi người VN & các bạn Mỹ của bà Tôn Nữ Thị Ninh" (7.6.2016)

http://vietnamnet.vn/vn/thoi-su/chinh-tri/308989/thu-ngo-gui-nguoi-vn-cac-ban-my-cua-ba-ton-nu-thi-ninh.html

Và trước đó:

'Lẽ nào nước Mỹ không còn ai ngoài Bob Kerrey?'Tôn Nữ Thị Ninh (1.6.2016)

http://news.zing.vn/le-nao-nuoc-my-khong-con-ai-ngoai-bob-kerrey-post654209.html

tại các vùng biển ấy sẽ vắng dần, đội quân bán vé số và đánh giày hay thậm chí ăn xin tại Sài Gòn hay Hà Nội rồi sẽ tăng dần còn bà ta thì, lại, cũng câm như hến. Ai có thể tin vào tấm lòng của kẻ hoàn toàn dửng dưng, hoàn toàn câm miệng trước thảm họa đang đổ ập lên đầu 85 triệu người nhưng lại chăm chăm soi mói cái chết của 21 người gần nửa thế kỷ trước? Giết 21 người già, phụ nữ và trẻ em trong một cuộc hành quân ban đêm là một tội ác nhưng những gì hiện đang diễn ra ngay giữa ban ngày trên đường phố Hà Nội và Sài Gòn cũng là một tội ác. Ai có thể tin được vào "lẽ phải" của kẻ hoàn toàn vô cảm, không biểu lộ chút cảm xúc nào trước ánh mắt thất thần của cháu bé bên dưới khuôn mặt rướm máu của mẹ khi những ngọn dùi cui trên tay kẻ cầm quyền giáng xuống?

Trước khi kiểm toán quá khứ của ông Kerrey thì phải tự kiểm toán chính mình, trước nhân dân của mình, một cách sòng phẳng. Sòng phẳng với quá khứ, sòng phẳng với hiện tại và sòng phẳng với cả tương lai. Nếu thế hệ tương lai cần một sự sòng phẳng với những món nợ và hệ lụy lâu dài sẽ đổ dập lên đầu mình thì hiện tại đòi hỏi sự sòng phẳng với những tai ương đang đối mặt. Thiếu sòng phẳng với quá khứ đã đành nhưng lẽ nào lại tiếp tục phụ họa cho những trò điếm nhục đang banh nát hiện tại và tương lai của đất nước trong đó có chính mình và con cháu của mình?

Hãy tỉnh lại, hỡi những công tố viên đang chì chiết và đay nghiến về những tội ác của ông Bob Kerrey. Đất nước đang đứng trước những chọn lựa sinh tử và xã hội cần có một cuộc tranh luận nghiêm túc về những giải pháp thực sự hiệu nghiệm cho sự sống còn của dân tộc. Bên cạnh những trò bầy hầy của đám dư luận viên bắt buộc phải hành nghề vì thiếu ăn và thiếu học, chẳng lẽ cuộc tranh luận này còn bị trây ra với một đám dư luận viên thừa ăn và thừa học? Vô tình hay cố ý, thèm đi ăn giỗ hay không thèm, cái trò nấp vào tội ác trong quá khứ của một cựu chiến binh Mỹ đang cố gắng chứng tỏ thiện chí để gây lên một cuộc tranh luận giả tạo nhằm bắt vạ hay, tệ hơn, nhằm pha loãng và đánh lạc hướng sự chú ý của công chúng trước những mối nguy cực kỳ to lớn của đất nước không chỉ là hèn mà còn tệ hơn là phản động.

Tệ hơn vì nếu "hèn" chỉ là nhân cách của từng cá nhân thì "phản động" lại là sự thụt lùi trong chọn lựa, sự chọn lựa không chỉ riêng cho họ mà ảnh hưởng đến cả mấy chục triệu đồng bào của họ, trong đó có chính cha mẹ, anh em, con cháu và chắt chít của họ!

6.2016

Boléro, đất, biển và người

Thỉnh thoảng chúng ta lại chứng kiến một "trận" *boléro* mà, "trận" nào cũng vậy, cuộc tranh luận văn hóa lẽ ra phải tới nơi tới chốn này chỉ rộ lên rồi xẹp xuống nửa vời với sự áp đảo của số đông, cái số đông kết nối không chỉ bằng thị hiếu âm nhạc mà cả bằng đầu óc địa phương chủ nghĩa.[1]

Như gần đây nhất sau phát biểu của một ca sĩ đất Bắc và những lời chì chiết "sến-sang" tiếp nối từ số đông lấn lướt thế thắng, cái cung cách hờn mát lẽ ra chỉ thấy ở bên thua cuộc.[2] Phe thắng, như thế, chẳng mấy tự tin. Bên bãi trận thì, hẳn nhiên, tra gươm vào vỏ trong tâm thế bất phục. Và cuộc tranh luận, do đó, lại đâm vào ngõ cụt.

Một ngõ cụt không lối thoát y như cái phần số lẩn quẩn theo điệu buồn *boléro* số kiếp của chúng ta, như một cộng đồng, một

---

[1] Cuộc tranh luận về *boléro* sớm nhất mà tôi được biết đã nổ ra vào năm 2005 trên báo Thanh Niện. Xem "Nhạc 'sến', là nhạc gì ?":
https://thanhnien.vn/event/nhac-sen-la-nhac-gi-2772.html
Hay:
http://soha.vn/nhung-phat-ngon-gay-soc-ve-dong-nhac-bolero-trong-nam-2017-20171218104717676.htm
"Những phát ngôn gây sốc về dòng nhạc Bolero trong năm 2017", Tiểu Vân (T.H) | 18/12/2017

[2] Xảy ra vào tháng Tám năm 2017, xem:
http://vietnamnet.vn/vn/giai-tri/nhac/bung-no-tranh-cai-quanh-phat-ngon-ve-nhac-bolero-cua-tung-duong-394224.html

dân tộc, một quốc gia. Phải chăng, chúng ta còn bạc nhược, còn tiếp tục chấp nhận tình trạng bị tước đoạt tiếng nói là vì, phần nào đó, chúng ta càng ngày càng mê hoặc thứ âm nhạc nhừa nhựa dĩ vãng vàng son và tình đời cay đắng dở dang này?

Dĩ nhiên là tội vạ không thuộc về ca điệu mỏi mòn thương hận mượn vay mà đó, chẳng qua, chỉ là một triệu chứng bên ngoài. Vấn đề là chúng ta đang sống với những căn tính nào đó, đã thích nghi để tồn tại với môi trường chính trị- xã hội như thế nào đó để rồi, như một hệ quả, chúng ta trở nên quen tai quen miệng và thậm chí, đang trên đà nâng cái nhịp nhạc mỏi mòn này thành một thứ "quốc nhạc". Chính những căn tính đó, chính cách thích nghi để tồn tại đó đã đông lạnh chúng ta trong tư thế nhẫn nhịn với tình trạng bị đè đầu.

Nhưng đầu tiên phải định rõ chia cách sến – sang. Tự gọi mình "sang" rồi dè bỉu "sến" cho một dòng hay trào lưu âm nhạc là một thái độ trịch thượng trong khi tư thế trưởng giả ấy cũng chẳng vững vàng gì. Nhạc sĩ Cung Tiến từng khẳng định rằng những tác phẩm đầu đời của mình, như "Thu Vàng", chỉ là một dạng "bài tập" của thuở tập tành làm nhạc sĩ vậy mà, vẫn có không có ít người, an nhiên vớ lấy như là biểu hiện của sự sang cả.[3] Mà, không kể mấy tác phẩm sang trọng dạng "bài tập" ấy, ai có thể cảm nhận được sự "sang cả" nào trong thứ âm nhạc hô hào chém giết và ca tụng những thần tượng giả mạo?

Và cũng phải giải thích rõ thêm cái đuôi "số kiếp" thêm vào. Đó chỉ là cách để tạm phân biệt thứ *boléro* nội hóa nhừa nhựa của chúng ta so với *boléro* nguyên mẫu. Những khúc hát *boléro* sống động của các ca sĩ Mỹ La-tinh cũng đâu có chảy nhựa như là những lời ca phát ra từ cái miệng của Chế Linh, từ cái lưỡi

---

[3]https://www.nguoi-viet.com/van-hoc-nghe-thuat/Hien-tuong-Cung-Tien-trong-tan-nhac-Viet-4249/

của Thanh Tuyền, đôi môi của Giao Linh, Tuấn Vũ? Bố cục những ca khúc ruột của họ với tiểu kết cấu chát - chát - chát - chát – chum - chát - chum - chát - chùm, là một bố cục nặng tính tự sự, rất dễ hòa nhập với thói quen ngòn ngọt chuyện mùi của chúng ta.[4]

Mùi như là đời của những Kiều cô, Kiều cậu. *Đừng nghe ca ve kể chuyện, đừng nghe thằng nghiện trình bày*, ngạn ngữ đương đại phát sinh từ đất Bắc này khuyên chúng ta hãy cẩn thận, chớ vội phí phạm lòng tin bởi "câu chuyện đời tôi" của họ, anh hay ả, lúc nào cũng bi thảm, cũng chẳng đặng đừng, cũng đáng thương hơn là đáng trách, cũng chữ trinh kia có ba bảy đường. Nghĩa là mùi mẫn, giống hệt những tuồng cải lương.

Cải lương lại làm tôi nhớ đến một đoạn đối thoại trong pho truyện gây tranh cãi của Nguyễn Mạnh Tuấn một thời, cái thời rậm rịch đổi mới theo... thời trước. Cái thời thiếu thốn toàn diện ấy - thiếu ăn, thiếu mặc, thiếu thông tin, sách vở - tôi đã đọc liền một mạch khi vớ được *Cù Lao Tràm* để rồi quên sạch nhưng, mãi đến nay, sau hơn 30 năm, vẫn nhớ chính xác, ít ra cũng là 95 phần trăm, tôi tin vậy, lời thoại của một nhân vật về thứ âm nhạc luôn man mác một nỗi u hoài vì ra đời trong hoàn cảnh mất nước: "Có lắng nghe lời trai gái yêu nhau, có đọc các bài văn của các em học sinh, chúng ta mới thấy được cái hại của cải lương."[5]

---

[4] Tôi đã trình bày luận điểm này trong tiểu luận "Sơn – Sến – Sawyer – Sử: ả điếm và đồng chí".

https://www.tienve.org/home/literature/viewLiterature.do?action=viewArtwork&artworkId=8663

Đã in lại trong: Nguyễn Hoàng Văn (2014) *Ngôn ngữ và quyền lực*, Người Việt

https://www.amazon.com/Ngon-Ngu-Quyen-Luc-Vietnamese/dp/1629882402

[5] *Cù Lao Tràm*, tiểu thuyết của Nguyễn Mạnh Tuấn, Nxb. Văn nghệ TP.

Nhân vật ấy là một giáo viên, nghĩa là một bậc trí thức làng. Anh trí thức làng trình bày với nữ bí thư một xã ở miền Tây Nam bộ, là đỉnh cao của quyền lực làng. *Cù Lao Tràm* xuất bản năm 1985 và trước đó gần 40 năm vùng đất này từng nằm trong bàn tay ngự trị của một bộ đôi đố kỵ cải lương tương tự, ông Lê Duẫn, Bí thư Xứ ủy Nam bộ, và ông Lưu Quý Kỳ, Giám đốc Sở Tuyên truyền Văn nghệ Nam bộ. Không cổ vũ quân dân đã đành, cải lương còn làm cùn nhụt ý chí chiến đấu của họ, ông bí thư nghĩ thế. Và ông giám đốc họ Lưu, kẻ đã láu cá chiếm giữ vai trò "trí thức đảng" độc quyền tại Nam bộ bằng cách học thuộc lòng tài liệu của trung ương rồi đốt sạch để đoan chắc không lọt vào tay ai khác, lại... láu cá tâng công bằng một lệnh cấm tức thời để rồi không lâu sau đó phải đấm ngực sửa sai.[6]

Cấm mà không chịu khó thăm dò trước sau và hậu quả là

---

in lần thứ nhất, Tp. HCM., 1985;

Tôi thuật lại theo trí nhớ.

[6] Vũ Thư Hiên, *Đêm giữa ban ngày*, Văn nghệ, 1997. (Chương 15)

"Lưu Quý Kỳ là người không dễ hiểu. Những anh em tập kết kể trong miền Nam Lưu Quý Kỳ là đệ tử ruột của cả Ba Duẩn lẫn Sáu Búa. Khi Ba Duẩn lên án cải lương ủy mị, đã không có tác dụng động viên bộ đội chiến đấu thì chớ, còn làm họ yếu lòng, Lưu Quý Kỳ nhanh nhảu lập tức ra lệnh nghiêm cấm không cho hát cải lương nữa. Chuyện những nhà mác-xít nay cấm cái này mai cấm cái kia không phải là chuyện lạ. Các nhà lãnh đạo miền Bắc cấm tranh hội họa siêu thực, đa đa, lập thể, cấm nhạc trữ tình, nhạc buồn, gộp chung vào thành "nhạc vàng", cấm viết văn có "biểu tượng hai mặt" thì ở miền Nam các bậc thế thiên hành đạo cấm có một thứ nhạc cải lương thôi còn ít. Khốn nỗi, ai cũng biết nhân dân Nam bộ yêu mến cải lương như thế nào, và lệnh cấm cải lương gây ra một phản tác dụng dữ dội. Nhiều người bỏ kháng chiến trở về thành chỉ vì ở vùng kháng chiến không có cải lương. Người ta còn kể khi nhận được các tài liệu lý luận văn nghệ nào từ miền Bắc gửi vào Lưu Quý Kỳ đọc xong, ghi chép xong là đốt ngay, không cho ai được đọc nữa. Thế là anh độc quyền những lý luận văn nghệ xã hội chủ nghĩa để dạy dỗ các văn nghệ sĩ không bao giờ được tiếp cận những tài liệu nọ."

những vụ *dinh tê* hàng loạt. Viên lãnh chúa cách mạng là người Quảng Trị còn viên nịnh thần đầu cơ đoảng là người Quảng Nam. Ông lãnh chúa gốc miền Trung không hiểu người Nam bộ dù được bộ máy kháng chiến trao trọn trọng trách tại vùng đất đã khai sinh cải lương đã đành. Nhưng bậc "trí thức đảng" nắm trọng trách "tuyên truyền văn nghệ" đã hoàn toàn không nắm rõ bản chất của việc tuyên truyền bởi, nếu những nông dân Nam bộ dễ xúc động trước những cảnh đời éo le trong các tuồng tích cải lương bao nhiêu, họ sẽ càng ngọt tai với các tuồng tích về lãnh tụ đảng mà ông ta có nhiệm vụ phải nhét vào tai họ bấy nhiêu. "Không có gì quý hơn độc lập tự do", lãnh tụ đảng dạy thế. Nhưng "độc lập tự do", với những nông dân theo kháng chiến này, cũng ngụ ý là tự do xuống *sề*, là tự do ngân nga và tự do gật gù trọn vẹn sáu câu. Vì họ tin theo lời dạy này nên mới liều mình theo kháng chiến thế nhưng chưa giành được "độc lập tự do" từ tay thực dân, họ đã bị tước đoạt sạch "tự do độc lập" với thứ âm nhạc đã thành máu thịt của mình: chọn lựa duy nhất là từ bỏ kháng chiến.

Câu chuyện bi hài này chưa phải là va chạm âm nhạc - chính trị đầu tiên. Trước đó hơn năm thế kỷ là xung đột giữa nhóm của đại công thần Nguyễn Trãi với nhóm của hoạn quan Lương Đăng mà thế thắng nghiêng về phía hoạn quan. "Kể ra, thời loạn dùng võ, thời bình chuộng văn. Nay đúng là lúc nên làm Lễ Nhạc. Song không có gốc thì không đứng được, không có văn thì không hành được. Hòa bình là gốc của nhạc, thanh âm là văn của nhạc...." câu chuyện bất đầu từ dự án "quốc nhạc" mà Nguyễn Trãi dâng lên Lê Thái Tôn để rồi chệch hẳn khỏi ý tưởng ban đầu với bàn tay sáng tạo của viên hoạn quan. Cuộc tranh luận về lễ nhạc bị chuyển hóa thành một xung đột chính trị và giới nho thần trịch thượng đã nhận lãnh một cái kết thảm khốc sau những thủ đoạn thâm cung của giới hoạn quan, là giới nắm rõ hơn ai hết sở thích trần tục của bậc quân vương trọn quyền sinh sát.[7]

Kẻ thắng trong những trò chơi chính trị luôn là kẻ nắm bắt được tâm lý trần tục từ phía của quyền lực, quyền lực trong tay bậc quân vương hay quyền lực từ sức mạnh của đám đông. Mà cả bậc quân vương, để yên vị là đấng quân vương, họ cũng phải nắm cho bằng được cái đám đông mệnh danh là bình dân, quần chúng. Mà đám đông bình dân này thì luôn dễ dãi lòng tin trước những câu chuyện bi, mùi. Thế cho nên, chính trị của kẻ thắng, luôn luôn, là một thứ chính trị của tích tuồng mùi.

Mùi như kẻ thắng cuộc chính trị lớn nhất trên đất nước chúng ta trong gần ba phần tư thế kỷ qua. Nấp dưới cái tên giả

---

[7] **Đại Việt sử ký toàn thư**, tập 2,

Bản dịch của Hoàng Văn Lâu, Hà Văn Tấn hiệu đính, Nhà xuất bản Khoa học xã hội (1998)

Xem các trang 336 và 345 - 346 (1998)

Nguyễn Liễu bị thích vào mặt và bị đày đi xa vì phỉ báng hoạn quan, Nguyễn Trãi sau (vì vụ án Lệ Chi Viên) bị tru di tam tộc.

Lễ bộ ty đồng giám kiêm tri điển nhạc sự Lương Đăng phỏng theo quy chế của nhà Minh soạn nhạc, dâng lên vua,

Hành khiển Nguyễn Trãi, Tham tri bạ tịch Nguyễn Truyền, Đào Công Soạn, Nguyễn Văn Huyến, Tham nghị Nguyễn Liễu dâng sớ tâu: ""Muốn chế tác lễ nhạc, phải đợi có người rồi hãy làm, được như Chu Công thì sau mới không có lời chê trách. Nay sai kẽ hoạn quan Lương Đăng chuyên định ra lễ nhạc, chẳng nhục cho nước lắm sao![..] "

Lương Đăng tâu: "Thần không có học thức, không biết quy chế cổ, các nghi thức nay đã làm, chỉ trông cả vào hiểu biết của thần mà thôi, còn ban hành hay không là quyền của bệ hạ, thần đâu dám chuyên quyền".

Nguyễn Liễu tâu rằng: "Từ xưa đến nay chưa bao giờ có cảnh hoạn quan chuyên phá hoại thiên hạ như thế này".

Đinh Thắng từ trong bước ra, mắng rằng:

"Hoạn quan làm gì mà phá hoại thiên hạ? Nếu phá hoại thiên hạ thì chém đầu ngươi trước".

Cuối cùng phải giao Liễu cho hình quan xét hỏi. Án xử xong, tội đáng chém, nhưng được lệnh riêng, cho thích chử vào mặt, đày ra châu xa.

Trần Dân Tiên rồi T. Lan, ông ta hì hục kể lể những câu chuyện đời hoạt động bi thảm và vô lý. Chuyện đấu tranh của một nhà cách mạng mà chỉ quẩn quanh với những sinh hoạt đời sống như ăn, uống, ngủ, ỉa và cao tay là những trận đôi co lý sự về chính trị thì chẳng có ý nghĩa gì to tát cả thế nhưng nó, bất kể vô lý đến đâu, cũng tỏ ra được việc bởi cái mà ông ta nhắm đến là giới bình dân có thói quen phí phạm niềm tin.[8]

Nếu việc phân định "sến sang" hàm ý một thái độ trịch thượng thì, dẫu phải đạo chính trị đến đâu đi nữa, chúng ta không thể nào né tránh sự phân hạng cao thấp giữa hai hệ giá trị "tinh hoa" và "bình dân". Nhạc *boléro* số kiếp, rõ ràng, là một thứ nhạc bình dân. Khi những suy nghĩ và cảm thụ theo xu hướng bình dân vươn lên chiếm lĩnh vị trí chủ[9] lưu thì, về mặt chính trị, đó là sự thắng thế của chính trị mị dân và, về mặt văn hóa, là một sự thoái hóa, thụt lùi.

Tính đa nguyên là bản chất hằng hữu của mọi xã hội và sẽ là một điều bình thường khi tầng lớp bình dân thưởng thức nhạc bình dân. Xã hội rất cần những sản phẩm bình dân để đáp ứng nhu cầu giải trí của công chúng nhưng xã hội cũng rất cần những giá trị tinh hoa để đóng vai trò dẫn dắt. Và sự bình thường của xã hội cũng nằm ở tính rạch ròi trong sự đa nguyên đó, y hệt sự phân biệt thứ hạng rõ ràng đâu ra đó như là The *Good, the Bad and the Ugly*, tên cuốn phim cao bồi viễn tây loại *spaghetti* nổi tiếng.[10] Khi thứ nhạc bình dân mang tên *boléro* vươn lên chiếm lĩnh thị trường văn hóa, phủ sóng phần lớn các

---

[8] Tôi cũng đã trình bày vấn đề này trong tiểu luận "Sơn – Sến – Sawyer – Sử: ả điếm và đồng chí" đã dẫn ở trên.

[9]http://laodongthudo.vn/gameshow-ve-bolero-no-ro-giam-gia-tri-vi-qua-lam-dung-62695.html

[10] Phim của đạo diễn Ý Sergio Leone, cha đẻ của thể loại phim "Spaghetti Western", phim về đề tài cao bồi Viễn Tây Mỹ mang phong cách Ý, do các hãng phim Ý sản xuất.

chương trình truyền hình và lấn sân vào những thành trì tưởng là bất khả xâm phạm của âm nhạc tinh hoa thì, rõ ràng, sự rạch ròi ấy đã bị xáo trộn, lộn sòng, y như một đĩa *spaghetti* dở dang, nguội ngắt.

Nhưng đó cũng chỉ là triệu chứng của một căn bệnh chính trị - xã hội đã di căn vào mọi tầng bậc cao thấp, lớn nhỏ, chung riêng, vi mô và vĩ mô. Sự lộn sòng trơ trẽn giữa "trọc phú" với "quý tộc" qua sự hình thành của tầng lớp giàu xổi mệnh danh "đại gia", lũng đoạn xã hội cả vật chất lẫn tinh thần.[11] Sự lộn sòng lòe lẹt khi hàng loạt công trình kiến trúc tầm cỡ quốc gia lại kệch cỡm theo óc thẩm mỹ của hạng trọc phú khoe của xó quê.[12] Sự lộn sòng ngu dốt giữa sử sách và tuồng chèo –cải lương khi một nhân vật lịch sử như Dương Thái Hậu bị Dương Vân Nga chiếm chỗ. Và sư lộn sòng đầy nhục mạ khi tổ quốc bị mang ra đánh đồng với nhà nước, khi những đóng góp đáng ngờ của quá khứ bị xem là hướng đi chính đáng và tất yếu cho tương lai.[13]

---

[11] 'Cơn sốt' trung lưu Việt

https://kinhdoanh.vnexpress.net/tin-tuc/vi-mo/con-sot-trung-luu-viet-3664131.html

Và:

Tiềm năng kinh doanh từ tầng lớp trung lưu Việt Nam

http://tapchitaichinh.vn/nghien-cuu-trao-doi/nghien-cuu-dieu-tra/tiem-nang-kinh-doanh-tu-tang-lop-trung-luu-viet-nam-134557.html

[12] Hàng loạt nhà hát, "trung tâm hành chính" hay "cổng chào" tại địa giới mỗi tỉnh. Hay thí dụ nổi bật nhất là Cầu Rồng, cây cầu trông giống hệt một cái cáng khiêng hòm bắt qua sông Hàn ở Đà Nẵng. Tôi đã đề cập đến công trình này trong bài "Tay mẹ nối đầu rồng".

http://www.procontra.asia/?p=2547

Đã in lại trong cuốn *Ngôn ngữ và quyền* lực đã dẫn.

[13] Người khai sinh ra tên Dương Vân Nga là soạn giả chèo Trúc Đường, anh ruột nhà thơ Nguyễn Bính. Tuồng chèo soạn vào giữa thập niên 60, khai thác mối tình giữa Dương Thái Hậu (vợ Đinh Tiên Hoàng) và Thập đạo tướng quân Lê Hoàn. [Dẫn theo: Đinh Công Vĩ (2006), Các chuyện

Vân vân, có rất nhiều thí dụ như thế nhưng căn gốc của vấn đề ở đây là ý niệm "bình dân", như một giai tầng xã hội. Không ai chối cãi rằng người bình dân đã và đang đóng góp công sức đáng kể cho xã hội nhưng nói tới động lượng của sự thay đổi và phát triển, hay ít ra là nền tảng cho một sự ổn định tích cực, phải nói tới thành phần trung lưu.

Kể từ những bước đi đầu tiên trên con đường hiện đại hóa, những thành tựu rực rỡ nhất hay những thay đổi sâu đậm nhất của đất nước chúng ta đều ghi đậm dấu ấn của giới trung lưu. Từ phong trào "Truyền bá Quốc ngữ" đến "Thơ Mới" hay "Tự Lực Văn Đoàn", những thành tựu văn hóa sáng chói này không thể nào trở thành hiện thực nếu không có bàn tay của giới trung lưu. Những thành tựu văn hóa của miền Nam kể từ sau 1954 cũng của thành phần trung lưu. Những nhà ái quốc sáng chói trong cuộc khởi nghĩa Yên Bái như Nguyễn Thái Học, Phó Đức Chính v.v.. cũng là người trung lưu. Thậm chí, cả cuộc "cách mạng vô sản", xét cho cùng, cũng là một cuộc cách mạng của tầng lớp trung lưu khi tầng lớp có học này dẫn dắt giai cấp nông dân nhắm mắt ở dưới để hy sinh cho quyền lợi của một giai cấp xa lạ là... công nhân ở trên đầu.

Nếu những thành tựu sáng chói của dân tộc là sản phẩm của người trung lưu thì điều kiện kinh tế -xã hội của đất nước lại

---

tình vua chúa hoàng tộc Việt Nam, NXB Phụ Nữ, tr. 64.] Sau tuồng chèo này được chuyển thể sang cải lương, càng nổi tiếng hơn với cái chết của cô đào cải lương Thanh Nga vào năm 1978, giữa lúc đang đóng vai chính trong tuồng cải lương này. Hiện tại nhiều bộ sử hay tài liệu lịch sử xuất bản trong nước đã sử dụng tên nhân vật tuồng Dương Vân Nga này thay cho Dương Thái Hậu, thí dụ:

TS Nguyễn Quang Lê (2001), *Từ Lịch Sử Việt Nam nhìn ra thế giới*, NXB Văn Hoá Thông Tin, tr. 98.

Cuốn sách này được ông Phan Ngọc Liên, "Giáo sư tiến sĩ – Chủ tịch hội giáo dục lịch sử" viết lời giới thiệu; và ngay trong bài giới thiệu đã khai bút: "V.I Lênin đã chỉ rõ…".

không đủ sức để nuôi dưỡng họ thành một giai tầng đủ mạnh để xoay chuyển hẳn thời thế. Và cả cái thành phần trung lưu điều khiển cuộc cách mạng kỳ dị kể trên, vị tất họ đã hoàn tất cuộc cách mạng lạ thường ấy nếu không có sự trợ giúp của hai nước đỏ Nga, Tàu? Như thế, ngày nào giai cấp trung lưu Việt Nam còn chưa đủ lớn, ngày đó đất nước vẫn bị thụt lùi với sự thao túng của các thế lực mỵ dân.

Nếu sự phát triển của một đất nước gắn liền với sự lớn mạnh của giai tầng trung lưu thì sự phá sản hay thụt lùi của nó cũng diễn ra tương tự và đó chính là những gì đang diễn ra tại Mỹ. Khi một bộ phận lớn thành phần trung lưu nước Mỹ bị phá sản, lùi xuống làm người bình dân như là cái giá của tiến trình toàn cầu hóa do công ăn việc làm bị chuyển hết sang Á châu, lá phiếu trả thù của họ đã khiến nước Mỹ thụt lại với nền chính trị bình dân và một ông tổng thống chẳng giống ai, ông Donald Trump.

Cái giá mà giai cấp trung lưu Mỹ phải trả này lại là cơ hội cho một tầng lớp giàu có mới tại Việt Nam, như là một phần của Á châu. Thế nhưng tầng lớp ấy vẫn chưa thể đảm đương vai trò động lực cho một cuộc cách mạng toàn diện cho đất nước trừ việc làm cho xã hội màu mè một cách bát nháo ra với cung cách tiêu thụ trưởng giả học làm sang. Không phải vớ được một công việc tốt hay được của hoạnh tài như đào được kho báu hay trúng số độc đắc là có thể trưởng thành và nâng hạng ngay về mặt xã hội. Từ vị trí thuộc một giai tầng bậc thấp, sự vươn cao về mặt xã hội đòi hỏi một sự hội nhập bao hàm ba tiến trình tích lũy song song, tích lũy về kinh tế, tích lũy về quan hệ xã hội và tích lũy về văn hóa. Xã hội cuống cuồng theo cơn sốt tiêu thụ và cuộc chạy đua "tính lũy kinh tế" đè bẹp tất cả nên, trên phương diện xã hội, văn hóa hay chính trị, phần đông, thành phần mới nổi này vẫn tiếp tục... như vậy.

Họ vẫn tiếp tục như vậy và đất nước vẫn vậy. *Cũng bởi thằng dân ngu quá lợn / Cho nên chúng nó lại làm quan* (Tản Đà). Đất nước vẫn vậy theo đúng ý đồ của nhà cầm quyền bởi chiến lược kẻ mỵ dân nào cũng gói gọn trong hai chữ "ngu dân". Nhưng thời đại này không còn thời dễ dàng bịt kín tai mắt con người nên chọn lựa tối ưu phải là kềm hãm sự lớn mạnh của giai tầng trung lưu và, do đó, phải "bình dân hóa" những nhận thức văn hóa của những kẻ đang nghiễm nhiên là "trung lưu" về kinh tế. Họ tha hồ tích lũy của cải nhưng không nên tích lũy về văn hóa và, trong chiều hướng này, vô tình hay cố ý, *boléro* đã trở thành một công cụ y như là "tinh thần thể dục".

Đó phong trào xã hội mà Toàn quyền Pháp De Coux thổi lên vào đầu thập niên 40 của thế kỷ 20 để làm nhiễu loạn những nhận thức chính trị trong giới trẻ Việt Nam, từng được Nguyễn Công Hoan khắc họa một cách bi hài trong truyện ngắn cùng tên.[14] Nếu ngày đó nhà cầm quyền thực dân thổi bùng "tinh thần thể dục" thì ngày nay, vô tình hay cố ý, đất nước tràn ngập một "phong vị *boléro*".

Đầu tiên thì Tuấn Vũ, Chế Linh, những ca sĩ bình dân, đĩnh đạc bước vào "đại hý viện" của thủ đô để tỉ tê những chuyện tâm tình. Bây giờ thì cả nước, cơ hồ, đang chuyển mình thành một "hý viện quốc" với cùng phong vị khi những làn sóng điện truyền hình đều rung theo nhịp phách chát chùm với hàng loạt những gameshow mang tên *boléro* trong khi người người, nhà nhà, ai cũng có một "tâm tình" để tỉ tê ngọt mặn theo sự bùng nổ của hiện tượng "tâm thư".[15]

Những trang sử tranh đấu giành độc lập của chúng ta còn giữ lại "Hải ngoại huyết lệ thư", những dòng chữ viết bằng máu và nước mắt của nhà ái quốc Phan Bội Châu lúc bôn ba xứ người tìm đường cứu nước. Bây giờ có mong đọc "tâm thư", ắt hẳn

---

[14] http://www.5book.vn/chapter/truyen-ngan-nguyen-cong-hoan/Q80T

không ít chúng ta cũng mong mỏi những dòng chữ viết bằng "máu và nước mắt" của những nhà chính trị từng lưu gót chân mình tại Thành Đô hay Bắc Kinh mà hậu quả là những mật ước hay điều ước đáng ngờ, đầy tranh cãi. Nhưng không, hoàn toàn không. Chỉ thấy một rừng một biển những "tâm thư" vô duyên, vô nghĩa lý, vớ va vớ vẩn, nhí nha nhí nhách, y hệt những thứ tình buồn nhảm nhí nhừa nhựa giọng *boléro*. Ca sĩ cãi nhau chuyện ngồi lê: tâm thư. Người mẫu đôi chối nhau lời ganh ghét: tâm thư. *Hotgirl* khó ở trong người: tâm thư. Bệnh nhân tức giận với dịch vụ công: tâm thư.[15] Và cả các ông bà bộ trưởng bị phiền hà bởi những lời chỉ trích ấy: cũng tâm thư. Có lẽ chưa bao giờ người Việt cần cù "tâm tình" như thế. Dân thường bất ý nhau thì 'tâm thư" còn quan chức bất ý với hệ thống chính trị mình cúc cung phục vụ thì "tâm tư". [16] Cả xã hội, cơ hồ, đang bị *boléro* hóa và, cái "phong vị" này, nhìn rộng ra, chính là một thứ gông xiềng vô hình ngăn không cho chúng ta bứt phá, thay đổi.

Giữa năm 2016, khi danh từ Vũng Áng - Formosa chiếm lĩnh hầu hết các trang tin hay các tài khoản mạng xã hội, tôi đã nghe một nhà thơ trong nước bày tỏ sự... lạc quan trước thảm họa của đất nước bởi, theo anh, đó là cơ hội, là dịp may để đất nước đứng lên. Mà thật, không khí lúc ấy đã căng tràn như một dây đàn sắp đứt, như một bờ nước tràn ứ chực vỡ, như thùng thuốc súng chỉ chờ châm cho mồi lửa và, sau bao nhiêu năm dẫm

---

[15] Chỉ gần "google" mấy cụm từ "gởi tâm thư" hay "tâm thư gởi" sẽ thấy hàng trăm thí dụ!

[16] Từ "tâm tư" hiện được giới quan chức sử dụng phố biến, và sử dụng như một động từ, thí dụ Phùng Quang Thanh
"Đại tướng Phùng Quang Thanh: Không phong Tướng, anh em tâm tư"
http://giaoduc.net.vn/Xa-hoi/Dai-tuong-Phung-Quang-Thanh-Khong-phong-Tuong-anh-em-tam-tu-post151969.gd

chân tại chỗ, đây sẽ là cơ hội để vùng lên, thay đổi. Nhưng cơ hội mong mỏi ấy đã không đến mà nguyên nhân, phần nào, có lẽ cũng là tinh thần *boléro* khi, từ Vũng Áng của hai năm trước cho đến Phú Quốc - Vân Đồn năm nay, luôn có cái gì đó rời rạc, thiếu thiếu trong hình ảnh những đoàn người bừng bừng phẫn nộ đang tập hợp với mục tiêu đòi quyền sống cho ra con người.

Tôi nghĩ đến sức mạnh thần kỳ của *La Marseillaise* mà Stefan Zweig đã tái hiện trong "The genius of one night: 'The Mareillaise'".[17] Bài ca đã trở thành niềm cảm hứng của dân tộc Pháp hơn hai thế kỷ nay với nhiều biến cố lịch sử thăng trầm. Bài ca với một số phận kỳ lạ, ra đời như một hành khúc của một đơn vị địa phương quân rồi trở thành bài ca cách mạng, thành quốc ca, rồi bị cấm, rồi trở thành quốc ca đến tận hôm nay và, đáng nói hơn, nó, *La Marseillaise,* còn ra đời khi nước Pháp trải qua một thời kỳ đen tối giống hệt đất nước của chúng ta hôm nay khi vừa gánh vác một chính quyền bất tài thối nát ở trên đầu, vừa đối phó với thế lực xâm lược từ phương Bắc:

Hãy tiến lên, hỡi những người con của Tổ quốc
Ngày vinh quang đã đến rồi,
Chúng ta hãy chống lại sự áp bức,
Ngọn cờ nhuốm máu đã giương lên.
Hãy cầm lấy vũ khí hỡi những công dân!
Hãy tập hợp lại thành đội ngũ!

Thật là khó để chuyển tải sức lôi cuốn của một hành khúc hùng tráng lên trên mặt giấy. Càng khó hơn khi phải diễn dịch nó qua một ngôn ngữ khác nhưng cái chính ở đây là những

---

[17] *La Marseillaise của* Claude Joseph Rouget de Lisle, một sĩ quan công binh. Bài hát này không xuất phát từ **Marseille** mà là Strasbourg như là hành khúc của đoàn quân bảo vệ tổ quốc tại trận tuyến sông Rhein vào năm 1792 nhưng rơi vào quên lãng. Sau đó bài hát "lưu lạc" đến Marseille và từ đây đã phổ biến khắp nơi!

người con đất Việt đang sôi máu vì Vũng Áng hay Vân Đồn v.v.. cần có một bài ca hực lửa để họ kết nối nhau thành một khối để đứng lên và đi tới. Nó, bài ca đó, phải là cảm hứng của thời đại, phải là bài hát cuồng nộ của đám đông, phải là biển đang sục sôi giận dữ, phải là đất đang gầm lên long trời, và phải là người đã chịu đựng hết nổi. Nhưng không. Những khúc hát đấu tranh lan tràn và phổ biến những ngày này không phải là lời kêu gọi mạnh mẽ, bạo liệt và hào khí mà, phần đông, chỉ là những tâm sự tỉ tê, dẫu không hẳn là nhịp phách *boléro* thì cũng thuộc về cái phong vị *boléro*.

Vụ nhiễm độcVũng Áng - Formosa đã dẫn đến hiện tượng Trần Thị Lam, đứa con của đất Hà Tỉnh, với bài thơ "Đất nước mình ngộ quá phải không anh". Bài thơ lan ra bất cứ nơi nào trên thế giới miễn là có người Việt, nó được đọc, được ngâm, được phổ nhạc để hát mọi nơi và đã thực sự kết nối con người trước nỗi đau và nỗi lo chung. Nhưng những lời hát và âm điệu như thế chỉ đủ để nối kết nối con người trong tủi hận, để hát cho nhau nghe chơi quanh bàn nhậu hay bàn trà rồi tải lên *youtube* rao mời chứ chưa đủ để kết nối họ hừng hực đứng lên giữa đường phố rầm rập đòi lại tiếng nói, đòi lại núi sông. Mà không chỉ bài thơ này. Hầu như, tuyệt đại đa số những ca khúc viết về Biển Đông trong những ngày qua, đều vậy. Cái mà nhân dân, tổ quốc cần là những tiếng gầm như một đợt sóng thần nhưng chỉ ủ ê một giọng kể lể, có khi kể lể bằng giọng cầu kinh.

Nếu đó chỉ là những lời ca dày vò theo những đớn đau của đất nước thì cả những phản ứng trực tiếp trước đòn thù cũng vậy, cũng héo mòn sầu não theo phong vị *boléro*:

Xin hỏi anh là ai?
Sao bắt tôi tôi làm điều gì sai?
Xin hỏi anh là ai?
Sao đánh tôi chẳng một chút nương tay?

Xin hỏi anh là ai?
Không cho tôi xuống đường để tỏ bày
Tình yêu quê hương này, dân tộc này đã quá nhiều đắng cay!

Tôi không chê trách mà, ngược lại, rất thán phục sự dũng cảm của tác giả nhưng vấn đề cần được đặt ở một tầm mức cao hơn, rộng hơn, từ góc độ văn hóa. Tác giả, Việt Khang, là người Nam bộ. Người Nam có thể rất mùi với cải lương nhưng khi cần, có thể nghĩa khí, hiên ngang, rắn rỏi và, thậm chí, cực kỳ anh chị "Đụ má tại sao chúng mày đánh tao!". Những đòn roi vụt xuống liên tiếp, nhanh như bão, nặng như núi thì ít ra chúng ta cũng phải một lần gầm lên, đanh thép, quyết liệt, dữ dội, lẽ nào chỉ tần mần "xin hỏi" rồi ủ ê than vãn "đắng cay"?

Đừng nghe ca ve kể chuyện, đừng nghe thằng nghiện trình bày, chúng ta đã nhắc đến ngạn ngữ đương đại phát sinh trên đất Bắc. Nhưng không chỉ có những câu chuyện và lời trình bày liến thoắng của những ca ve và đám nghiện nghĩa đen. Bên ca ve bị miệt thị bán thân còn có đám ma cô chính trị ngay ngáy che giấu trò bán nước. Bên bọn nghiện dặt dẹo thân xác là bọn nghiện quyền lực méo mó linh hồn đang trơn tru trình bày để thể hiện ở mình một linh hồn lành lặn. Để làm vậy thì chúng phải liên tu trình bày, liên tu kể chuyện, những câu chuyện mà, xét về bản chất, cũng chẳng thoát ra khỏi quỹ đạo những câu chuyện tuồng mùi của nhân vật giả Trần Dân Tiên.

Như thế thì nhân dân, tuyệt đại đa số, phải vĩnh viễn làm đám bình dân dễ dãi niềm tin, dễ tin và khóc theo những tuồng tích chính trị bi, mùi. Như thế thì họ phải vĩnh viễn là khán giả của thứ văn nghệ bi mùi. Và như thế thì thành phần "trung lưu" về kinh tế phải mãi mãi dẫm chân tại chỗ như là hạng quần chúng bình dân về mặt văn hóa và chính trị. Và như thế cái tinh thần *boléro* như sợi xích vô hình trói chặt đất nước sẽ tiếp tục được giới tài phiệt hay nhóm lợi ích truyền thông nuôi dưỡng với sự khuyến khích của nhà cầm quyền.

"Nay đúng là lúc nên làm Lễ Nhạc. Song không có gốc thì không đứng được, không có văn thì không hành được. Hòa bình là gốc của nhạc, thanh âm là văn của nhạc", chúng ta đã nghe lời tâu như thế của Nguyễn Trãi. Và Nguyễn Trãi, khi tâu lên như thế, chắc hẳn đã nghiền ngẫm rất kỹ tư tưởng của Khổng Tử "Thánh nhân chi trị thiên hạ dã, ngại chư dĩ lễ nhạc". Nếu bậc thánh nhân cai trị và kiềm chế thiên hạ bằng lễ nhạc thì nhạc, theo quan niệm ấy, làm con người gần nhau hơn, và lễ, cũng trong quan niệm ấy, lại làm con người tương kính nhau trong những giềng mối trật tự. Nhưng giềng mối trật tự, với chúng ta, đã bị quấy đảo và lộn sòng tận gốc rễ. Và nhạc, với chúng ta, đang bị nhừa nhựa hóa theo thứ âm điệu làm cho con người không muốn ngóc đầu lên.

"Có lắng nghe lời trai gái yêu nhau, có đọc các bài văn của các em học sinh, chúng ta mới thấy được cái hại của cải lương", chúng ta đã nhắc tới suy nghĩ của một nhân vật trong *Cù Lao Tràm*. Nhưng chúng ta, nếu lắng nghe các bài ca đấu tranh hiện tại, nếu để ý đến những luận điệu thực thà nhưng cực kỳ ngây ngô từ miệng những kẻ vẫn còn lặn hụp trong cái "cù lao" của sự ngu dân, những kẻ vẫn còn tin vào cái chế độ đang ráo riết phá nước, phá cả tương lai, đã có mấy ai thoáng nghĩ đến cái hại của *boléro*?[18]

12.9.2018

---

[18] Để ý giọng điệu từ các phản hồi trên mạng trước các thông tin nóng bỏng về đất nước và lập luận của giới dư luận viên.

Trận Con Cóc
& Tác phẩm lớn, tác phẩm nhỏ[1]

Trận con cóc

"Trận con cóc" là chữ của Phạm Thị Hoài. Cái trận chiến về thơ diễn ra trên tạp chí *Văn Học* về cách đọc thơ, về giá trị thẩm mỹ của một bài thơ giữa Đỗ Minh Tuấn và Nguyễn Hưng Quốc. Khởi đi từ bài viết của Đỗ Minh Tuấn nhằm bác bỏ một luận cứ của Nguyễn Hưng Quốc trong Thơ, vân vân và v.v... cho rằng Thơ con cóc, là một bài thơ hay, "trận chiến" đã thu hút sự góp mặt của nhiều tác giả khác trong cũng như ngoài nước, và đã lan sang những vấn đề thật đao to búa lớn với những ý nghĩa chính trị như "khế ước văn hoá", như sự "lẫn lộn địch ta.." hay "ngụy và cách mạng" v.v.

Ở chương hai, "Thơ Con Cóc: Một bài thơ hay", trong *Thơ, vận vân và v.v...*, xuất bản năm 1996, Nguyễn Hưng Quốc viết rằng bài thơ:

Con cóc trong hang
Con cóc nhảy ra
Con cóc nhảy ra
Con cóc ngồi đó

---

[1] Bài này trích từ chương "Văn học hải ngoại, nhìn qua những cuộc tranh luận", là một phần trong loạt bài biên khảo "25 năm văn học hải ngoại" phát trên chương trình Việt ngữ của Đài SBS năm 2000.

Con cóc ngồi đó
Con cóc nhảy đi

là một bài thơ hay. Làm công việc này, công việc chứng minh bài thơ được xem là biểu tượng của thơ dở là một bài thơ hay, Nguyễn Hưng Quốc, như đã nhiều lần khẳng định sau này, muốn dùng đấy như một điểm tựa để từ đó trình bày một khuynh hướng thẩm mỹ mới trong thi ca. Và khi nhấn mạnh như thế, ông ta như muốn nói rằng, những người công kích mình không thấy được ý chính trong những luận cứ đưa ra mà chỉ xoáy mũi dùi vào chi tiết không đáng kể.

Nhưng, thơ Con Cóc hay là hay như thế nào? Theo Nguyễn Hưng Quốc, trước hết cái hay ấy có thể thấy qua mức độ "điển hình" và thách thức thời gian của bài thơ: sự truyền tụng qua nhiều đời và đã đọng lại trong ký ức của người Việt xuyên qua nhiều thế hệ. Cái hay của bài thơ còn được nhìn qua khiá cạnh miêu tả cái dở một cách vô cùng đẹp: nếu Nam Cao tả cái xấu của Thị Nỡ một cách đầy nghệ thuật thì ở đây, tác giả của thơ Con Cóc đã làm được một công việc tương tự.

Phân tích bài thơ của Nguyễn Đức Sơn:

Khi thấm mệt tôi đi luồn ra núi
Cuối chiều tà chỉ gặp cỏ hoang sơ
Bước lủi thủi tôi đi luôn vô núi
Nghe nắng tàn run rẩy bóng cây khô
Chân rục rã tôi đi luồn ra núi
Hồn rụng rời trước mặt bãi hư vô...

như cái gì đó "mỏi mệt và tuyệt vọng đến não nề, nhưng tâm hồn ít ra cũng còn chút thanh thản để ngắm nhìn ngoại cảnh chung quanh mình, từ bãi cỏ, cành cây đến nắng tàn"; Nguyễn Hưng Quốc suy diễn nên cái đẹp gọi là "trần trụi" của Thơ Con Cóc:

Bài Thơ Con Cóc, ngược lại, trần trụi tuyệt đối. Như một cành gai.

> Không có đến lá, đừng nói gì là hoa. Nó thô tháp. Nó mạnh bạo. Nó sần sùi. Và cũng có thể nói, tàn nhẫn nữa. Nó xoá bỏ hết mọi phấn son va loại trừ hết tất cả cảm xúc thừa thãi để bắt người đọc một minh sững sờ đối diện với sự vô nghĩa của cuộc đời. Không thể nào có thứ ngôn ngữ nào giản dị hơn thế nữa...

Khó mà tóm toàn bộ những luận điểm phức tạp cuả Nguyễn Hưng Quốc trong một đoạn ngắn. Tuy nhiên, về đại ý, có thể xem xu hướng thẩm mỹ của tác giả là ở đó: sự phủ định của những quan điểm thẩm mỹ cũ kỹ, phủ định cái đẹp của son phấn rườm rà hoa lá mà hướng đến những cái đẹp sần sùi, trần trụi và gai góc, như là những tiêu chuẩn thẩm mỹ mới.

Trong bài "Khế ước văn hoá trong bài thơ Con Cóc (hay là ông Nguyễn Hưng Quốc đã biến Thị Nỡ thành hoa hậu như thế nào?)" đăng trên báo *Văn Nghệ* số 9 (2.3.1997) phát hành tại Hà Nội, và sau đó là tạp chí *Văn Học* số 134 (6.1997), xuất bản tại Mỹ; Đỗ Minh Tuấn bác bỏ quan niệm của Nguyễn Hưng Quốc trên hai khiá cạnh: (1) "Tư cách thơ ca" của thơ Con Cóc; và (2), "Khế ước văn hoá" của thơ con cóc.

Với điều gọi là "tư cách thơ ca"; Đỗ Minh Tuấn cho rằng khi mà Thơ Con Cóc chưa thể xứng đáng với "danh hiệu thơ" thì không ai có thể chứng minh rằng đấy là một bài thơ hay. Muốn chứng minh bài "Con Cóc trong hang, con cóc nhảy đi..." là một bài thơ hay thì, trước hết, Nguyễn Hưng Quốc phải chứng minh đó là một bài thơ. Và như thế, Đỗ Minh Tuấn ví von công việc thẩm thơ của Nguyễn Hưng Quốc như là trò đùa, cái trò "bắt cá trên cây". Đỗ Minh Tuấn viết:

> Thật chẳng khác gì cho Thị Nỡ bỏ qua vòng sơ khảo thi hoa hậu để lọt ngay vào chung khảo và thi ứng xử. Và, Thị Nỡ, sau khi đã thoát khỏi sự thẩm định về vòng eo, chiều cao và sự hài hoà tối thiểu của khuôn mặt đã phát huy lợi thế triết học trong vòng ứng xử, với sự hỗ trợ của cố vấn Nguyễn Hưng Quốc, đã trả lời leo lẻo các câu hỏi hóc búa của Ban giám khảo về những vấn đề cao siêu của Đông Tây kim cổ, lăm le đoạt vương miện hoa hậu vì sự tinh

quái khôn ngoan của một người vốn được coi là điển hình cho sự xấu xí, thô kệch! Đó là cơ chế ngụy biện trong cái cách Nguyễn Hưng Quốc chứng minh bài thơ con cóc là một bài thơ hay.

Theo Đỗ Minh Tuấn, thơ Con Cóc chỉ là một "cái tin nhạt nhẽo về con cóc,không phải một bài thơ vì thiếu những yếu tố chủ thể thẩm mỹ". Và khi so sánh Con Cóc với Con Ếch, bài thơ hài cú của Basho:

Ao cũ
Con ếch nhảy vào
Vang tiéng nước xao...

từ chữ "cũ" và chữ "vang" của bài hài cú, Đỗ Minh tuấn cho rằng mới nghe qua thì hai bài thơ có vẽ giống nhau, tuy nhiên chúng khác biệt rất nhiều ở "những rung động tâm linh từ sự hoà điệu giữa con người và sự vật"; cái sự khác nhau có thể ví von qua sự chênh lệch giữa một "thiền sư" và một "nhà báo trọc đầu."

Bước sang điều gọi là "khế ước văn hoá", Đỗ Minh Tuấn nhìn Nguyễn Hưng Quốc như kẻ đang sách động một "mưu đồ xâm lăng văn hóa". Lối lập luận của Đỗ Minh Tuấn, xét về bản chất, cũng không khác xa gì lối lập luận thô bạo của Trần Thanh Đạm, trong một bài viết trên Sải Gòn Giải phóng, khi suy diễn việc đánh giá bài thơ con cóc là một bài thơ hay thành một âm mưu lập lờ đánh lận, một sự cố tình xoá đi lằn ranh "giữa địch và ta", giữa "ngụy và cách mạng" là mấy. Nhưng Đỗ Minh Tuấn lập luận như thế nào? Theo ông, "mỗi dân tộc có diện mạo văn hóa riêng với những tin hiệu và cảm thức riêng bền vững trong vô thức cộng đồng làm quy luật cho sự tiếp nhận đào thãi". Đão ngược những nấc thang giá tri đã bền vững, chính là hành động "cãi lại tổ tiên". Đỗ Minh Tuấn viết tiếp:

Vậy cãi lại tổ tiên, đem lý trí và học vấn cãi lại vô thức cộng đồng chỉ là sự xâm lăng văn hoá, đem chuẩn mực văn hoá của cộng đồng này áp đặt cho một cộng đồng khác, vì mỗi một nền văn hoá là một chuẩn mực tinh thần có diện mạo riêng, có khóa mã riêng, có độ bảo thủ riêng. Sự áp đặt đó, dù có thành công trên phương diện lý luận thì vẫn tỏ ra thất bại trên phương diện thực tế. Tư góc độ nhân chủng học, quốc tế học, từ góc nhìn mẫu quốc, ta có thể chứng minh rằng những kẻ bán nước trước dây là tiến bộ,cao cả, có công...

Đỗ Minh Tuấn kêu gọi Nguyễn Hưng Quốc hãy "trân trọng" cái "tập tính văn hoá" ở đó "bài thơ Con cóc đã trở thành biểu tượng của cái dở". Với ông, đó là một "khế ước văn hoá đã ổn định", chỉ có thể "truyền bá" chứ "không nên xuất khẩu" và "biến nó thành một linh kiên của một hệ thống văn hoá khác"... Nghĩa là nếu tổ tiên chúng ta đã xếp hạn đấy là một bài thơ dở, chúng ta hãy theo đó mà yên ổn cái phận thơ dở của bải thơ Con Cóc. Chớ nên soi rọi vào đó những lý thuyết mỹ học của phương Tây để biến nó thành một bài thơ hay.

Trong bài "Trả lời ông Đỗ Minh Tuấn", cũng trên *Văn Học* số 134; Nguyễn Hưng Quốc cho rằng lập luận về tư cách thi ca của Đỗ Minh Tuấn chỉ đứng vững khi ông ta chứng minh được rằng thơ Con Cóc không phải là bài thơ. Đỗ Minh Tuấn chưa làm được điều này.

Cũng theo Nguyễn Hưng Quốc, cách suy tưởng từ hai chữ "cũ" và "vang" của bài thơ hài cú sang một ý nghĩa thẩm mỹ sâu rộng của Đỗ Minh Tuấn là không thật. Bài thơ là tác phẩm của một thi sĩ lớn người Nhật, trong khi những gì Đỗ Minh Tuấn thưởng thức chỉ là một bản dịch của Nhật Chiêu, nếu một dịch giả nào khác dịch bài thơ mà không dùng hai chữ "cũ" và "vang", ông ta có cảm được bài thơ trong chiều hướng ấy hay không? Như thế, khi cảm bài thơ của Basho, Đỗ Minh Tuấn không chỉ cảm từ tự thân bài thơ dịch: ông ta cảm bằng cả khối kiến thức văn hoá đang có, những kiến thức cho ông ta biết rằng Basho là một nhà thơ lớn trong nền văn học cổ điển Nhật, cho ông ta biết những sắc thái thẩm mỹ của thơ hài cú v.v.

Và như thế, Nguyễn Hưng Quốc lập lại một ý kiến đã từng tuyên bố trước đó, trong một cuộc phỏng vấn: bài thơ Con Cóc, hay hay không, không quan trọng; cái chính là để phê phán những quan niệm thẩm mỹ đã cũ kỹ và để chứng minh ý nghĩa của việc đọc thơ, để trình bày những lý thuyết mới về thơ. Đó là xem thơ không phải chỉ có những gì tác giả định nó; thơ, không phải là cái gì đó gói gọn trong những con chữ. Mà thơ, đó là cái gì đó "lưng chừng giưa văn bản và người đọc", khi việc thẩm thơ phụ thuộc vào những khiếu thức thẩm mỹ hay bề dày văn hóa đã hấp thụ, ý nghĩa của bài thơ là sự tương tác giữa người đọc và văn bản thơ chứ không phải cái gì tự tại và bất biến. Nguyễn Hưng Quốc viết tiếp:

> Cho "sự giản dị, ổn định, bền vững của văn hoá là nền tảng xã hội của mọi sự thẩm định giá trị thơ ca", Đỗ Minh Tuấn đã xem quá khứ và thói quen là chuẩn mực để phê bình. Cách nhìn như vậy đương nhiên loại trừ toàn bộ những nỗ lực đổi mới. Thực chất điều Đỗ Minh Tuấn gọi là "khế ước văn hoá chỉ là sự trung thành với những cái cũ. Hình như Đỗ Minh Tuấn không chỉ sợ những cái mới, anh còn sợ những gì từ "nước ngoài". Trong bài viết của anh, đặc biệt ở phần sau, tôi cảm thấy thấp thoáng có chút gì mặc cảm tự ti. Chính mặc cảm tự ti ấy biến anh thành một kẻ kỳ thị, muốn đẩy mọi nỗ lực hoạt động văn học nghệ thuật của người Việt hải ngoại ra ngoài lề, không thuộc về "văn hoá của chúng ta"...

Đỗ Minh Tuấn trong bài trả lời "Về cái bẫy văn hoá của Nguyễn Hưng Quốc" đăng trên *Văn Học* sỏ,136 (8/1997), lập luận rằng khi thách mình phải chứng minh bài thơ Con Cóc không phải là thơ, Nguyễn Hưng Quốc đã theo đuổi một vấn đề ngụy tạo.Theo Đỗ Minh Tuấn điều đó đã:

> ... đụng chạm đến (vấn đề) sự tồn tại hiển nhiên của các tiên đề văn hoá phát lộ từ tâm thức Việt Nam... Đòi chứng minh thơ Con Cóc không phải là thơ chẳng khác nào đòi người ta tự túm tóc mình để nhất mình lên.

Bên cạnh đó, Đỗ Minh Tuấn đã bảo vệ những luận điểm của

mình bằng những luận cứ mà Nguyễn Hưng Quốc, cho là "hoàn toàn hiểu lầm" ý mình, là chỉ "cãi để.. cãi". Tuy nhiên, đấy chỉ là những chi tiết nhỏ nhặt.

Nguyễn Hưng Quốc - trong "Lại trả lời Đỗ Minh Tuấn" đăng trên *Văn Học* số 137 (9/1990), bài viết mà tác giả khẳng định từ đầu là bài cuối cùng cho đề tài con cóc - cho rằng "tiền đề văn hoá" của Đỗ Minh Tuấn chỉ là một "ý niệm hàm hồ" bởi, đơn giản là, chính sự thách thức tiền đề ấy đã thúc đẩy sự tiến bộ. Người xưa khinh thường chữ Nôm, nhưng Nguyễn Du đã viết Kiều bằng chữ Nôm; người xưa cho Thơ Mới là lai căng, nhưng thơ mới đã hoà nhập và trở thành một di sản cuả văn chương Việt Nam. Và, chính Đỗ Minh Tuấn, theo Nguyễn Hưng Quốc, qua cách phân tích thơ Con Cóc như "một đối cực của niềm hy vọng sâu thẳm",như hình ảnh của sự "lẩn tránh, sự đào ngũ ,sự bỏ rơi, sự ly thân của con người" cũng đã thể hiện sự cảm nhận về cái hay của bài thơ.

Vậy thì tại sao Đỗ Minh Tuấn lại hùng hồn bác bỏ? Nguyễn Hưng Quốc cho rằng đấy chính là thứ tâm lý sợ bóng sợ gió của những kẻ đang "ngay ngáy lo bảo vệ sự ổn định chính trị tại Việt Nam hiên nay". Theo ông, "cứ lật báo chí Việt Nam từ đầu thập niên 90 đến nay, những chữ như văn hoá, văn hoá Việt hay văn hoá phương Đông xuất hiện tràn lan và ê hề, gần như lạm phát. Chúng được dùng như những ngọn cờ thay thế cho ngọn cờ mác xít đã tơi trong gia đoạn tan rả của chủ nghĩa cộng sản đồng thời cũng là gia đoạn phải mở của tiếp xúc với Tây Phương và hoà nhập và cộng đồng nhân loại.

Dĩ nhiên, "trận con cóc" cũng lôi kéO sự tham gia của giới cầm bút; từ Trần Văn Tích, cho đến Phạm Thị Hoài, từ Thụy Khê cho đến Bùi Vĩnh Phúc. Thụy Khê, trong bài "Góp ý về một số vấn đề trong phê bình văn học", đăng trên tạp chí *Văn Học* 138 (10/1997):

Cuộc tranh luận về thơ con cóc nếu xẩy ra trong điều kiện lập luận

> bình thường thì có thể rất hào hứng cho hai tác giả và bổ ích cho người đọc. Nguyễn Hưng Quốc cho rằng đấy là thơ hay, đó là quyền tự do thẩm định của anh. Độc giả chờ đợi một lập luận tân kỳ cũng như họ có quyền đánh giá... Nhà phê bình Đỗ Minh Tuấn có quyền phê bình nhà phê bình Nguyễn Hưng Quốc, và Nguyễn Hưng Quốc có quyền trả lời v.v... Đó là tiến trình bình thường của các cuộc tranh luận văn học.
>
> Nhưng ở đây có một cái gì đó không bình thường khiến mọi người chú ý, không phải trên khiá cạnh lý thú của lý luận văn học mà ở những điều, những chữ quá tải đã được đôi bên viết ra. Đỗ Minh Tuấn dùng những chữ rất nặng cho một cuộc tranh luận văn học và chính ở chỗ đó mà người đọc chệch hướng, không thấy rõ mục đích "phê bình một nhà phê bình của Đỗ Mạnh Tuấn"...
>
> Có cần mang cả những thứ nặng ký như: nhân chủng học, quốc tế học, chuẩn mực văn hoá, vô thức cộng đồng, xâm lăng văn hoá, mẫu quốc, kẻ bán nước, v.v... ra để bàn về... thơ con cóc hay không? Chính những chữ quá tải này, không những khiến cho người đọc hồ nghi thiện chí (muốn phê bình) của Đỗ Minh Tuấn mà còn triệt tiêu tính chất thuyết phục trong lập luận của anh vì bản chất của chúng (một vài chữ) chống lại hai đối tượng văn hoá và phê bình mà Đỗ Minh Tuấn muốn đề cập.

Không bình thường nên thật là dễ hiểu khi, ngay ở phần mở đầu của bài trả lời thứ hai trên Văn Học số 137, Nguyễn Hưng Quốc đã tuyên bố từ bỏ cuộc chơi, xem đấy như là bài viết cuối cùng cho trận chiến chữ nghĩa quanh bài thơ con cóc. Mà quả, đấy là bài cuối cùng thật. Cho dù sau đó trên *Văn Học* số Xuân Mậu Dần 1998 (số đôi 141&142), trong bài "Trả lời Nguyễn Hưng Quốc", Đỗ Minh Tuấn tiếp tục đào xới lại những vấn đề đã bàn với mục đích biện minh, Nguyễn Hưng Quốc vẫn giữa im lặng.

"Trận con cóc" xem như đi đến chỗ hoà bình.

Mãi đến tháng 4 .2000, trên tạp chí *Hợp Lưu* số 52, cụm từ "thơ con cóc" mới được Đỗ Minh Tuấn nhắc lại trong bài viết

"Tri thức và lý tính trong một nền văn hoá giả trang":

> Cái mới, cái hàn lâm không đồng nghĩa với cái qui mô, kỳ vĩ. Có khi vị thiền sư chỉ quanh năm nhìn vào một điểm nhỏ trên tường mà khám phá ra những cảnh giới xa lạ và mới mẻ. Nhà nghiên cứu văn học có thể suốt đời chỉ nghiên cứu một bài thơ (Như bài thơ Con cóc chẳng hạn!) cũng có thể đem lại cái mới, cái hàn lâm cho đời sống văn chương nếu như anh ta thực sự có một cái nhìn phức tạp, khám phá ra những cấu trúc văn hoá thẩm mỹ mới mẻ ẩn tàng trong bài thơ đó mà truớc đó chưa ai khám phá ra...

Trong bài viết này Đỗ Minh Tuấn vẫn tiếp tục thói quen dùng từ chan chát, kêu vang như sấm dậy, vẫn chưa công khai xác định lại thái độ của mình, vẫn chưa xác định lại những "tư cách thi ca", những "khế ước" hay "tập tính văn hoá" của bài thơ con cóc; tuy nhiên những dòng chữ thoáng qua như thế cũng đã thể hiện một sự thay đổi nào đó. Cái sự thay đổi hình thành qua một quá trình tiếp xúc lâu dài, và đã thể hiện ở những bài viết của ông, thí dụ như bài viết công khai ca ngợi văn học hải ngoại trên tạp chí *Việt* số hai để rồi hứng chịu sự kết tội và chụp mũ của Hoàng Huân, một sĩ quan viết văn đóng lon thiếu tá trên tạp chí *Văn nghệ Quân Đội*; cũng như sự công kích của Trần Mạnh Hảo trên báo *Công An Thành Phố Hồ Chí Minh*.

Như thế, nhìn xuyên qua "Trận Con Cóc" với sự thay đổi của người châm ngòi nổ, chúng ta có nên hy vọng về khuynh hướng đối thoại giữa giới cầm bút trong và ngoài nước hay không?

Tác phẩm lớn, tác phẩm nhỏ.

Tác phẩm lớn

Nói đến thân phận nhỏ nhoi buồn thảm của văn học Việt Nam, nhà văn Nguyễn Huy Thiệp đã liên tưởng đến một hình ảnh rất thực: giữa rừng tác phẩm bày biện bên trong một tiệm sách Mỹ, ông chỉ tìm ra sự hiện diện lẻ loi của nó hai bản dịch: *The Sorrow of War* (Nỗi buồn chiến tranh) của Bảo Ninh và *General Retired* (Tướng về hưu) của mình.

Nhìn ra ngoài là thế, soi gương, mình tự ngắm mình, bức tranh ấy cũng không sáng suả hơn. Dàu dàu ngọn cỏ nửa vàng nửa xanh: bức tranh về văn học Việt Nam chừng cũng ảm đạm như cái khung cảnh buồn bã bao quanh nấm mồ Đạm Tiên một buổi chiều nhá nhem tối, khi bóng đã xế ngả về Tây. Ma Văn Kháng, trong "Tấm gương phản chiếu văn hoá" đăng trên tuần báo *Văn Nghệ* số 14 (4.41998), thổ lộ:

> Chúng tôi muốn nói tới một thực trạng sáng tác khá phổ biến hiện nay: tình trạng trung bình, làng nhàng của nhiều tác phẩm có giá trị văn học, sự thiếu vắng, chưa có nhiều tác phẩm hay, có giá trị cao về nội dung và nghệ thuật...
>
> ... Nhiều tác phẩm tham dự các giải thưởng, được in ra, đã lướt qua thời gian một cách quá vô tình. Chúng không gây được dư vang, một ngẩn ngơ, một nuối tiếc, một đau đớn, một hứng khởi, một ước ao, thậm chí một tiếng cười, một thoả mãn trí tuệ, những tác phẩm hờ hững với cuộc sống, thờ ơ với số phận con người. Những tác phẩm thiếu hẳn độ sâu bên trầm lắng, nền tảng văn hoá cao và đã bị lãng quên trong chốc lát. Đó là những tác phẩm tái hiện một cách sơ sài cuộc sống con người và dân tộc ở những ngày đã qua, hoặc cập nhật hoá kịp thời với những đề tài vụn vặt, nuông nịnh các thị hiếu trung bình, hoặc né tránh, bỏ qua, xa rời những chủ đề lớn, những vấn đề gay gắt bức thiết của đời sống con người. Đọc chúng, có cảm giác văn học đang hao kiệt nguồn mạch chất liệu, nghèo nàn, lười biếng và đã lãng quên chức năng cao qúy của mình.

Trong thân phận lưu vong, Nguyễn Hưng Quốc lại nói đến tình trạng thiếu sức sống của văn học hải ngoại qua bài viết "Nhà văn như kẻ thống dâm", đăng trên tạp chí *Văn Học* số 145 (5/1998):

> Chúng ta đã chứng kiến những biến cố trọng đại và đã trải qua những những tai hoạ thuộc loại khủng khiếp nhất trong lịch sử: bị

> đày đi kinh tế mới, bị đẩy vào trại cải tạo, bị tước đoạt mọi thứ tự do, nhân phẩm bị chà đạp, cuối cùng phải tìm đường vượt biển để có khi bị hãm hiếp, bị kỳ thị, hoặc may mắn lắm thì cũng trở thành những tên lưu vong lạc lõng lơ láo vất vưởng xứ người. Thế nhưng văn chương của chúng ta cứ như là trò chơi của trẻ nhỏ. Cũng phơn phớt chút phấn son. Cũng uốn éo như mấy cô ca sĩ tập sự. Cũng lên bổng xuống trầm sặc mùi cải lương. Chúng ta đau đớn thực mà lại viết như buồn vờ. Bi kịch lớn như núi, rơi xuống trang giấy, biến thành một mảnh bọt bong bóng xà phòng, nhỏ xíu, mỏng tanh, tan trong trí nhớ còn nhanh hơn cả mùi mực.

Không chỉ Nguyễn Huy Thiệp. Không chỉ Ma Văn Kháng. Và không chỉ Nguyễn Hưng Quốc. Những ai quan tâm đến diện mạo văn học Việt Nam, ít hay nhiều, cũng bị ám ảnh về cái thân phận nhỏ nhoi, lút chút của nó. Biết bao là câu hỏi gợi lên: Tại sao nền văn học của chúng ta nhỏ bé đến thế? Tại sao chúng ta không thể tạo nên một tác phẩm lớn, tác phẩm của một đời mà viết cho muôn đời? Tại sao chúng ta thất bại, không thể diễn tả đúng tầm vóc những bi kịch vô cùng khốc liệt của đất nước, của từng thế hệ, thậm chí của từng cá nhân?

Và như thế, từ những góc độ khác nhau, mỗi người nhìn về nguyên ủy của vấn đề theo mỗi phối cảnh khác nhau để rồi đi đến những ý kiến xung khắc. Ở đây, chúng ta sẽ không quan tâm đến những ý kiến bắt bẻ qua lại mà chỉ để ý đến những ý kiến tiếp cận thật sát vấn đề, cho dù người viết không hề trực tiếp tranh luận với nhau. Nhưng trước hết, thế nào là một tác phẩm lớn?

Một cách dí dỏm và duyên dáng, trong bài "Tác phẩm lớn, tác phẩm nhỏ" viết từ trước năm 1975, đăng lại trên tạp chí *Văn Học* số 145, Võ Phiến lật đi lật lại vấn đề:

> Viết được cuốn sách có nhiều người tranh nhau đọc là cái thú. Nhưng viết được cuốn sách lớn, mới thật là điều đáng ước ao.
>
> Sách, biết đâu là lớn bé? Thỉnh thoảng có những tác giả nghe nói đến một đồng nghiệp có sách bán chạy liền tỏ ý khinh thị: Sách mà

chạy quá là điều để hoài nghi về giá trị: "Những ai đọc mà đông đảo đến thế? Dám chắc thích hợp với các em sến; thế thì thấp bỏ mẹ, đây không thèm thuồng sự thành công ấy"

Kỹ thuật cao cường không làm nên tác phẩm lớn. Anh cao anh thấp tha hồ chê nhau khinh nhau, rốt cuộc vẫn không phân biệt dược lớn với bé.

Tuy vậy, thiết nghĩ vấn đề lớn bé có thực. Khen một tác phẩm lá lớn lao, là vĩ đại, không phải nói chuyện vu vơ, vô bằng. Nam Hoa Kinh là một tác phẩm lớn: chắc chắn nó lớn hơn một cuốn sách hoặc dạy làm mắm, hoặc bàn về cách trồng tỏi, hoặc hướng dẫn phương pháp nuôi gà v.v... Lại bảo cuốn Người xa lạ của Albert Camus, cuốn Đi tìm thời gian đã mất của Marcel Proust, cuốn Cái chết của Ivan Ilitch... lớn hơn loại truyện gián điệp 007, truyện võ hiệp của chàng Trương Vô Kỵ v.v..., tôi vẫn hy vọng được nhiều người tán đồng, dù không quả quyết đi chăng nữa.

Như vậy đã là qúy. Khó quả quyết về một điều không có tiêu chuẩn rõ rệt. Chỉ có cảm tưởng, chỉ thấy ngờ ngợ, thế thôi.

Không riêng đối với tác phẩm văn nghệ, mà trước hành vi thái độ của con người chúng ta cũng có những cảm tưởng khác nhau như vậy: "Bà mẹ" đau khổ trong cuốn truyện nổi tiếng của Pearl Buck, vài lần trong đời, vào những giờ phút cực kỳ bi thảm, đơn độc, bà tìm đến gục đầu lên trên một nấm mồ hoàng mà khóc nức nở; mọi người lặng lẽ tránh ra, để mặc "bà mẹ" khóc. Chúng ta có cảm tưởng cái khóc ấy lớn hơn cái khóc của con trẻ đòi kẹo.

Một ông chú phiêu lãng, quá nửa đời người bôn ba thất bại, trở về quê hương, lặng lờ, chàn nản. Một buổi chiều nào đó, ông chú già thất chí ngồi giữa cánh đồng rút ống sáo ra thổi. Đứa cháu theo chơi bên cạnh, mơ hồ tưởng tượng đến cái quá khứ đầy bí ẩn của chú, vá có cảm tưởng nỗi buồn man mác bao la gửi trong tiếng sáo có cái gì lớn hơn nỗi buồn của mình vừa bị cô giáo cốc mấy cái vào đầu.

Các bà vợ trong gia đình có cảm tưởng những lo lăng về nỗi cơm khê con cá ươn của mình không lớn bằng lo toan của chồng, bao trùm cuộc sống của xóm giềng, làng mạc.

Một cuốn sách bé với một cuốn sách lớn, sự khác biệt cũng đại khái như vậy.

Qua nét dí dỏm và duyên dáng của Võ Phiến, chúng ta - theo cách nói của nhà văn - cũng "ngờ ngợ" và "đại khái" cảm nhận sự cách biệt giữa cái lớn và cái bé trong văn học: Nỗi buồn mênh mông gói ghém cả một quá khứ phiêu lãng xa xăm và nổi buồn thoáng qua cạn chợt của một hình phạt học trò; cái lo toan xa xăm, chồng chất nước non và cái chi ly, lặt vặt của chuyện bếp núc. Nhưng thế thì vẫn còn quá mơ hồ. Để rõ hơn, thử lật những tác phẩm được xem là lớn.

Những kẻ khốn cùng của Victor Huygo là một tác phẩm lớn. Lớn, nó bao quát một kích thước đồ sộ: biết bao biến cố lịch sử thăng trầm, biết bao là chuyện đời ngang trái với những tấm lòng bao dung độ lượng hay thâm hiểm ác độc đan xẻ vào nhau,. Qua câu chuyện của người tử tù Jean Valjan, Victor Huygo vẽ lại cả một hoạt cảnh xã hội - lịch sử: từ những bình đoàn dũng mãnh của Napleon cho đến những chiến lũy trên đường phố Paris; từ những cánh đồi ở làng Waterloo cho đến những ống cống ngầm hôi thối chằng chịt phía dưới Paris; từ tấm lòng vị tha của Giám mục Myriel cho đến bộ óc sắt đá của tên mật vụ Javert; từ tấm lòng phục thiện của Jean Valjan cho đến thói lưu manh đểu cáng của Thenadier...; rồi những màu sắc triết lý thiện ác, sự trừng phạt và lòng vị tha...

Chiến tranh và hoà bình của Léon Tolstoy cũng thế: cũng lớn với một kích thước hoành tráng và một dung lượng còn đậm đặc hơn nhiều. Bao quát từ những khung cảnh lớn cho đến từng cảnh đời riêng rẽ trong hơn 4,000 trang sách, và hơn 100 nhân vật xoay quanh như ba nhân vật chính, tác giả đã diễn tả cả một thời kỳ lịch sử của nước Nga trong gần hai thập niên đầu của thế kỷ 19. Đời sống qúy tộc. Những mối tình. Những ràng buộc nhân duyên. Sinh hoạt ở những điền trang, những ước vọng và kế hoạch cải cách nủa vời. Rồi những đoàn binh của Napoleon hay Kutudop, những chiến dịch làm thay đổi lịch sử Âu Châu, rồi một Moscow đang quằn quại dưới ánh lửa thiêu.

Lớn, những tác phẩm như thế đã vươn đến cái lớn của sự hùng vĩ bao la, của một không gian thời gian đồ sộ và bao quát. Tác giả thu tóm vào đó hơi thở của cả một thời đại lịch sử. Và đó chính là cái đẹp của tác phẩm. Cái đẹp, lại nói theo Võ Phiến khi dẫn lời của André Maurois, "Cái đồ sộ, chế ngự được, thành ra cái cao cả": sự vĩ đại thể hiện ở khả năng nắm bắt một tầm cỡ đồ sộ, khả năng thu tóm lịch sử vào trong trang viết.

Không có kích thước thật đồ sộ, không có một dung lượng đậm đặc như thế, *Nhịp cầu trên sông Drina* cũng là một tác phẩm lớn với những cái đẹp riêng, và với một tầm cỡ riêng. Chiếc cầu trên sông, nguyên lành hay gãy đổ theo từng thời thanh bình hay lửa khói, như thủ thỉ kể cùng chúng ta những thăng trầm lịch sử của một miền đất Balkan. Chiến tranh rồi hoà bình. Hoà bình rồi chiến tranh. Câu cầu lặng lẽ chứng kiến bao nhiêu là sự kiện, bao nhiêu là cảnh đời, từ những câu chuyện ủ dột tang thương đến những khúc hoan ca rộn ràng con nước chảy. Kinh hoàng thì có cảnh tội phạm bị đóng cọc trừng phạt bên cầu. Hung hãn thì có cảnh những đoàn quân bừng bừng sát khí vượt sông. Rồi, có cả những đêm thanh, cầu trở thành nơi chốn cho lứa đôi hò hẹn; có cả những ngày nắng cầu gắn bó đôi lứa ấy với những đám cưới diễu qua lòng mình. Chiếc cầu đã trở thành một pho sử nên thơ, bi thiết.

Tội ác và hình phạt của Fedor Dostoieski cũng là một tác phẩm lớn. Nó thiếu vắng cảnh tượng những đoàn quân hùng dũng và những tâm thanh rầm rập vó ngựa hay nhịp kèn thúc quân. Nó cũng không phả ra hơi thở của cả trăm hay hàng chục nhân vật. Cũng không có cây cầu như thủ thỉ kể chuyện. Chỉ có ba, bốn mảnh đời đan xéo vào nhau. Và, xuyên suốt tác phẩm là ám ảnh tội ác vang vọng trong những cuộc độc thoại nội tâm của Raskolnikov, nhân vật chính, về một tội ác diễn ra như là hệ lụy của một hành động lý tưởng: những người đáng sống hoàn toàn có quyền loại trừ hạng người không đáng sống. Cái lớn của *Tôi ác và hình phạt*, ví von một cách thô thiển, cũng giống như cái lớn ở thân phân của cô gái Sonia vì hoàn cảnh mà phải bán thân; nó lớn đến độ nhân vật chính Raskolnikov phải cúi đầu hôn lên bàn chân nhỏ nhắn của nàng mà thốt lên rằng: "Anh không cúi đầu trước riêng em, anh cúi đầu trước những khổ đau của nhân loại". Tôi ác và hình phạt không lớn với cái hoành tráng của một không gian đồ sộ. Mà lớn với những gì gói ghém trong thân phận của những hình hài nho nhỏ, lớn vì đã làm toát nên từ những bi kịch của những nhân vật cái gì đó sâu hơn, siêu hình hơn để chúng ta tìm ra những ý nghĩa thật lớn.

Đi tìm thời gian đã mất của Marcel Proust cũng là tác phẩm lớn. Lớn, nó lớn với cái lớn của một thế giới vi mô. Tác giả đã sắp xếp những ý tưởng, những vấn đề và sư việc chi li tủn mủn của đời sống trong cấu trúc tuyệt mỹ của một vũ trụ hài hoà. *Uylesis* của Jame Joyce cũng thế, với gần 700 trang sách chi chít những hàng chữ bé tý, tác giả đã gói ghém toàn bộ cảnh sinh hoạt của thành phố Dubline trong chỉ một ngày: ngày 16 tháng Sáu năm 1904.

Như thế, trải qua thời gian, chiều hướng đón nhận cái lớn của tác phẩm cũng thay đổi theo những chiều hướng khác nhau. Từ cái lớn vĩ mô của một vũ trụ bát ngát mênh mông với hằng hà sa số tinh tú, có dải Ngân Hà vắt ngang, có bầu trời đêm rực rỡ ánh sao ở Chiến tranh và hoà bình, văn chương đã đi đến cái lớn của một vũ trụ vũ trụ gói gọn trong hạt cát, của bức tranh hoành tráng chạm khắc trên đầu sợi tóc. Như là một ngày mênh mông với bao nhiêu là điều không thể diễn tả ở thành phố Dublin xám xịt.

Văn học của chúng ta thiếu những cái lớn như thế. Thiếu

một vũ trụ cực lớn và thiếu cả những vũ trụ cực nhỏ. Chúng ta thiếu một tác phẩm hùng vĩ, rầm rập những bước chân thời đại. Chúng ta nói nhiều về những ngày này ngày kia, như ngày 30/4/1975, nhưng chưa ai tóm gọn cái ngày đáng nhơ ấy 700 trang sách một cách chi li và đẹp đẽ như cái ngày 16/6/1904 của Jame Joyce. Chúng ta nói nhiều đến những uất hận tù đày, nhưng chưa ai gói ghém được toàn bộ những điều ấy vào chỉ một ngày tù như là *Một ngày trong đời Ivan Denisovich* của Alexander Solxhenitsyn.

Chúng ta có *Truyện Kiều*, tuy nhiên *Truyện Kiều* thiếu cái kích thước vĩ mô đồ sộ, thiếu cả cái vi mô hài hoà với những ý tưởng chẻ ra làm tám làm mười. Cái đẹp của nó chính là cái đẹp của một vũ trụ ngôn ngữ với từng câu từng ý gợi cảm gợi tình đan xẻ quyện chặt vào nhau: giữa một thời mà quan niệm nôm na là cha mách qué còn ngự trị mà dòng thơ nôm của Nguyễn Du đã bày ra khi trong, khi đục: *Trong như tiếng hạc bay qua / Đục như nước suối mới sa nữa vời*...; và ở phương diện này, chúng ta, những thế hệ đi sau, cũng chưa diễn tả bất cứ điều gì muốn nói bằng một ngôn ngữ đẹp trong một tầm cỡ như vậy...

Nguyên nhân là tại đâu?

Tại sao văn học V.N chưa có tác phẩm lớn?

Có thể nói, với chúng ta, phần đông, ám-ảnh-tác-phẩm-lớn chính là một thứ ám ảnh *Chiến tranh và Hoà Bình*. Ám ảnh về một tác phẩm mang vóc dáng sử thi; hoành tráng và hùng vĩ, pho sử thi phải ấy gói ghém vào mình những bi kịch khốc liệt của đất nước cùng những khúc hoan ca bừng bừng hội lớn. Lớn, tác phẩm đó phải cao lên như núi, đồ sộ, hùng vĩ như Hoàng Liên Sơn lừng lững, như Trường Sơn dằng dặc. Lớn, tác phẩm đó phải rộng ra, bát ngát mênh mông như là một Nam Bộ màu mỡ, phì nhiêu; phải dài ra như sông, trùng trùng dào dạt như một Cửu Long Giang ngày con nước lớn... Còn nhớ, vào đầu năm 1999, khi tiếp xúc với *Sông Côn Mùa Lũ* của Nguyễn Mộng Giác, nhiều tác giả trong nước đã rối rít với một sáo ngữ: "Chiến Tranh Hoà Bình Việt Nam".

Tuy nhiên, đấy là một ám ảnh thất bại. Nhìn lại nửa thế kỷ máu lửa qua, ở bất cứ góc độ nào, giới cầm bút bao giờ cũng tỏ ra chua cay trước những ước vọng không thành. Văn học hiện thực xã hội chủ nghĩa có *Vỡ Bờ* của Nguyễn Đình Thi, có *Cửa Biển* của Nguyên Hồng, cùng không ít những "trường ca" kém tuổi thọ khác. Văn học miền Nam, với bộ trường thiên *Khu Rừng Lau* của Doãn Quốc Sĩ; rồi nền văn học hải ngoại với *Muà Biển Động* hay *Sông Côn Mùa Lũ* của Nguyễn Mộng Giác cũng thế, cũng muốn với tới một tầm cỡ vĩ mô, có thể bao quát một giai đoạn nào đấy của lịch sử. Tuy nhiên, sau những tán thưởng chừng mực nào đó, vẫn thấy những cái lắc đầu: thực tế của ta kỳ vĩ hơn nhiều, cần phải diễn tả toàn vẹn hơn nữa.

Nói tóm lại, văn học Việt Nam, dù ở bên nào, cũng bất lực trong giấc mộng sử thi hoá ấy, cho dù, từ những trang sử bi thương, nó đang nắm giữ trong tay một nguồn chất liệu thật là phong phú.

Tại sao chúng ta bất lực, không thể thể hiện lên trang giấy những gì mà mình, mà cả dân tộc đã từng gánh vác? không thể tái hiện những ký ức tưởng không bao giờ phai mờ thành những bức hoạ bằng con chữ?

Ma Văn Kháng, ngay ở tựa đề của bài viết, bài "Tấm gương phản chiếu văn hoá" đăng trên tuần báo *Văn Nghệ* số 14, như muốn cho rằng độ lớn của tác phẩm lớn chính là sự phản ánh của tầm cao văn hoá của tác giả. Và như thế, văn học chúng ta lẹt đẹt ở một thân phận nhỏ nhoi chính vì chúng ta chưa thể vươn đến một tầm cao văn hoá.

Trích dẫn từ một bài viết của Huy Cận về ý kiến của Gothe, một nhà thơ lớn của Đức,Ma Văn Kháng cho rằng nếu một dân tộc nào đó muốn khai sinh ra những tác phẩm lớn, dân tộc đó phải có điều gì đáng nói, đáng kể cho nhân loại; phải có những đứa con tài năng, có khả năng diễn đạt những điều đó bằng những hình tượng nghệ thuật; và cuối cùng, những đứa con thiên tài ấy phải làm việc trong thời kỳ sung sức nhất.

Điều "đáng nói ra" kia chính là những chất liệu của nhà văn, và văn chương Việt Nam, theo Ma Văn Kháng, thường chỉ lanh quanh ở những đề tài đã được khai thác quá nhiều đến độ trở thành nhàm chán. Ông viết:

> Thực tế sáng tác đã chứng tỏ, với các đối tượng miêu tả mà kinh nghiệm thẩm mỹ càng phong phú thì cái nhìn càng bị thu hẹp. Có nghĩa rằng, với những sự vật đã quá quen thuộc, thì rất khó tìm biết thêm cái mới. Chỉ có nhà văn biết rộng, có kiến văn thâm hậu, có tầm văn hoá cao, mới có thể nhận ra được cái đặc sắc riêng biệt của dân tộc trong tương quan văn hoá chung; nhận ra được sự phong phú của hiện thực; nhận thấy được cái đẹp đẽ, lạ lùng, mới mẻ, cái chiều sâu hàm chứa, cái huyền ảo trong đời sống hiện thực xô bồ, hỗn độn, quen nhàm.
>
> Chỉ có nhà văn có tầm văn hoá sâu rộng mới có thể tìm kiếm được chất liệu đích đáng cho công cuộc sáng tạo của mình.

Tuy nhiên, nói thế, Ma Văn Kháng chỉ mới "lật" vấn đề từ khiá cạnh "thiếu tác phẩm lớn" sang khiá cạnh "thiếu nhà văn có tầm văn hoá lớn". Và như thế, vẫn chưa giải quyết rốt ráo vấn đề: tại sao chúng ta lại thiếu những cin người với tầm cao như thế?

Một cách khá... thô sơ, Nguyễn Hoàng Đức, một cây bút trong nước, trong bài tiểu luận "Cái mới trong khả năng sáng tạo của người Việt", đăng trên tạp chí *Việt* số 3 (5/1999) xuất bản tại Úc, lại liên hệ tầm vóc văn hoá đến những điều như... thể trạng của con người. Có thể tóm tắt ý của Nguyễn Hoàng Đức như thế này: chính vì thể chất của chúng ta vốn yếu đuối, còi cọc nên khả năng sáng tạo của chúng ta không thể vươn xa.

Đầu tiên là... đá. Theo Nguyễn Hoàng Đức, đá Việt Nam không chịu đựng nổi sức ép lớn, sức bền cơ học của đá Việt Nam chỉ giới hạn từ 300 đến 500 ký, và như thế, khi xây dựng những công trình lớn chúng ta phải nhập cảng từ ngoại quốc những loại đá có sức bền từ 2000 đến 2500 ký. Tác giả viết:

> Qua khảo sát kỹ hơn, tôi nắm được, đá của chúng ta chỉ mới ở mức đá vôi, chí có một vùng đất nằm ở khu vực Lai Châu mới nhú lên được chút xíu để mớn chân vào hàng granite non... Chính vì mang trong mình một cột sống "đá vôi" người Việt ta có thể tạng uể oải, chóng mệt mỏi, chưa học, chưa làm đã muốn nghỉ. Vì thế, cái chí tiến thủ cũng chóng mỏi, không duy trì được khát vọng đi xa.

Tác giả còn nói đến... gỗ: gỗ Việt Nam, và cả đá như trong những cây đàn đá, khi gõ chỉ có thể phát lên những âm thanh ngũ cung, và rồi viết tiếp:

> Điều đó nói lên rằng, tâm hồn nghệ thuật của chúng ta, từ trong thể chất khi vang lên đã khà nghèo nàn. Nhiều nhạc sĩ cả đời chỉ sáng tác được một giọng thứ hay một giai điệu na ná nào đó. Không khi nghệ thuật của quê hương thực tế còn khá nghèo nàn và khá yếu.

Nghe ra, ý kiến của Nguyễn Hoàng Đức có cái gì là lạ, ngồ ngộ. Tuy nhiên, chúng ta cần phải đón nhận với sự dè dặt khi, từ những hòn đá xây móng mà suy diễn lên "đá" trong cơ thể con người, chúng ta cần có thêm bằng chứng. Và từ thể chất con người mà suy diễn nên khả năng sáng tạo, chúng ta càng phải thận trọng. Bởi, sức sáng tạo của nhà văn, hay của nghệ thuật nói chung, không hẳn phải dụng đến những sức lực vai u thịt bắp, những thí dụ phản biện không thiếu. Hơn thế nữa, sức sáng tạo của nhà văn, hay bất cứ nghệ sĩ trên lĩnh vực khác, còn mang những dấu ấn khác nhau: nhận thức về cuộc sống, như tâm lý văn hoá như là sản phẩm của hoàn cảnh lịch sử, v.v.

Nói đến tâm lý văn hoá, lại có ý kiến của Nguyễn Hưng Quốc, qua bài viết "Nhà văn như một kẻ thống dâm", đăng trên *Văn*

Học số 145. Nhìn vào văn học hải ngoại, Nguyễn Hưng Quốc cho rằng tình trạng èo uột của nó bất chấp sự phong phú của nguồn chất liệu, sự thờ ơ hay hời hợt của giới sáng tác cả khi viết về những kinh nghiệm đớn đau nhất của mình, có nguyên nhân từ tâm lý "hư vô hoá những bất hạnh". Nguyễn Hưng Quốc viết:

> Giống như người bị tra tấn, để bớt đau, đã cố làm như những mảng da thịt đang bị tra tấn ấy không phải là của mình. Để quên đau, người ta phải quên luôn cả bản thân mình và thế giới chung quanh mình, trong đó có cả cái kẻ đang hành hạ mình. Nhờ thế, người ta mới đủ sức chịu đựng bất hạnh. Bù lại, đến lúc cuộc tra tấn chấm dứt, người ta cũng không còn nhớ gì về nó nữa. Ngỡ như cuộc tra tấn ấy chỉ có trong giấc mơ hay với... một người nào khác.

Và như thế, theo Nguyễn Hưng Quốc, văn học Việt Nam may ra chỉ có thể khởi sắc vào trò chơi thống dâm của kẻ viết văn. Trò chơi của những người, nói theo ngôn ngữ của chính Nguyễn Hưng Quốc, "tìm thấy khoái lạc khi nhìn trừng trừng vào những lằn roi quất tới tấp trên da thịt của mình hay là tự tay cào, cấu những vết thương của chính mình cho toé máu".

Trần Bình Nam, cái tên khá quen thuộc trong giới bình luận thời cuộc, không tin thế. Trong bài viết "Chứng nào Việt Nam có tác phẩm lớn", đăng trên tạp chí *Văn Học* số 145, một bài viết thu tóm những cách giải thích thông thường xưa nay,Trần Bình Nam cho rằng nguyên nhân chính của tình trạng thiếu tác phẩm lớn là sự thiếu tự do, là sự phổ biến hạn chế của ngôn ngữ cũng như sự yếu kém của nền kinh tế. Thêm vào đó, tác giả còn nói sự sôi động của một lịch sử chinh chiến không phút dừng chân, hay khả năng tư duy kém từ ảnh hưởng của một khí hậu nóng ẩm.

Thiếu tự do, theo Trần Bình Nam, chúng ta thiếu tự do dưới ách thực dân, thiếu tự do dưới ách cộng sản và thiếu cả ở miền Nam, nơi mà - theo Trần Bình Nam - "vì nhu cầu chống xâm lăng miền Bắc duy trì tự do nên quyền tự do sáng tác bị hạn chế". Chúng ta thiếu thốn tự do cả ở những miền đất tự do khi nhà văn Nguyễn Mộng Giác - qua bộ trường thiên *Mùa Biển Động* - bị đám đông ném đá bôi nhọ; khi nhà văn Mai Kim Ngọc, qua một cái nhìn thật thoáng về vấn đề bảo tồn văn hoá, cũng không thoát khỏi sự đối xử tương tự. Trong khi đó, sự phổ biến hạn chế của tiếng Việt và sự yếu kém của kinh tế cũng đã hạn chế sự việc dịch thuật cũng như phổ biến tác phẩm của chúng ta; và do đó, tác phẩm của nhà văn Việt Nam khó mà lọt vào mắt xanh của Ủy ban Nobel.

Thực ra, lời giải đáp của Trần Bình Nam không có gì mới lắm. Một phần, ông ta chỉ lập lại những ý kiến đã cũ. Một phần, ông ta chỉ đưa ra một cách nói nửa vời, đầy hình thức.

Hẳn nhiên, để sáng tác, nhà văn cần có tự do, tuy nhiên, không hẳn tự do là điều kiện nhất định phải có của một tác phẩm lớn. *Giấy bút tôi ai cướp giật đi / Tôi sẽ dùng dao khắc văn trên đá*, Phùng Quán đã viết thế. Trong không khí Stalinist ngạt thở của nước Nga, những Partenak hay Solxhenitsyn chẳng đã viết, đã thai nghén những *Doctor Zhovago*, những *Khu Ung Thư* hay *Từng đầu địa ngục* là gì? Trước đó, cũng trong khung cảnh lạnh lẽo của băng tuyết Siberia, Dostoieski chẳng đã thai nghén nên *Hồi ký viết dưới mái nhà xác* là gì? Indonesia, từ thời Sukarno cho đến Shuharto, cũng chưa bao giờ thực sự hít thở một không khí tự do nhưng Paramoedya Anata Toer, nhà văn với khuynh hướng thiên tả, chẳng đã vươn đến một tầm cỡ thế giới, đã bao nhiêu lần đứng tên trong danh sách ứng viên Nobel là gì? Và, nói về tự do, thì điều rõ ràng là cả Nguyễn Mộng Giác lẫn Mai Kim Ngọc đều thừa thãi tự do so với những Solxhenitsyn, so với Paternak hay người tù Anata Toer, hay với Nguyễn Huy Thiệp cùng Dương Thu Hương ở Việt Nam.

Và giải Nobel. Dĩ nhiên, chúng ta ai mà không hãnh diện nếu một nhà văn Việt Nam nào đó được trao giải thưởng cao quý này tuy nhiên, đấy không là tất cả. Quan niệm rằng đấy là chiếc thước đo độc nhất cho diện mạo của một nền văn học thì quả là ấu trĩ. Thiếu tác phẩm lớn, chúng ta thiếu những tấm gương soi lại những chặng đường đã đi qua, soi lại một cách thật đẹp, hoặc bao la hùng tráng như núi như sông, hoặc tường tận tỷ mỹ với những nỗi đau "biến hoá theo từng sát na", những nỗi đau mỏng mảnh như sợi tơ sợi tóc đã chẻ ra làm tám, làm chín. Nỗi đau thì xé nát ruột gan mà chúng ta chỉ diễn lại bằng những giọt nước mắt hời hợt, bằng bộ điệu sáo rỗng của những đào kép cải lương trong mấy tuồng tích nhạt nhẽo, tầm phào. Nói theo chữ của Nguyễn Hưng Quốc và Ma Văn Kháng, chúng ta thiếu những tác phẩm ở đó bi kịch "nặng như núi" của mình có thể trải ra trong nét mực quằn quại những hơi thở đớn đau, những nét mực lặng yên mà như run rẩy khóc thầm, như muốn gầm gừ cuồng nộ; những nét mực khiến chúng ta ngẩn ngơ và tiếc nuối, khiến chúng ta đau đớn, khiến chúng ta hứng khởi, ước ao... Nền văn học không đơn giản nhỏ vì nó không đạt được giải Nobel. Nó nhỏ vì đã lúng túng trước một nguồn chất liệu phong phú, hôi hổi. Nó nhỏ vì đã bình thường hoá những bi kịch vô cùng khốc liệt của đất nước và của con người.

Ở góc độ lịch sử, sự sôi động của một lịch sử chinh chiến triền miên, một lịch sử của cảnh mất nước và nỗ lực giành lại nước, cũng được nhiều tác giả nói đến. Võ Phiến, trong tiểu luận "Tác phẩm lớn tác phẩm nhỏ", cũng đã trích dẫn ý kiến của Tô Hoài về đặc tính gọi là "gọn, trong sáng, nhanh" của văn chương Việt Nam. Trên tạp chí *Văn Học* xuất bản ở Hà Nội tháng 3 năm 1972, Tô Hoài nhận xét:

> Truyện bộ của ta như Hoàng Lê Nhất Thống Chí cũng thật gọn, thật trong sáng, thật nhanh. Có phải từ cuộc đời và đặc điểm đời sống của dân tộc và đất nước đã sinh ra lối viết, lối kể như thế? Có phải cuộc đời một dân tộc mà lịch sử dày đặc những gian khổ chống ngoại xâm, những khai phá mở mang, những tần tảo thắt lưng buộc bụng; cả nghìn năm dựng nước chưa bao giờ biết có một

> lúc dừng chân đã tạo nên những cách thức cho lối truyện ấy không? Có phải cảnh gian khó của con người và đất nước Việt Nam đã tạo nên ý chí cuộc đời thế và cũng tạo nên cả cách kể câu chuyện, lời tâm sự hay câu chuyện mua vui không kể dài dòng. Đời người hôm sớm lẽo đẽo đầu sông cuối bãi, chưa lúc nào được thư thái nhàn tản cả.

Như thế, nói theo Tô Hoài, sự sôi động của lịch không đơn giản ảnh hưởng đến cách viết thoáng gọn ấy như là sự hạn chế của thời gian. Bởi, nói cho cùng, nếu thiếu thì giờ, suốt một phần tư thế kỷ qua, tuy có những cuộc xung đột biên giới lai rai, giới cầm bút Việt Nam đâu hẳn là không có thì giờ? Chúng ta không đơn giản nhanh gọn vì chúng ta thiếu thời gian mà bởi lịch sử trường kỳ sôi động ấy đã tác động đến chúng ta, hình thành ở chúng ta một cá tính văn hoá, một phương thức ứng xử văn hoá.

Trần Bình Nam còn nói đến khía cạnh tư duy. Tuy nhiên, tư duy của con người không đơn giản bị bó buộc bởi cái nóng và cái ẩm trên một miền đất nhiệt đới gió mùa. Vấn đề không giản dị là mối tương quan tuyến tính giữa hai yếu tố đơn lẻ mà, cũng như trường hợp trên, là một tương quan văn hoá. Từ yếu tố địa lý đó - cùng những yếu tố lịch sử khác - nền văn hoá tiểu nông với một cơ cấu xã hội đặc thù lại hình thành. Và, chính những điều kiện đó đã hằn dấu ở con người những cá tính văn hoá đặc thù. Lề lối tư duy, suy nghĩa hay ngôn ngữ v.v.., hết thảy, đều được định hình trong khuôn khổ đó. Và như thế, nền văn học của chúng ta, chừng cũng lửng lơ ở thân phận đó. Một thân phận tiểu nông.

Đấy, tuy không phải là tất cả, nhưng, cùng với những yếu tố lịch sử khác, có lẽ là câu trả lời bao quát nhất. Cái tâm lý tiểu nông, tâm lý tự mãn mà tự ty, bảo thủ nhưng sùng ngoại, tâm lý của trò chơi thắng lợi tinh thần, trong một ý nghĩa nào đó, có lẽ đã bao quát những ý kiến đã nêu. Nói như Ma Văn Kháng, tấm gương văn hoá phảng phất dáng dấp tiểu nông của chúng ta chỉ có thể hắt lên những gì mang tính cách tiểu nông; nói như Nguyễn Hoàng Đức, cái yếu kém không phải là thể tạng đá vôi của chúng ta mà là tính cách tiểu nông; và, nói như Nguyễn Hưng Quốc, sự hư vô hoá những bất hạnh đang chịu đựng chính là trò chơi thắng lợi tinh thần của những con người am phận thủ thường với đời sống bên trong lũy tre xanh.

Nhớ, cũng cuộc tranh luận sôi nổi khác với đề tài tương tự liên quan đến việc đánh giá thơ Nguyễn Đình Chiểu: Lục Vân Tiên có vẻ nôm na, lắm khi cứ như là vè. Đấy có phải là do Đồ Chiểu quá thiên về tính cách tải đạo của văn chương? Và, suy rộng ra, văn học Việt Nam thiếu tác phẩm hay có phải là do nó luôn nghiêm mình rón rén trước những tiêu chuẩn đạo chí? Trên các số 143, 146, 148, 149 của tạp chí *Văn Học* - kẻ bênh người chống - các tác giả Thế Uyên, Nguyễn Hữu Lê, Đỗ Ngọc Yên, Nguyễn Minh Tường, Nguyễn Vy Khanh, đã cùng nhau đào xới vấn đề mà Nguyễn Hưng Quốc từng nêu lên trên *Văn Học* số Xuân 1988. Nói cho cùng, cái tiêu chí quá khắt khe về đạo đức theo khuôn mẫu Trung Hoa ấy cũng là sản phẩm tâm lý của một nền văn hoá tiểu nông. Chúng ta bảo thủ, chúng ta tôn sùng tuyệt đối những đạo, những chí của văn chương vốn được vay mượn từ người Tàu. Và, chúng ta cay nghiệt, khe khắt với cả những khát vọng của chính mình để yên ổn trước những ánh mắt soi mói của một cộng đồng nhỏ bé và khép kín.

Tuy nhiên, đó lại là một đề tài lớn khác.

Thủy Tinh Mỹ

Nước Mỹ vậy mà cũng suýt có có một ông tinh tên Thủy, y như là truyền thuyết của Việt Nam.

Tôi muối nói đến Thủy Tinh, vị thần thời tiền sử, cái thời mông muội, thời "chưa có sử" bởi con người chưa biết kể lại cho hậu thế những điều mắt thấy tai nghe bằng chữ. Người suýt trở thành nhân vật tương đương, ông Doland Trump, một người phàm, sống cùng thời với chúng ta, thời mà lịch sử không chỉ được ghi lại bằng chữ mà cả bằng *bytes* trên những mạch *chip* vi điện tử, lưu lại từng tiếng nói, từng bước chân hay từng cái nhíu mày thế mà ông ta lại vừa có thể hành xử hoàn toàn bên ngoài khuôn khổ văn minh, lại vừa có thể hình thành nên một *Cult of Trump*, sức hút như thần.[1]

Mẫu số chung giữa hai ông "thần" này, ông thần tiền sử Thủy Tinh và ông thần hậu hiện đại Donald Trump, oái ăm thay, lại là tính ăn vạ. Đứa trẻ ăn vạ là để đòi cho bằng được cái mà nó muốn. Nạn nhân một vụ hành hung ăn vạ là để buộc thủ phạm phải bồi thường cho mình. Một bà vợ ghen tuông đến nhà tình địch ăn vạ là để buộc ông chồng phải quay trở lại mái nhà xưa. Mỗi người mỗi kiểu và, nói chung, người ta ăn vạ là để đòi cho

---

[1]https://www.vanityfair.com/news/2020/06/inside-the-cult-of-trump-his-rallies-are-church-and-he-is-the-gospel

"He's the Chosen One to Run America": Inside the Cult of Trump, His Rallies Are Church and He Is the Gospel

bằng được cái mà họ tin là phải thuộc về mình. Nếu Thủy Tinh "ăn vạ" theo thế của kẻ mạnh thì Trump, như là tác giả của *The art of the deal*, cũng bắt vạ trong thế mạnh của một đương kim tổng thống.

Thủy Tinh xin làm rể vua Hùng nên, từ đầu, đã chấp nhận quy ước đến trễ về không nhưng khi đến trễ thì lại đùng đùng bắt vạ theo kiểu của kẻ có thế, vận dụng toàn bộ sức mạnh của mình để đòi cho bằng được cô dâu đã không thuộc về mình. Khi ra tranh cử thì Trump cũng đã, ngay từ đầu, chấp nhận những quy chế bầu cử đã ghi rõ trong Hiến pháp thế nhưng, ngay khi nhận ra dấu hiệu của sự thua cuộc, Trump lại đành đạch ăn vạ. Trump đay nghiến cái quy chế mình đã chấp nhận từ đầu. Trump bới lông tìm vết để để loại bỏ cho bằng được những lá phiếu không thuộc về mình bằng những kỹ thuật pháp lý lằng nhằng.

Trong một chuỗi những hành vi chưa từng có trong lịch sử Mỹ, Trump không chỉ bắt vạ thiết chế chính trị Mỹ mà còn phát động cả một cuộc chiến tranh tâm lý để phá hoại nó với những trò tuyên truyền xám, đen.

"Xám" là tin thật độn tin giả. "Đen" là tin giả, là nói ngược hoàn toàn, là rỉ tai, là lan truyền những tin đồn vô căn cứ rồi sử dụng chính những tin đồn đó như một thứ "thông tin". Và, luôn luôn, trong những tin đồn như thế, thế nào cũng ẩn hiện những "bàn tay vô hình" sặc mùi *conspiracy theory*.

Hễ lúc nào có biến thì chúng ta lại thấy giới lập thuyết âm mưu xuất hiện, như rươi. Đây, có thể, là nỗ lực lèo lái dư luận với mục đích bảo vệ cái gì đó hay chống lại cái gì đó, có thể là một cá nhân, có thể là một thế lực kinh tài - chính trị. Đây, có thể, chỉ đơn thuần là muốn chứng tỏ ta đây thông minh, có cái nhìn thấu thị. Và đây, cũng có thể, nói như Johann Hari trong bài "Diana, Osama and the rise of conspiracy theories" đăng trên tờ *The Independent* ngày 11 tháng Sáu năm 2006, là những "ẩn ức về đức tin": khi người ta tin vào sự chi phối vào sự kiểm soát toàn vẹn của đấng toàn năng thì bất cứ biến cố có dấu hiệu đi chệch ra ngoài sự kiểm soát toàn diện phải được giải thích như là hậu quả từ những âm mưu nghịch phá tày trời.[2]

Ngày 20 tháng Bảy năm 1969, khi hai phi hành gia Neil Armstrong và Edwin Aldrin đi vào lịch sử như là hai người đầu tiên đặt chân lên Mặt Trăng thì đó cũng là lúc những nhà "lý thuyết âm mưu" động não. Căn cứ vào những điểm "khả nghi" trong tấm hình chụp Armstrong đứng cạnh lá cờ cắm trên Mặt Trăng, họ quả quyết rằng tất cả chỉ là chuyện dàn dựng và bức hình này chỉ được chụp đâu đó trong một sa mạc ở Nevada. Nhưng bằng chứng của vụ đổ bộ ấy đâu chỉ duy nhất một tấm hình? Tàu Appollo 11 phóng từ mũi Kennedy trước con mắt hàng chục ngàn khán giả và hàng trăm triệu khán giản khác qua ống kính truyền hình. Hàng trăm ngàn thước phim quay được và chụp được khi tàu Appollo vờn trên quỹ đạo quanh Mặt Trăng, cảnh tàu con rời tàu mẹ để đổ bộ, cảnh các phi hành gia đi bộ và cả những túi đất đá mang về từ Mặt Trăng v.v.

Vụ khủng bố ngày 11 tháng Chín năm 2001 tại New York cũng vậy. Tại thế giới Ả Rập thì đó là màn kịch nhằm bôi nhọ và tạo cớ tấn công của bọn tà đạo Mỹ. Tại Tây phương thì đó là trò dàn dựng của thế lực siêu bảo thủ nhằm vỗ béo kỹ nghệ chiến tranh mà, trong đó, đặc biệt nhất, là thuyết của David Shayler, thành viên nòng cốt của "The 9/11 Truth Movement". Với Shayler thì làm gì có chuyện hai máy bay hành khách đâm vào tháp đôi ở New York? Đó chỉ là hai phi

---

[2]https://www.independent.co.uk/voices/commentators/johann-hari/johann-hari-diana-osama-and-the-rise-of-conspiracy-theories-415508.html

đạn gắn các máy phóng ảnh ba chiều để tạo nên ảo ảnh về một chiếc máy bay.

Những bằng chứng thì nặng như núi nhưng, khi đã cố tình không tin, đã cố vạch ra "âm mưu" phía sau thì chỉ cần nêu ra mấy điểm khả nghi nhẹ tựa lông hồng. Nếu chấp nhận giả thuyết "máy bay ảo" trên thì chúng ta biết đặt linh hồn của những nạn nhân trên hai chiếc máy bay cùng nỗi đau của thân nhân cùng bạn bè đi đâu? Nhà "lý thuyết âm mưu" trên, như thế, đã vứt bỏ những một núi những bằng chứng cụ thể như chính cái cuộc đời này để thay vào đó mấy lời biện giải nhẹ tênh, chập chờn như một ảo ảnh.

Khi đã lăm lăm "vạch lá tìm âm mưu" như những kẻ mắc chứng bách hại cuồng thì có cái gì mà người ta không phủ nhận được? Trại tập trung Auschwitz vẫn được chính phủ Ba Lan gìn giữ như một chứng tích về tội diệt chủng của Adolf Hitler thế nhưng đến bây giờ những "Holocaust doubters" vẫn khư khư rằng đó chỉ là trò bịp bợm của những kẻ ủng hộ "Chủ nghĩa Zion". Và đó cũng chính là bản chất của những thuyết âm mưu về những lá phiếu bị tước đoạt của Trump. Cuộc bầu cử chỉ hợp lệ khi nào Trump thắng. Trump thua thì đó là "âm mưu". Việc kiểm phiếu phải ngưng ngay nếu Trump đang dẫn đầu. Cứ tiếp tục để Trump tụt lại phía sau thì đó là một trò dàn xếp, một vụ gian lận, một âm mưu cướp phiếu.

You can fool some of the people all of the time, and all of the people some of the time, but you can not fool all of the people all of the time – "Bạn có thể lừa phỉnh một số người trong mọi lúc, lừa phỉnh tất cả mọi người trong một vài lúc nào đó, tuy nhiên bạn không thể nào lừa phỉnh tất cả mọi người trong tất cả mọi lúc"; sinh thời Abraham Lincoln – một tổng thống vĩ đại của nước Mỹ - đã nói như thế và Trump, dĩ nhiên, ngay lúc này cũng như trong bốn năm qua, đã không thể lừa phỉnh tất cả mọi người. Tuy nhiên khi Trump có thể thu hút đến hơn 71 triệu lá phiếu của người Mỹ, ông ta đã thực sự nắm trong tay một sức hút phi phàm. Ai cũng biết, lực lượng cử tri "cốt cán" của Trump là những người Mỹ da trắng chưa qua đại học, những người bị thiệt thòi khi nước Mỹ bị phân hóa sâu sắc với hố sâu cách biệt giàu nghèo ngày càng lớn hơn theo tiến trình toàn cầu hóa, và việc giới này ủng hộ ông Trump là điều có thể hiểu được. Nhưng còn những người Việt chúng ta? Tại sao chúng ta có thể phí phạm niềm tin cho một kẻ phân chủng, phản trí thức và thích sa cạ với những nhà độc tài đáng lên án tại Nga hay tại Triều Tiên như vậy?Trên hết, trên những lý do mang tính kỹ thuật, Trump là một nhà chính trị dân túy nên, do đó, đa số, những kẻ thần tượng hóa Trump thường là những "nhà chính trị" bình dân. Người bình dân có tâm lý mong chờ "minh chúa" và dễ dàng phung phí niềm tin với những kẻ mà họ tưởng là minh chúa. Mà Trump, với những phát ngôn ngang tàng, sướng tai, bất kể những "lễ nghĩa" phải đạo chính trị để gãi đúng chỗ ngứa của công chúng bình dân, đã xuất hiện như một minh chúa và, thế là, với họ, ông ta mất hẳn khả năng làm những việc bỉ ổi, vô liêm.

Căn cơ của vấn đề "chính trị bình dân" nằm ngay trong cơ cấu xã hội của chúng ta khi thành phần thực sự gọi là trung lưu chỉ là một thiểu số khiêm tốn trong khi sự phát triển và ổn định của bất cứ đất nước nào – nước Mỹ hay nước Việt – luôn luôn gắn liền với sự trưởng thành của giai cấp trung lưu.[3]

---

[3] Chú ý rằng những thành tựu rực rỡ nhất hay những thay đổi sâu đậm nhất Việt Nam, đều là thành quả của giới trung lưu: Phong trào Truyền bá Quốc ngữ", "Thơ Mới" hay "Tự Lực Văn Đoàn", những thành tựu văn hóa của miền Nam sau 1954 cũng của thành phần trung lưu. Những nhà cách mạn trong cuộc khởi nghĩa Yên Bái như Nguyễn Thái Học, Phó Đức Chính v.v.. cũng là người trung lưu. Thậm chí, giới lãnh đạo của cái gọi là "cách mạng vô sản" như Nguyễn Ái Quốc, Phạm Văn Đồng, Lê Hồng Phong, Trần Phú v.v đều là thành phần trung lưu. Xem bài "Bolero đất, biển và người">

Trump là hiện tượng chính trị nảy sinh từ đống đổ nát của giai tầng trung lưu nước Mỹ theo những lá phiếu trả thù khi một bộ phận lớn thành phần này bị phá sản, lùi xuống làm người bình dân như là cái giá của tiến trình toàn cầu hóa. Tiến trình rầm rộ kể từ thời nguyên Tổng thống Bill Clinton này đã đẩy phần lớn công ăn việc làm tại Mỹ sang Á châu và sự đổ vỡ tại Mỹ lại là cơ hội cho một tầng lớp trung lưu về kinh tế tại Việt Nam, như là một phần của Á châu.

Nhưng Việt Nam, dẫu có thịnh vượng hơn xưa, cũng không hề "giàu" lên về văn hóa bởi sự vươn cao về mặt xã hội của bất cứ cá nhân nào cũng luôn đòi hỏi ba tiến trình tích lũy song song, tích lũy về kinh tế, tích lũy về quan hệ xã hội và tích lũy về văn hóa. Chỉ có sự tích lũy về kinh tế mà không hề tích lũy về văn hóa thì chúng ta, tất nhiên, về mặt nhận thức, dễ dàng trở thành một thứ "tài nguyên" của những nhà chính trị mỵ dân. Chúng ta căm phẫn, chúng ta uất ức trước những quan chức bất tài, tham nhũng và quan liêu. Và chúng ta dễ dàng trở thành con mồi trước những trò mỵ dân rẻ tiền của những tên tham nhũng chẳng tài cán gì ngoài tài diễn kịch như Nguyễn Bá Thanh và Đinh La Thăng. Chúng ta căm phẫn trước sự ngang ngược của ngoại bang, chúng ta bị thương tổn khi niềm tự hào về dân tộc bị sa sút. Và chúng ta lại một lần nữa phung phí niềm tin trước những Thăng – Thanh với tầm cỡ lớn hơn.

Cách hành xử đó cho thấy ông Trump chớm trở thành là một sản phẩm trớ trêu của nền dân chủ Mỹ, không khác hòn đá vô lý một cách trớ trêu của Max Shulman trong "Love is a fallacy", cái hòn đá mà cả đấng toàn năng cũng không thể nào tạo thành.

If God can do anything, can He make a stone so heavy that He won't be able to lift it? – "Nếu Thượng Đế toàn năng, vậy thì liệu Ngài có thể tạo ra một hòn đá nặng đến độ Ngài không thể nhấc lên nổi hay không?". Cách đặt vấn đề hoàn toàn vô lý theo lối ngụy biện *Contradictory Premises* này được một anh sinh viên luật, nhân vật của Shulman, nêu ra để khai trí về *logic* cho cô gái mình muốn chinh phục. Hòn đá đó, dĩ nhiên, không bao giờ hiện hữu vì, nếu thế, nó sẽ đẩy Thượng Đế vào một hoàn cảnh trớ trêu: là đấng toàn năng nhưng lại tạo ra một thứ khiến ông ta đánh mất sự toàn năng. Nhưng đó lại là sự trớ trêu của thiết chế chính trị Mỹ. Bằng những bài bản tiêu chuẩn, nó đã tạo ra một ông tổng thống trên Trump để rồi, có lúc, nó lại tỏ ra những dấu hiệu nao núng, bất lực khi ông ta muốn ăn vạ, nằm lì.

Phẩm chất của một cá nhân hay một tổ chức thể hiện chân thực nhất trong những thời khắc khủng hoảng đen tối nhất. Có nhiều chuyện để chúng ta chỉ trích ông Lý Quang Diệu nhưng, không thể chối cãi, ông ta là một nhà lãnh đạo cực kỳ giỏi, đã thành công trong quyết tâm xây dựng đảo quốc nhỏ bé của mình theo mô hình của nước Anh. Cái quyết tâm mà, theo hồi ức của chính ông ta, nảy sinh khi chứng kiến cảnh những đội quân Anh thất trận, từ Singapore xuống tàu để lùi về Maylaysia trước sức tấn công áp đảo của quân Nhật. Cái "tinh thần Anh" làm ông Lý Quang Diệu khâm phục và quyết học hỏi là tư thế đĩnh đạc, đàng hoàng, luôn ngửng cao đầu của những chiến binh trong những đội hình tăm tắp, dù đó là một đoàn quân thất trận.

Ông John McCain là một chính khách chính trực, đáng ngưỡng mộ. Nhưng ông McCain tỏ ra đáng ngưỡng mộ nhất ngay khi sau khi bị đối thủ Barrack Obama đánh bại trong cuộc tranh cử tổng thống năm 2008: không chỉ chúc mừng đối thủ mình theo truyền thống, ông ta còn ca ngợi đối thủ của mình, kêu gọi những ủng hộ viên của mình hãy ủng hộ đối thủ vì đó là chọn lựa, là con đường mà nước Mỹ sẽ phải đi trong bốn năm sắp tới.[6]

Nhưng ông Trump thì khác. Trump đã làm cho con người của

mình bé nhỏ thêm trên cả hai khía cạnh đức – tài với những thuyết âm mưu chỉ dựa trên những suy diễn vu vơ và những tin đồn. Chỉ là những suy diễn và những tin đồn nhưng cứ cho là vậy, cứ chấp nhận những âm mưu ấy là có thật thì Trump đã làm được gì dù đã có bốn năm trời sắp đặt? Nắm quyền hành pháp, lại nắm cả Thượng Viện trong tay, Trump đã xới tung hệ thống chính quyền Mỹ. Ông ta thay trùm tình báo CIA, thay trùm phản gián FBI, thay bộ trưởng ngoại giao, quốc phòng và an ninh như thay áo. Rồi ông ta củng cố thế đa số của cánh bảo thủ trong Tối cao pháp viện theo cung cách cưới chạy tang trước sự tức tối tột độ của đảng đối lập. Vậy mà ông ta vẫn không thể ngăn nổi bàn tay cướp phiếu của cái "thế lực thù địch phản động" mang tên Dân Chủ kia, quá dở!

Nếu đó là chuyện của nước Mỹ và người Mỹ thì, bây giờ, với chúng ta, cái chính không còn là Trump hay không Trump, cũng không phải là "xeo" thần tượng như là Trump ra khỏi cái đầu hay cái bàn thờ của mình. Cái chính là tự "xeo" cái não trạng đã khiến chúng ta phí phạm niềm tin cho một thần tượng như thế, cái não trạng ăn bám, nô lệ, hầu như chẳng chịu làm gì cho mình để bảo vệ phẩm giá của dân tộc mình mà, thay vào đó, phung phí toàn bộ năng lượng vào việc mong chờ và tung hô một "minh chúa" như Trump hay một "minh quốc" như Mỹ, với niềm tin rằng họ sẽ bảo vệ thay.

12.11.2020 - 27.7.2021

Tư cách mõ, lái súng và đại cường

Thằng mõ, gã lái súng và một đại cường quốc, ba thứ tưởng là chẳng ăn nhập với nhau nhưng có thể xâu chuỗi với nhau từ những trò tinh tướng của một xứ sở đang trỗi dậy, đang phô trương bắp thịt để khẳng định tư thế đại cường.

Mõ bị xem là thứ hạng hạ tiện nhất trong xã hội hương thôn thời trước. Trong "Tiếng cười vong thân" tôi đã nhắc lại tuồng chèo *Quan Âm Thị Kính* với cảnh thằng mỏ tự trào bằng chính cái thân phận thấp hèn của mình trong lời rao: "Mõ này lớn tiếng lại dài hơi. Mõ chưa ra là làng chửa được ngồi". Giọng điệu xem ra rất là ngạo mạn này không hề... ngạo mạn chút nào bởi nếu mõ chưa ra thì lấy ai để... trải chiếu cho làng ngồi.[1]

Đến anh mõ "Lộ", nhân vật chính trong truyện ngắn "Tư cách mõ" của Nam Cao, thì khác. Anh mõ này làm chúng ta xót khi tự hạ thấp nhân cách của mình, thậm chí còn hạ tới mức không thể thấp hơn. Vốn là người hiền lành và tự trọng nhưng vì bị cả xứ đạo ganh ghét với bổng lộc có được rồi toa rập nhau để cô lập và nhục mạ, anh mõ bèn trả thù bằng cách gột bỏ hết nhân cách của mình để có thể "ỷ vào cái địa vị hèn hạ" của mình mà quấy nhiễu cả xứ đạo.

Nam Cao viết:

"Người ta càng khinh hắn, càng làm nhục hắn, hắn càng không biết

---

[1] Bài "Tiếng cười vong thân"

> nhục. Hỡi ôi! Thì ra lòng khinh, trọng của chúng ta có ảnh hưởng đến cái nhân cách của người khác nhiều lắm; nhiều người không biết gì là tự trọng, chỉ vì không được ai trọng cả; làm nhục người là một cách rất diệu để khiến người sinh đê tiện..." [2]

Lái súng, hợp pháp hay bất hợp pháp, là giới làm giàu bằng phương tiện sát nhân. Mạng người hay sự bất an của xã hội không quan trọng bằng lợi nhuận và chúng bảo vệ tới cùng quyền hái ra tiền giàu này. Có thể hình dung lương tâm của bọn này qua phản ứng đã trở thành "kinh điển" những khi đối mặt với những thảm họa bay ra từ họng súng.

Nước Mỹ, tiểu bang Conecticut ngày 12 tháng 12 năm 2012. Adam Lanza, một tên mắc bệnh tâm thần 20 tuổi lấy súng của mẹ bắn mẹ chết ngay trong nhà rồi phóng xe đến một trường tiểu học, xả đạn bừa bãi vào hai phòng học, giết chết 26 người trước khi quay súng tự sát. Vụ thảm sát cực kỳ vô nghĩa với hàng chục học sinh tiểu học này đã làm nước Mỹ bàng hoàng, bao nhiêu người giận dữ đòi hỏi chính phủ phải làm cái gì đó thật dứt khoát để kiểm soát súng và nguyên Tổng thống Mỹ Barack Obama cũng đã bật khóc, lên tiếng thúc giục cả hai phía của nền chính trị quốc gia phải có một "hành động ý nghĩa".

Nhưng Wayne LaPierre, Giám đốc tổng quản trị kiêm Phó Chủ tịch điều hành của Hội súng trường Mỹ, National Rifle Association (NRA), như là đại diện của những người yêu súng và cả kỹ nghệ sản xuất súng, lại câm nín như một tên đào ngũ. Sau khi câm lặng những mười ngày như thế hắn mới chịu thò mặt ra với giọng điệu cao đạo, hành xử như một kẻ có lương tri hơn cả, vượt lên trên đám đông tầm thường. Hắn tung ra một thông cáo báo chí mà, đại khái, chúng ta có thể diễn nôm rằng mười ngày im lặng qua là mười ngày tôn trọng những nạn nhân

---

2 https://www.sachhayonline.com/tua-sach/truyen-ngan-nam-cao/tu-cach-mo/934

bé bỏng, là mười ngày không dây dưa với cái bọn mồm to lương tri thì bé, cái bọn "dám lợi dụng cái chết của những em nhỏ ngây thơ để thủ lợi về chính trị"!

Nghe thật là cao đạo và, từ đó, kết quả của mười ngày vắt óc suy nghĩ này đã trở thành luận cứ "kinh điển" của giới lái súng Mỹ khi đối mặt với công luận. Bất cứ khi nào nước Mỹ để tang cho những người Mỹ chết vì súng Mỹ, và chết vì xạ thủ Mỹ, luận cứ này lại được lôi ra hâm lại dưới những biến tấu khác nhau.

Thậm chí, nó này suýt trở thành một thứ sản phẩm trí tuệ để xuất cảng sang nước Úc.

Tháng 9 năm 2018 hai yếu nhân của đảng cực hữu One Nation tại Úc là Steve Dickson và James Ashby bị một tổ chức chống NRA cài vào bẫy, kéo nhau đến Mỹ để xin tiền NRA. Những kỹ nghệ nuôi nấng NRA thì, hẳn nhiên, luôn muốn mở rộng thị trường tiêu thụ súng. NRA cũng rất cần những đồng minh yêu súng và căm hận những quốc gia chống súng như Úc, vốn ra luật kiểm soát súng từ lâu, sau vụ thảm sát tại Port Arthur năm 1996. Còn đảng của hai chính trị gia gà mờ kia thì cần phiếu của cử tri. Có tiền để mua phiếu là có thể kiểm soát cân bằng quyền lực tại quốc hội, có thể gây sức ép để nới rộng quyền bắn súng tại Úc. Bánh ít trao đi, bánh quy trao lại: One Nation cần tiền để mua phiếu và NRA cần người mua súng, cần đồng minh trong trò chơi súng, do đó NRA phải cần biết cách chi tiền. Tuy nhiên, không kể đến chuyện bị lừa, chuyến đi của hai chính trị gia gà mờ này là một chuyến đi thất bại, chẳng xin được một cắc bạc nào ngoài mánh lới đối phó với truyền thông qua bài giảng bỏ túi của hai nhân viên giao tế của NRA về cách đối phó với sự giận dữ của cộng đồng trước những hậu quả đẫm máu từ súng. "Làm sao mà quý vị dám đứng trên nấm mồ của các em bé này để thúc đẩy nghị trình chính trị của mình. Xấu hổ thay!", cái bài giảng như một biến tấu từ cái công thức mà LaPierre vắt óc nghĩ ra sau mười ngày ẩn thân trong phòng kín! [3]

Dẫu là đạo đức giả, dẫu là trò đào ngũ, là chiến thuật tránh né

---

[3] https://www.aljazeera.com/investigations/howtosellamassacre/

"How To Sell A Massacre" (Làm thế nào để rao bán một vụ thảm sát), Al Jazeera (Qatar).

Tác giả chính là Peter Charley, ký giả Úc đảm nhận vai trò giám đốc sản xuất của bộ phận điều tra của Al Jazeera, văn phòng đặt tại Mỹ.

Năm 2015, chứng kiến thái độ trơ tráo của NRA sau một vụ xả súng, Charley quyết định điều tra sâu vào bộ máy truyền thông của NRA.

Vì NRA rất thù ghét luật kiểm soát súng tại Úc, Charley tìm cách chui sâu vào NRA từ góc độ những người ủng hộ súng tại Úc: thành lập tổ chức giả mang tên "Gun Rights Australia" (GRA), chủ tịch sáng lập là Rodger Muller. GRA có trang web với tiểu sử của chủ tịch Muller đầy súng, tung lên hàng loạt những video clip về các cuộc tranh luận giả trong đó ông Muller hùng hồn phản bác luật kiểm soát súng của Úc trong nhiều năm qua.

Bằng cách này "chủ tịch GRA" Muller đã thuyết phục được các giới chức của NRA và trong suốt hai năm trời đã bí mật quay phim và ghi âm các cuộc trao đổi với các quản trị viên NRA, qua đó thu thập được những "bí quyết" mà NRA đã áp dụng để lèo lái truyền thông, để gây áp lực với các nhà lập pháp, cách để giảm nhẹ tác động từ con số nạn nhân trong các vụ xả súng v.v...

Sau đó đảng One Nation bị mắc bẫy. Năm 2018 Muller tiếp xúc với James Ashby, chánh văn phòng của lãnh tụ đảng Pauline Hanson. Ashby liền vớ lấy cơ hội này, yêu cầu ông Muller sắp xếp để gặp ở các giới chức NRA, có Steve Dickson, từng là Bộ trưởng Thể thao và Cá cược của tiểu bang Queensland, người đóng vai trò chủ chốt trong việc soạn thảo "chính sách về súng" gồm 21 điểm của One Nation, trong đó có đòi hỏi phải nới lỏng luật kiểm soát súng hiện hành.

Trong một cuộc trao đổi, Ashby và Dickson thảo luận về chiến lược đối phó với truyền thông sau mỗi thảm hoạ xả súng. Nhân viên liên lạc báo chí của NRA là Lars và Dalseide đã mách nước bằng câu trả lời "rất đạo đức": "Làm sao mà quý vị dám đứng trên nấm mồ của các em bé này để thúc đẩy nghị trình chính trị của mình. Thật là đáng xấu hổ cho toàn bộ ý tưởng này." Nghe thế, ông Dickson gật gù: "Tôi thích cái này"!

sự thật nấp danh đạo đức và lương tâm, những tên lái súng hợp pháp này vẫn cố chứng tỏ rằng họ là người "tự trọng" bởi, qua đó, bọn chúng vẫn bám víu vào một tiêu chí đạo đức đơn giản là, trên đời, trong cách xử sự, trong cách "ăn ở" với nhau, luôn luôn có những thời điểm nhạy cảm mà chúng ta cần phải nể, né, cần phải cẩn thận và ý tứ trong từng cử chỉ, từng lời ăn tiếng nói!

Nhưng với cái quốc gia tinh tướng kia thì khác, hoàn toàn. Không có bất cứ một thời điểm nhạy cảm nào để nó e dè, kiêng kỵ hay cẩn thận và ý tứ, dù là thật, dù là vờ. Ngay giữa thời điểm mà cả thế giới cuống cuồng với Covid-19, thứ dịch bệnh bùng phát từ Trung Quốc, thì cũng chính Trung Quốc lại tung quân ra càn quét Biển Đông một cách hung hăng, tàn ác. [4]

Như một quốc gia đang nôn nao với giấc mộng đại cường, Trung Quốc đang dồn thế giới vào thế phải đối phó với một quốc gia đã đánh mất hết danh dự khi, giữa cái thời điểm nhạy cảm và nhức nhối như thế mà vẫn có thể "ỷ" vào cái vị thế không cần biết đến lề luật quốc tế để tiếp tục quấy nhiễu cộng đồng quốc tế!

Anh mõ Lộ trả thù xứ đạo kia bằng cách vứt bỏ hết những gánh nặng của nhân cách. Còn Trung Quốc thì loi nhoi nhảy lên lên vị trí của một đại cường quốc bằng cách vứt bỏ những gánh nặng của lương tri và lòng tự trọng.

Adolf Hitler nuôi mộng biến nước Đức thành một đại cường bằng cách làm cả thế giới sợ. Và y đã thất bại. Những chính quyền Mỹ nối tiếp nhau thì biến nước Mỹ thành một đại cường

---

[4] Tàu Trung Quốc húc chìm tàu ngư dân Quảng Ngãi ngày 2.4.2020 https://thanhnien.vn/thoi-su/ngu-dan-ke-chuyen-bi-tau-trung-quoc-dam-chim-o-hoang-sa-1206348.html
https://thediplomat.com/2020/04/south-china-sea-and-the-coronavirus-new-vietnam-china-incident-spotlights-old-realities/

bằng cách làm cho thế giới nể sợ, khiến những đối thủ của mình phải sợ trong khi những đồng minh của mình vừa nể, vừa phải e dè. Nhưng Trung Quốc thì, xem ra, đang cố ngoi lên giành gật cái vị trí đại cường của Mỹ bằng làm cho cả thế giới khinh mình.

Không khinh, không ghê tởm sao được khi nó chà đạp lên chính danh dự quốc gia của nó, không thể hiện một gắng gượng tối thiểu để cho cộng đồng thế giới thấy rằng, ít ra, Trung Quốc cũng biết tôn trọng chính Trung Quốc!

9.4.2020

Sự thơ mộng của bạo lực

Cho đến bây giờ, sau gần nửa thế kỷ, tôi vẫn cảm thấy khó, không thể nào gột sạch khỏi đầu "Dáng đứng Việt Nam" của Lê Anh Xuân, cái bài thơ đã phá trinh đầu óc hồn nhiên của mình ngay trong những ngày đầu làm quen với "văn học cách mạng" qua sách giáo khoa:

Anh ngã xuống đường băng Tân Sơn Nhứt
Nhưng anh gượng đứng lên tì súng trên xác trực thăng
Và anh chết trong khi đang đứng bắn
Máu anh phun theo lửa đạn cầu vồng

Hẳn nhiên, ai mà có thể quên được cái lần mình bị phá trinh, nghĩa đen hay nghĩa bóng, nhưng, với tôi, ở đây, cái chính là sự thi vị hóa những hình ảnh hãi hùng mà tôi đã trải nghiệm chỉ mới trước đó có vài tháng, hạ tuần tháng Tư năm 1975, khi theo gia đình chen chúc trong đoàn người di tản.

Đà Nẵng, hạ tuần tháng Ba, gia đình tôi thuê một tàu đánh cá tại An Hải đưa ra đoàn tàu chở người di tản đang neo đậu ngoài khơi cảng Tiên Sa. Tàu ì ạch kéo theo sà lan nghẹt người chạy mất ba ngày hai đêm mới vào đến Nha Trang để rồi nghe tin Đà Nẵng thất thủ. Lại lên tàu, vào đến Vũng Tàu, chưa kịp hoàn hồn thì nghe tin Nha Trang bị xóa tên trong... sổ cộng hòa. Từ Vũng Tàu, gia đình chúng tôi được chính quyền đưa lên trại tiếp cư tại Làng Cô Nhi Long Thành và, mới kịp trấn tỉnh, lại nghe tiếng phản lực cơ gầm rú trên trên đầu mình giữa những tiếng nổ đôm đốm của những viên pháo phòng không. Vậy là cả trại, không biết bao nhiêu ngàn người, nháo nhào bỏ chạy để rồi, không đầy 15 phút sau đó, lại lọt vào tọa độ pháo binh.

Về sau đọc thêm sử sách mới biết thêm rằng trại tiếp cư ấy không xa Trường Thiết giáp Long Thành và trận địa thực tập của Trường sĩ quan bộ binh Thủ Đức là bao: ông tướng đỏ Văn Tiến Dũng cho lập trận địa pháo ở Nhơn Trạch để dùng đại pháo 130 ly chặn đầu, không cho lực lượng tại đây rút về Sài Gòn hội quân cùng lực lượng phòng thủ. Nhưng bộ binh, thiết giáp đâu không thấy, chỉ thấy dân thường và khi những loạt pháo đầu tiên nổ tung trên con đường nối liền Sài Gòn – Vũng Tàu, đoàn người tỵ nạn lại cuống quýt tản ra những cánh rừng cao su bạt ngàn hai bên.

Và tôi, chính tôi, ngay trong những loạt pháo đầu tiên, đã chứng kiến một chiếc xem lam đông nghẹt người trúng đạn văng xa vài mét và những tia máu, những cánh tay và những tảng thịt đỏ hoét máu bay xa mười mấy thước theo đạn đạo cầu vồng. Tôi, cơ hồ, không có thì giờ để mà rùng mình vì phải cắm cổ chạy, như cả ngàn người khác hộc tốc tháo chạy trong cánh rừng cao su, nhắm hướng Sài Gòn, giữa những tiếng pháo ầm ầm, tiếng rít gió của những miễng đạn bay tán loạn.

Rồi thì các cảnh tang hải, chỉ một thời gian ngắn thôi mà bao nhiêu thay đổi "đời người" diễn ra và trải nghiệm hãi hùng ấy tưởng đã chôn chặt trong những xáo trộn mới bỗng dưng sống dậy với bài thơ từ trong trang sách giáo khoa cách mạng lần đầu tiếp xúc: "Máu anh phun theo lửa đạn cầu vồng".

Xem như bạo lực và sự chết chóc đã được thi vị , thơ mộng hóa.

Máu và lửa luôn là những biểu tượng hai mặt. Máu là yếu tố cần thiết của sự sống nhưng máu cũng là hình ảnh của bạo lực, của sự chết chóc, của sự tàn sát. Lửa cũng cực kỳ cần thiết cho đời sống nhưng lửa lại là phương tiện hủy diệt hiệu quả nhất.

Cờ đỏ, khẩu hiệu đỏ, sao đỏ: nếu, chủ yếu, những lực lượng cực tả chọn máu làm biểu tượng thì những phe nhóm cực hữu lại thiên về lửa, từ biểu tượng swastika rực cháy của Phát xít Đức đến cây thập giá rực cháy của băng đảng KKK tại Mỹ. Nhưng Lê Anh Xuân thì còn "tài" hơn. Chỉ một câu thơ ngắn mà không chỉ gom đủ cả hai yếu tố bạo lực của hai đầu mút tả-hữu mà còn bổ sung vào với hình ảnh đường đi của những viên đạn lửa.

Lâu rồi, rất lâu, tôi có đọc một bài thơ dịch, đại ý là đừng cho trẻ con chơi súng nhựa, hôm nay chúng quen với súng nhựa, lớn lên chúng sẽ thoải mái với súng thép; đừng cho trẻ bắn chim, hôm nay chúng bắn chim được, lớn lên chúng sẽ bắn người.

Tôi sống tại Úc và các con tôi, ngay từ khi học mẫu giáo, đã nghêu ngao bài quốc ca Úc, bài hát nói về đất nước đẹp giàu và khát vọng hướng về tương lai. Nhưng nếu sống tại Việt Nam, từ bé đã nghêu ngao "Cờ in máu chiến thắng mang hồn nước / Đường vinh quang xây xát quân thù", lớn lên chúng sẽ "quen/lạ" ra ra sao với máu me và xác người?

Bao nhiêu năm rồi mà vẫn không thể thanh tẩy mùi tanh của máu và xác chết con người ra khỏi bài "quốc ca" như thế nên chẳng có gì là lạ khi người Việt Nam ngày nay vô cùng thoải mái với chuyện giết nhau. Chưa bao giờ người Việt Nam giết nhau một cách dễ dàng và... vô duyên như lúc này, giết từ một vụ quẹt xe nhỏ nhặt bên đường, giết từ một ánh mắt không ưa trong quán nhậu, thậm chí một hiểu lầm nhỏ ngay trong tiệc cưới.

Người Việt đang giết nhau một cách cực kỳ vô duyên và, bài "quốc ca", xét cho cùng, cũng thế, cũng được chọn lựa và giữ gìn một cách cực kỳ vô duyên. "Quốc ca" là bài hát của một nước trong khi bài hát ấy chỉ là bài ca của một đoàn quân, tập hợp của những kẻ bắn súng chuyên nghiệp, hăm hở lập công từ máu và xác quân thù.

Phải chăng, khi những thế hệ tiếp nối bị nhồi nhét vào đầu cái khao khát vinh quang "xây xác quân thù" mà lại lẩm cẩm, không biết phân biệt đâu là "bạn", đâu là "thù", chúng chỉ có cách là quay dao quay súng giết nhau?

3.2021

Tái "Khai Sáng" tiếng Việt?

Sự hỗn loạn nào cũng thúc đẩy nhu cầu kỷ cương và, đó đây, giữa muôn lời báo động về tình trạng "lệch chuẩn" trong tiếng Việt, lại thấy những nỗ lực vận động nhằm "bảo vệ tiếng Việt", bằng một hình thức trói buộc pháp lý cho tiếng Việt.[1] Tiếng Việt của chúng ta, như một sinh ngữ, đang lâm vào tình trạng vô pháp và, phải chăng, nói theo David Malouf, một trong tên tuổi lẫy lừng nhất của nền văn học đương đại Úc, đang rơi dần vào tình trạng của tiếng Anh thời kỳ tiền Khai Sáng, thứ tiếng Anh đã góp phần dẫn đến những rối loạn xã hội tại Anh vào giữa thế kỷ 17 và, sau đó, là cuộc nội chiến tại Mỹ?

Malouf, trong tiểu luận *Made in England: Australia's British Inheritance*, biện giải rằng khác với Mỹ, nước Úc đã không bị nội chiến một phần là do ngôn ngữ.[2] Theo Malouf thì ngôn ngữ là "lịch sử và kinh nghiệm" mà con người tạo ra trong những đường lối "ứng xử phức tạp với thế giới" nhưng chính nó, ngôn ngữ, lại là yếu tố "quyết định, giới hạn hay phân định những ngã rẽ của lịch sử." Nước Mỹ hình thành trong thập niên đầu của thế kỷ 17 và ngôn ngữ của những di dân đầu tiên là thứ tiếng Anh tiền Shakespeare. Trong khi đó thì những trang sử đầu tiên của Úc phải chờ đến thế kỷ sau mới được mở

---

[1] https://www.nguoiduatin.vn/bao-ve-tieng-viet-a518828.html

[2] *Quarterly Essay* 12, November 1st, 2003.

ra và, do đó, đã thừa hưởng được một thứ tiếng Anh Khai Sáng với ảnh hưởng rõ rệt của nhà soạn kịch vĩ đại.

Malouf cho rằng Shakespeare đã "phát minh ra cách sử dụng ngôn ngữ", đã thực sự làm thay đổi tiếng Anh, làm thay đổi cách suy nghĩ và cảm nhận của người Anh. Tiếng Anh, kể từ Shakespeare, là ngôn ngữ của sự hòa hợp với cách nói ẩn dụ và đó là ngôn ngữ mà những người Úc đầu tiên mang đến vùng đất mới. Họ khác với những thế hệ người Mỹ đầu tiên, mang theo thứ tiếng Anh của The Diggers, những thành phần vô chính phủ vào giữa thế kỷ 17; của English Separatists, những thành phần ly khai tôn giáo; hay của Levellers, những thành phần xã hội chủ nghĩa nảy sinh trong cuộc nội chiến Anh 1642– 1649.

Malouf viện dẫn nhân vật Kastril trong vở kịch *The Alchemist* của Ben Jonson, ra mắt năm 1610 theo đó, khi đến London, cái mà nhân vật này học được là cách cãi vã, là cách truyền đạt từ những người sẽ trở thành những Digger, English Separatist và Leveller, thứ tiếng Anh chan chát sự va chạm *pros vs cons*. Nhưng khoảng 80 năm sau đó, trong những tác phẩm khác, trong những tình huống tương tự, điều những nhân vật tương tự phải học lại là phong cách *phlegmatic* mà chúng ta gọi là "phớt tỉnh Ăng Lê". Lúc này, cái một anh chàng tỉnh lẻ phải làm để hội nhập vào chốn phồn hoa ấy lại là học để làm một người lịch lãm, để biết cách điều đình, thương lượng và, nghĩa là, biết cách nhượng bộ. Và đó, theo Malouf, là những gì diễn ra với tiếng nói của người Mỹ sau cuộc Nội chiến, cái tiến trình mà ông ta gọi "giải trừ quân bị cho ngôn ngữ. [3] Thay vì chửi rủa, phỉ báng nhau, họ chuyển sang mỉa mai châm biếm nhau và, như thế, sự đối chọi chan chát đã bị thay thế dần bởi tinh thần hài hước. Ngôn ngữ còn hòa dịu hơn với những dụng ý cú

---

[3]"The language itself was to be disarmed."

pháp nhằm loại bỏ sự đối chọi nảy lửa giữa *pros* vs *cons* và, nhờ thế, sự truyền đạt đã trở nên ôn hòa hơn. Ngôn ngữ ôn hòa đã đem lại cho con người một tinh thần ôn hòa và, hẳn nhiên, một xã hội ôn hòa.

Còn tiếng Việt?

Khi Nguyễn Du viết Kiều, đất nước hóa thành văn (Chế Lan Viên) nhưng phải đợi đến Thơ Mới, đến Tự Lực Văn Đoàn của thập niên 1930 tiếng Việt mới có một thời kỳ đáng tên là Khai Sáng tuy nhiên, tiếc thay, tinh thần đó đã mờ dần theo những bể dâu tiếp liền nhau, đầy nước mắt, và đầy cả máu.

Phong trào Khai Sáng, *Enlightenment*, ai cũng biết, đã chi phối tư tưởng châu Âu vào thế kỷ 17 và 18 với tinh thần duy lý mà, phong trào này, là con đẻ của phong trào văn hóa Phục hưng khi Âu châu vượt qua thời kỳ dài áp chế bởi chủ nghĩa thần quyền để quay lại với những giá trị của văn hóa cổ đại Hy Lạp, nơi con người được xem là trung tâm, bản vị. Với tiếng Việt, cuộc "Khai Sáng" ấy cũng đã nâng con người vào vị trí trung tâm. Con người bắt đầu vượt qua trói buộc hà khắc của lễ giáo mà ngôn ngữ thì vượt qua những niêm luật chật hẹp của thứ văn chương gắn liền với Nho giáo. Con người, như Xuân Diệu, đã ngạo nghễ vươn lên như là con người Cá Nhân "Ta là Một, là Riêng, là Thứ Nhất" ("Hy Mã Lạp Sơn") và, trong cách ẩn dụ, đã ngang hàng cùng đất trời, tạo vật, với "Tháng giêng ngon như một cặp môi gần", với " Hỡi xuân hồng, ta muốn cắn vào ngươi!" ("Vội Vàng").

Tuy nhiên sự "Khai Sáng" mới vừa chớm mở ấy đã lụn tàn dần theo những vận động chính trị cực đoan, những nỗ lực phóng đại hay ngụy tạo sự đối chọi *pros vs cons* cực đoan. Trong sự đối chọi cực đoan này thì, cá nhân, như "là Một, là Riêng, là Thứ Nhất", đã trở thành kẻ thù xấu xa nhất trong cái tên "Chủ nghĩa cá nhân". Rồi đối chọi *pros vs cons* trong mâu thuẫn địch -

ta một mất một còn v.v. đã đẩy ngôn ngữ vào tình trạng phân hóa, cực đoan hóa, rồi thoái hóa.

Ngôn ngữ hình thành và phát triển như một chọn lựa mang tính cộng đồng. Nhưng để có một sự phát triển lành mạnh, cộng đồng xã hội cần phải chọn lựa dưới sự dẫn dắt của những giá trị trung tâm và giá trị tinh hoa. Tuy nhiên, khi tính duy lý bị nhấn chìm bởi tinh thần duy ý chí thì những tinh hoa ngôn ngữ lại bị đè nén dưới tiêu chí "đại chúng" cho mục tiêu chính trị. Hậu quả là tình trạng "vô pháp" khi cái sai, cái ngoại lệ của thiểu số quyền lực cùng với cái bát nháo, cái nôm na thô kệch của đám đông đã hóa thành cái đúng, thành quy luật phổ quát và thành cả điển mực.[4]

Trong tình trạng "vô pháp" đó, tiếng Việt đã bị sự dụng tùy tiện, tùy tiện đến mức ngớ ngẩn. Đáng nói hơn, sự ngớ ngẩn ấy lại được phổ biến tràn lan rồi được điển chế hóa, thậm chí với cả một trong những khái niệm thiêng liêng nhất là... dân tộc.

Khái niệm này đang bị dùng sai trong khẩu ngữ, trong báo chí, trong các mẫu đơn hành chánh, trong các phát ngôn chính thức và, thậm chí, ngay trong từ điển. Những ai từng hì hục viết tay mẫu đơn "Sơ yếu lý lịch" kê khai hoạt động chính trị ông bà cha mẹ rồi mang ra cơ quan thẩm quyền chứng thực ắt phải nhớ cái câu hỏi ngay sau phần thông tin cá nhân: "Quốc tịch:... / Dân tộc:..." mà, trong trường hợp của tôi, phải viết như máy, không thể khác hơn: "Quốc tịch: Việt Nam / Dân tộc: Kinh".

Câu hỏi thì dư thừa mà lời đáp, theo quy định chính thức, lại

---

[4] Tôi đã trình bày vấn đề này trong bài "Ngôn ngữ, văn học và chính trị" https://www.tienve.org/home/literature/viewLiterature.do?action=viewArtwork&artworkId=3927

In trong cuốn *Ngôn ngữ & Quyền lực*, Người Việt California, 2014

hoàn toàn sai. "Quốc tịch" gắn liền với "quốc gia", mà "quốc gia" thì gắn liền với dân tộc, một câu hỏi và một lời đáp hoàn toàn không có chỗ đứng cho *logic* của trí tuệ thông thường. Theo cách dụng từ này thì "dân tộc Kinh" - cùng 53 "dân tộc" khác như Tày, Thái, Nùng, Pacoh, Katu, Hre, Sedang, Bahnar, Mnong, Stieng v.v - họp thành "dân tộc Việt Nam" và, xem ra, chúng ta có một phép cộng kỳ quái khi "54 dân tộc" họp lại chỉ để thành "một dân tộc". Mà cách dụng từ này còn thiếu nhất quán về *logic* khi chỉ những sắc dân sống trên vùng núi như Tày, Thái, Banar mới được gọi là "đồng bào" hay "người dân tộc" trong khi thành viên của "dân tộc Kinh" lại là ngoại lệ. Thế là thế nào? Cũng là "dân tộc Kinh" nhưng tại sao người Kinh không được gọi là "đồng bào dân tộc"?

Vấn đề ở chỗ là, trong ngôn ngữ dân tộc học, những cộng đồng như thế không phải là "dân tộc" mà là "sắc tộc", "nhóm sắc tộc" hay "tộc người", tiếng Anh là "ethnic group" hay "ethnicity". Những "sắc tộc" hay "tộc người" như Kinh, Tày, Mường v.v.. họp lại thành "dân tộc" Việt Nam và, nói cách khác, nhiều "sắc tộc" hay "tộc người" cùng chia sẻ một lãnh thổ, một thiết chế chính trị, xã hội, kinh tế, một ngôn ngữ chính sẽ tạo thành một quốc gia - dân tộc. Hai khái niệm tách bạch đã bị nhập nhằng mà, lạ lùng hơn, còn được chính Viện Ngôn ngữ học Việt Nam điển chế hóa.

Trong *Từ Điển Tiếng Việt* (bản phát hành 2004), "viện" này chú giải khái niệm dân tộc:

"1. Cộng đồng người hình thành trong lịch sử có chung một lãnh thổ, các quan hệ kinh tế, một ngôn ngữ văn học và một số đặc trưng văn hóa và tính cách. Dân tộc Việt. Dân tộc Nga.

2. Tên gọi chung cho những cộng đồng người cùng chung một ngôn ngữ, lãnh thổ, đời sống kinh tế và văn hóa, hình thành trong lịch sử từ sau bộ lạc. Việt Nam là một nước có nhiều dân tộc. Đoàn kết các dân tộc để cứu nước.

3. Dân tộc thiểu số (nói tắt). Cán bộ người dân tộc

4. Cộng đồng người ổn định làm thành nhân dân một nước, có ý thức về sự thống nhất của mình, gắn bó với nhau bởi quyền lợi chính trị, kinh tế, truyền thống văn hóa và truyền thống đấu tranh chung. Dân tộc Việt Nam."

Không thể chối cãi, khi điển chế hóa cách dùng sai này, Viện Ngôn ngữ học đã góp phần vào việc làm rối loạn tiếng Việt. Nhưng sự lộn sòng này của "dân tộc", trên khía cạnh ngôn ngữ học, cũng không có gì khó hiểu nếu chúng ta nhìn lại sự rẻ rúng đối với "dân tộc" trên khía cạnh lịch sử, qua cách biện giải của một nhà hàn lâm là Hoàng Xuân Nhị, một người được ca tụng là "trí thức toàn đức, toàn tài".[5]

Hoàng Xuân Nhị đến Pháp du học năm 1936, theo đuổi ngành triết và văn chương, thông thạo nhiều ngoại ngữ, đã dịch Lưu *Bình Dương Lễ, Cung oán ngâm khúc, Chinh phụ ngâm, Truyện Kiều* sang tiếng Pháp; năm 1946 về nước tham gia kháng

---

[5] http://daidoanket.vn/dau-an-hoang-xuan-nhi-558410.html
"GS Hoàng Xuân Nhị mất năm 1990, đến nay đã 31 năm. Hơn ba thập niên không phải là quá dài, song cũng đủ để nhìn lại những cống hiến của ông - một trí thức "toàn đức, toàn tài", một con người "khiêm nhường, giản dị, không màng chức tước, danh lợi"...
...Ông được mệnh danh là "người thầy của một thế hệ", là "cây đại thụ của làng đại học, của nền giáo dục Việt Nam mới"...
... Hơn 30 năm GS Hoàng Xuân Nhị đã đi xa, ông vẫn để lại một quầng sáng trong nghiên cứu, một nhân cách sống đáng trọng..."

chiến, năm 1956 tham gia thành lập Trường Đại học Tổng hợp Hà Nội, đảm nhiệm vai trò Chủ nhiệm khoa Ngữ văn của đại học này từ năm 1957 đến năm 1982, được ca tụng là "người thầy của một thế hệ".

Trong sự nghiệp học thuật của mình, Hoàng Xuân Nhị đã tỏ ra tận tụy và mẫn cán với đường lối của nhà cầm quyền, mẫn cán đến mức kéo lùi dân tộc, cho rằng dân tộc Việt Nam chỉ "bắt đầu hình thành vào năm 1930 khi đảng cộng sản ra đời". Trong hồi ký của mình, học giả Đào Duy Anh viết:

> "Trong Tập san Đại học sư phạm số 5 thì ông Hoàng Xuân Nhị lại cho rằng mãi đến năm 1930 với sự thành lập của Đảng cộng sản Đông Dương 'lần đầu tiên trong lịch sử Việt Nam, trải qua mấy nghìn năm, dân tộc Việt Nam bắt đầu hình thành.'". [6]

Đào Duy Anh không nói rõ năm tháng phát hành, tuy nhiên các thông tin trong bài viết thì tập san này phát hành vào đầu năm 1956, cái năm ông Hoàng Xuân Nhị bắt tay xây dựng để rồi sau đó đảm nhiệm vai trò Chủ nhiệm Khoa Ngữ văn.

Là một nhà khoa bảng Tây học, cực kỳ giỏi ngoại ngữ, Hoàng Xuân Nhị đã hành xử như một thứ Hồng vệ binh để bảo vệ quan điểm văn nghệ chính thống trong cái thời kỳ nghiệt ngã nhất của những văn nghệ sĩ và học giả có tư tưởng tự do, do đó

---

[6] *Nhớ nghĩ chiều hôm* , NXB Văn Nghệ TPHCM, 2002, trang 150.

Đào Duy Anh cho biết năm 1913 Stalin viết cuốn sách mà bản dịch Anh ngữ là *Marxism and the national question*, các tài liệu tiếng Việt dịch tên cuốn sách này là *Chủ nghĩa Mác và vấn đề dân tộc*. Tiếng Nga "Нация" (natia), trong tiếng Anh, Pháp và Đức cũng là "nation", nếu dịch sang tiếng Việt là có thể dịch là "quốc gia" và "dân tộc", tuy nhiên đây là hai khái niệm khác nhau.

Đầu tiên Stalin cho rằng "nation" là cộng đồng hình thành sau khi chấm dứt đời sống bộ lạc. Thế nhưng trong phần chính, khi nói về lịch sử các nước Âu châu, Stalin cho rằng để gọi là "nation" thì phải hội đủ bốn yếu tố chung: kinh tế, ngôn ngữ, lãnh thổ, tâm lý, trong đó yếu tố kinh tế được xem quan trọng nhất.

Nhận ra điểm sai này nên năm 1929 Stalin cho xuất bản cuốn *The National Question and Lenism* để giải thích tiếp, cho rằng có nhiều loại "nation" trên thế giới, và loại "nation" đã nhắc trong cuốn sách năm 1912 là nói về các "nation tư sản".

Nhưng, theo Đào Duy Anh, Hoàng Xuân Nhị lại tiếp tục hiểu sai ý của Stalin.

Hoàng Xuân Nhị khẳng định theo Đại bách khoa toàn thư Xô viết: "Theo sự nghiên cứu của khoa học viện Liên Xô... thì trên thế giới chỉ có hai loại dân tộc thôi" (dân tộc tư sản và dân tộc xã hội chủ nghĩa).

Sđd tr.154 – 155

việc ông đặt dân tộc xuống dưới đảng cũng là điều dễ hiểu.[7] Nhưng còn cách gọi những đồng bào thiểu số ở vùng cao là "đồng bào dân tộc"?

Ông Hoàng Xuân Nhị thực tâm tin thế hay chỉ đóng vai Xúy Vân giả dại để vượt qua mặc cảm bất an về xuất thân trưởng giả của mình trong cái thời bần cố nông lên ngôi? Trong không khí chính trị ngột ngạt thời ấy thì, để sinh tồn, con người không những phải biết sợ như Nguyễn Tuân mà có khi còn phải biết dại, như Nguyễn Huy Tưởng đã từng giả dại bằng cách "quê mùa hóa" tiếng nói của mình khi phát âm tiếng ngoại quốc.[8]

---

[7] Ngoài luận thuyết "có đảng dân tộc Việt mới hình thành", ông Nhị còn "trây" cái tư cách học thuật của mình khi cho rằng có đảng mới có "tự do tư tưởng".

Ngày 16 và 17.10.1956 Hoàng Xuân Nhị đăng bài "Chủ nghĩa nhân văn của chúng ta" trên báo Nhân Dân, quả quyết "văn nghệ phải có đảng tính và văn nghệ sĩ phải triệt để phục tùng sự lãnh đạo của đảng".

Sau đó Bùi Quang Đoài và Trương Tửu tranh luận với Hoàng Xuân Nhị trên tạp chí Nhân Văn số 4 (5.11.1956) và Giai phẩm mùa Đông số 1 (28.11.1956).

http://www.talawas.org/talaDB/showFile.php?res=9790&rb=08

http://74.125.153.132/search?q=cache:ymvJ8A4i_uUJ:www.talawas.org/talaDB/showFile.php%3Fres%3D9416%26rb%3D08+B%C3%B9i+Quang+%C4%90o%C3%A0i,+talawas&cd=1&hl=en&ct=clnk&gl=au&client=firefox-a

Ngày 27.12.1956 Hoàng Xuân Nhị trả lời Bùi Quang Đoài và Trương Tửu trên báo Văn nghệ số 153 (27.12.1956) bằng bài "Về bài báo của Lê-nin năm 1905, vạch rõ nguyên lý của nền văn học có Đảng tính". Có thể xem bài này trên diễn đàn talawas ngày 28.8.2008, do Lại Nguyên Ân biên soạn:

http://www.talawas.org/talaDB/showFile.php?res=14081&rb=0106

[8] "Còn đọng trong tôi là cách phát ấm cố làm ra nhà quê những tiếng nước ngoài như A-lếch-xít Tôn-tôi-y, Đốt-xi-tôi-ép-xi-ki của Nguyễn Huy Tưởng..."

Bùi Ngọc Tấn (2007) *Một thời để mất*, NXB Hội nhà văn, trang 25

Trong một bài viết của Tô Hoài tôi đọc đâu đó đã lâu thì có một thời người Hà Nội thường "hãnh diện" khoe tổ tiên ba đời đi ở đợ của mình để

Quê mùa hóa cũng có nghĩa là bình dân hóa hay, đúng hơn là công nông hóa và, tiếng Việt chúng ta, có lẽ, cũng chịu cảnh tang hải tương tự với tình trạng đại chúng hóa để rồi bây giờ chuyển sang giai đoạn "trưởng giả hóa" mà hậu quả là tình trạng gần như phá sản của tiếng Hán – Việt khi chúng bị sử dụng bừa bãi, bừa bãi đến độ sai be, sai bét!

Thí dụ tình trạng be bét của "hỗ trợ" trên báo chí, trên các nghị định hành chánh, thậm chí trên cả văn bản pháp lý: "nhà nước hỗ trợ nông dân", "tỉnh hỗ trợ huyện", "xã hỗ trợ thôn", rồi "công cụ hỗ trợ". Nhưng "hỗ" chỉ có nghĩa là "đắp đổi bên này lẫn bên kia", là "lẫn nhau": "hỗ trợ" có nghĩa là "giúp đỡ lẫn nhau", mà nếu đã "giúp đỡ lẫn nhau" thì phải là quan hệ hai chiều hoàn toàn đồng đẳng. Trong tình thế hải quân ta chỉ nằm bờ và "diễn tập bắn đạn thật" thì các ngư dân chỉ biết trông cậy vào nhau. Ra khơi thì họ đi vài tàu gần gần nhau, tàu này bị tàu lạ húc chìm thì có tàu kia tới vớt, tàu kia bị húc thì tàu ngày giang tay, đó mới là hỗ trợ. Hay hai huyện A và B gần nhau. Năm nay huyện A bị hạn thì huyện B chở vài mươi tấn gạo đến để trợ giúp dân sở tại cầm hơi. Năm tới huyện B bị bão lụt thì huyện A chở vài chục tấn mì tôm và chăn màn, lều bạt đến giúp dân huyện B đắp đổi qua ngày. Đó là sự giúp đỡ qua lại hai chiều, là hỗ trợ. Nhưng khi chính quyền trung ương chở gạo đến thì đó là "cứu trợ" chứ không phải "hỗ trợ"!

Thậm chí sự ngớ ngẩn này còn trở thành luật pháp: "công cụ hỗ trợ".

"Khoản 11, điều 3 Luật quản lý, sử dụng vũ khí, vật liệu nổ và công

---

rồi, đến khi không khí chính trị thay đổi vào thập niên 1990, lại chuyển hướng với niềm tự hào về tộc mấy đời hiển đạt.

cụ hỗ trợ năm 2017 (sửa đổi, bổ sung năm 2019) quy định công cụ hỗ trợ là phương tiện, động vật nghiệp vụ được sử dụng để thi hành công vụ, thực hiện nhiệm vụ bảo vệ nhằm hạn chế, ngăn chặn người có hành vi vi phạm pháp luật chống trả, trốn chạy; bảo vệ người thi hành công vụ, người thực hiện nhiệm vụ bảo vệ hoặc báo hiệu khẩn cấp.

Trong đó, súng bắn điện, súng bắn đạn nhựa, nổ, cao su, phương tiện xịt hơi cay, chất gây mê, chất gây ngứa... là công cụ hỗ trợ." [9]

Đã "giúp đỡ lẫn nhau" thì phải có yếu tố con người, súng bắn điện, súng bắn hơi cay mà có thể ngang hàng với con người hay sao? Cách dụng từ không thể hiểu nổi này đã lan tràn tới mức báo động, như một bệnh dịch và chúng ta chứng kiến tình trạng nói càn, viết càn ở tầm mức quốc gia, quốc tế.

Những khi Trung Cộng xâm phạm chủ quyền hay phá hoại sự ổn định trên Biển Đông thì Phát ngôn viên Bộ Ngoại giao Việt Nam lên tiếng "bày tỏ sự quan ngại" mà, theo cách dùng này, "quan ngại" được hiểu như là "quan tâm và lo ngại" trong khi từ này, đúng ra, chỉ có nghĩa là "khó khăn, chướng ngại".

"Quan" ở đây là... cửa ải, như quan trong "quan hà", "quan sơn" hay cụ thể hơn là "Nam Quan": đó là nơi xa xôi, hiểm trở, đến đó phải vượt qua bao nhiêu khó khăn, chướng ngại.

Từ điển Hán Việt của Đào Duy Anh giải thích: "Quan ngại: trở ngại".

Từ điển Tiếng Việt của Lê Văn Đức giải thích: "Quan ngại: vướng víu khó khăn".

Một hạt sạn khác rất thường xuất hiện là "chỉ đạo quyết liệt",

---

[9]https://tuoitre.vn/khi-nao-duoc-dung-cong-cu-ho-tro-20200909070511399.htm

nhất là thời gian qua, khi bộ máy công quyền đối phó với dịch Covid-19. [10] Chỉ cần google "chỉ đạo quyết liệt" và "bệnh dịch Covid-19" sẽ thấy mỗi đảng bộ của một tỉnh là một guồng máy tràn trề khí thế "chỉ đạo quyết liệt" nhưng đây lại là cách dùng từ hoàn toàn trái lẽ tự nhiên.

"Chỉ đạo", theo Đào Duy Anh, trong *Hán Việt Từ Điển*, là "Chỉ bảo bày vẽ. Chỉ dẫn". Còn theo Viện Ngôn ngữ học Việt Nam, trong *Từ Điển Tiếng Việt* (2004), là "Hướng dẫn cụ thể, theo một đường lối chủ trương nhất định." Còn "quyết liệt" thì Đào Duy Anh giải thích là "thật ra mặt xung đột". Và Viện Ngôn ngữ học Việt Nam cũng giải thích trong bộ từ điển của mình: "Hết sức mạnh mẽ, tỏ ra kiên quyết đến cùng trong hoạt động đấu tranh, chống đối."

Như vậy thì nếu "chỉ đạo" thì điều quan trọng là phải "chỉ đạo kịp thời", "chỉ đạo cụ thể", "chỉ đạo rành mạch", "chỉ đạo thông suốt", "chỉ đạo rõ ràng, đâu ra đó" v.v. Tôi thực sự không hiểu "chỉ đạo quyết liệt" là chỉ đạo như thế nào nhưng, rõ ràng, nơi mà chúng ta cần "quyết liệt" lại là cuộc đấu tranh một mất một còn với một đối tượng hay thế lực nào đó, để đánh vào ý chí của nó, không cho nó được lấn tới, dù là nửa bước. Có thể đó là cuộc đấu tranh trên thực địa chiến trường, trên bàn hội nghị, trên trận địa kinh tế hay pháp lý. Chúng ta cần "quyết liệt" với trò lấn biển của Trung cộng là để cho nó thấy ta không dễ xơi, chẳng hạn. Chúng ta cần "quyết liệt" với bọn sâu dân mọt nước, chẳng hạn. Chỉ bằng cách "quyết liệt" như thế, chúng ta mới đánh vào ý chí của những kẻ đang sắp sửa dở trò tham nhũng hay phá hoại môi trường và tài nguyên,

---

[10]http://quocphongthudo.vn/thoi-su-chinh-tri/trong-nuoc/chi-dao-quyet-liet.html

thậm chí dở trò bán nước.

Và có lẽ cũng cần phải quyết liệt với những kẻ sống bằng ngòi bút mà thản nhiên phá hoại tiếng Việt. Bởi nếu máy móc tin theo họ thì xã hội Việt Nam hiện xảy ra rất nhiều sự việc lạ lùng: những chiếc xe hơi mới toanh nhưng bị lỗi có thể trở thành những ông đại sứ; con người có thể dùng nước sông, nước ao, nước hồ hay nước biển để cắt cổ mình!

Do trục trặc ngoài ý muốn trong dây chuyền sản xuất, thỉnh thoảng các hãng xe hơi như Toyota hay Ford phải ra thông báo "thu hồi" các đời xe mới xuất xưởng nhưng bị lỗi ở đâu đó, ở bộ thắng hay túi khí an toàn v.v. Thế nhưng khi lên báo Việt Nam thì các chiếc xe này đã trở thành những ông hay bà đại sứ: "Hãng Ford / Toyota triệu hồi (sic) xe bị lỗi."

Đọc tiểu thuyết chương hồi Trung Hoa thỉnh thoảng gặp cảnh viên tướng trấn ải biên cương nhận tin gian thần tạo phản nên hối hả kéo quân về kinh cứu nguy, nhưng mới hành quân được nửa đường thì nghe tin chúa thượng đã bị giết, thế là tướng quân ngửa mặt lên trời tự trách mình chậm trễ rồi rút gươm cứa ngang cổ để tỏ lòng trung. Hành động này được gọi là "tự vẫn" vì trong tiếng Hán Việt, "vẫn" có nghĩa là cắt cổ.

Lịch sử đã ghi danh những anh hùng như Hai Bà Trưng: cùng đường hai bà gieo mình xuống sông Hát để "tự trầm", hoặc một anh hùng khác như Hoàng Diệu: Hà Nội thất thủ, ông đến Võ Miếu dùng sợi dây để kết liễu đời mình, gọi là "tự ải". Thế nhưng trên báo chí Việt Nam ngày nay chúng ta toàn thấy toàn cảnh treo cổ và nhảy sông "tự vẫn"!

Cũng trong truyện chương hồi Trung Quốc, thỉnh thoảng lại thấy một nhân vật nghĩa hiệp tạo phản bị bắt, bị ép phải đầu hàng nhưng cười gằn, khinh bỉ: "Ta là người tráng sĩ đầu đội trời, chân đạp đất, há chịu khuất tất trước cường quyền!". Khi dõng dạc như vậy, nhân vật này ngụ ý rằng sẽ không bao giờ đầu hàng, luồn cuối: "khuất" là cong, "tất" là cái đầu gối, "cong cái đầu gối" thì có nghĩa là quỳ lạy, là quy hàng, là tuân phục. Thế nhưng bây giờ người ta văn hoa với "khuất tất" mà nghĩ rằng đó là "khuất khúc" hay "khuất lấp"!

Một trong những cái sai có tần số cao là "nguyên" với nào là "nguyên thủ tướng", "nguyên tổng bí thư", "nguyên chủ tịch" thậm chí "nguyên thiếu tướng" thay vì "cựu" và, suy diễn rộng ra, đây là một hành vi dẫm đạp lên quá khứ!

Hành vi "bắn súng lục vào quá khứ" đối với các di tích lịch sử, trong các dự án phát triển hạ tầng và, thậm chí, cả các dự án "trùng tu – bảo tồn – bảo tàng" chúng ta đã nghe nhiều rồi. Nay thì nhắc đến thái độ này trong ngôn ngữ. Từ "nguyên", khi đứng trước một danh từ chỉ một chức vụ nào đó, phải gắn liền một hành vi "đang xảy ra trong quá khứ", một thứ "hiện tại trong quá khứ" thế nhưng hầu như toàn bộ hệ thống báo chí Việt Nam, các nhà lãnh đạo chính trị Việt Nam không đếm xỉa gì đến quy tắc này, cứ lộn sòng giữa "nguyên" và "cựu".

Như đã nói, việc gì cũng có cái đầu tiên của nó và phải có nhân vật có tầm ảnh hưởng sâu rộng nào đó khởi đầu cho những cái sai tràn lan như thế. Trong ý nghĩ đó, tôi mơ hồ nghĩ đến viễn cảnh từ một bản tin đăng trên báo Nhân Dân ngày 18/5/2021: "Kết luận của Bộ Chính trị về [việc] tiếp tục thực hiện Chỉ thị số 05-CT/TW của Bộ Chính trị 'Về [việc] đẩy mạnh học tập và làm theo tư tưởng, đạo đức, phong cách Hồ

Chí Minh'." [11] Tôi nghĩ đến cảnh mai này các ông bà hiệu trưởng sẽ hành xử như những bậc thầy bói trong các buổi lễ khai giảng khi đứng ra "kết luận", "tổng kết", hay "sơ kết" về năm học sắp tới.

"Kết" là tiếng Hán Việt, có nghĩa là "buộc lại", "thắt lại", "tụ lại", "thu lại", "rút lại"; "kết luận" là "cái sự bàn luận sau cùng, sau khi đã thắt buộc toàn bộ những vấn đề đã bàn". Giữa lúc việc "học tập và làm theo..." đang được "tiếp tục" và "đẩy mạnh" mà, thay vì "cho ý kiến" hay "đưa ra nhận định", "nhận xét" hay "chỉ thị", lại dõng dạc tung ra "kết luận" thì tại sao các ông bà hiệu trưởng không thể làm điều tương tự cho cái năm học chỉ mới bắt đầu?

Và tôi nghĩ đến câu nói để đời "Truyện Kiều còn, tiếng ta còn. Tiếng ta còn, nước ta còn." của Phạm Quỳnh. Không nói về chính trị, chỉ trên phương diện văn hóa thôi thì học giả này đã bị đối xử đầy oan khuất mà, trong đó, độc miệng nhất, có lẽ là Đặng Thai Mai, khi miệt thị rằng Phạm Quỳnh chỉ "đủ tiếng Tây để lòe người An Nam" và "đủ chữ Hán để lòe người Tây".[12] Bây giờ thì, dẫu chưa chính thức, tư cách học thuật và đóng góp văn hóa của Phạm Quỳnh đã phần nào được nhìn nhận trong khi tình trạng "lòe" nhau bằng ngôn ngữ mà ông bị chụp mũ ngày nào thì lại tiếp tục ở một mức độ tệ hại hơn ra nhưng chỉ với tiếng Việt, giữa chính người Việt với người Việt, mà lại hoàn toàn chính thức. Từ tình trạng đại chúng hóa ngày nào, ngôn ngữ công quyền đã chuyển sang trạng thái trưởng giả hóa khi những điều bình thường nhỏ nhặt cũng có thể bị nghiêm trọng hóa hay khái quát hóa bất kể lề luật, phép tắc; chỉ

---

[11] https://nhandan.com.vn/.../ket-luan-cua-bo-chinh-tri-ve.../

[12] https://tuoitre.vn/roi-lich-su-cung-se-cong-bang-232900.htm

là lái xe ra đường thôi cũng là "tham gia giao thông"; chỉ là hành hung người khác thôi lại là "gây tác động vật lý" v.v.

Chúng ta hay nói đến "vận" hay "thế nước" và Phạm Quỳnh đã nhìn vận thế ấy qua tiếng nói, qua giá trị của Truyện Kiều và, khi làm như thế, ông đã có một đóng góp tầm vóc khi xác định một giá trị trung tâm cho ngôn ngữ của dân tộc. Chính với một nỗ lực như thế nên Truyện Kiều của Nguyễn Du với tiếng Việt mới đóng vai trò tương tự tác phẩm của William Shakespeare với tiếng Anh qua công năng duy trì một chuẩn mực ổn định: ngôn ngữ có thể thay đổi theo sự phát triển của thời đại nhưng không thể xô lệch quá xa chuẩn mực trung tâm. Nếu những đóng góp văn hóa của Phạm Quỳnh đã bị chà đạp từ lâu thì, đến bây giờ, tiếng nói của dân tộc đã bị chà đạp để biến dị quá xa so với chuẩn mực "trung tâm" ấy.

"Tiếng ta còn, nước ta còn", thì nước ta và và tiếng ta vẫn còn nhưng cũng chỉ là còn như thể nàng Kiều trong cái cảnh đời bầm dập:

Khi sao phong gấm rủ là
Giờ sao tan tác như hoa giữa đường.

Bi kịch của Thúy Kiều bắt đầu từ khi thằng bán tơ "dở giói", nói theo chữ của Nguyễn Khuyến, rồi biến thành thảm kịch với sóng nước Tiền Đường khi Hồ Tôn Hiến "trọng thần" trổ tài "kinh luân". Trong ý nghĩ cực kỳ bi quan về tương lai đất nước tôi lại nghĩ đến những kẻ "dở giói" và "trổ tài" như thế hòng lòe cả dân tộc mà không hề ý thức được sự thiếu thừa của mình: thiếu thừa ngôn ngữ khi mang tiếng Việt ra lòe người Việt, thiếu thừa năng lực kinh luân hay viễn kiến khi lòe cả dân tộc về một tương lai xa xôi và mơ hồ mà họ đang độc quyền vạch hướng.

Và như thế, khỏi cần phải đợi tiền nhân từ cõi hư trở về báo mộng, chỉ nhìn vào những gì đang được phơi bày trên đất nước, bất cứ ai thực lòng quan tâm đến vận nước cũng không thể không chia sẻ cái tâm trạng của Thúy Kiều sau khi chạm mặt Đạm Tiên, trong mộng:

Một mình lưỡng lự canh chầy,
Đường xa, nghĩ nỗi sau này mà kinh!

Mà không cần phải nghĩ xa đến "nỗi sau này" bởi, không thể chối cãi, xã hội Việt Nam là một xã hội hỗn loạn, đặc biệt là trên phương diện đạo đức khi người Việt trở nên ác với nhau chưa từng thấy, sẵn sàng tước đoạt mạng sống của nhau chỉ vì những chuyện không đâu, có khi chỉ là cái nhìn từ một ánh mắt bâng quơ.

Nếu người Mỹ từng bắt tay "giải trừ quân bị cho ngôn ngữ" sau thời kỳ nội chiến thì có lẽ người Việt chúng ta cũng cần phải giải trừ tình trạng hỗn loạn nói trên. Chúng ta cần phải tái Khai Sáng tiếng Việt, phải dẫn dắt tiếng Việt bằng những giá trị tinh hoa chứ không phải bằng mục tiêu chính trị nhất thời hay văn hóa đại chúng. Công việc này, hẳn nhiên, phải thuộc về các nhà ngôn ngữ học mà, đầu tiên, có lẽ là phải xét lại những bộ từ điển và, sau đó, phải tỏ rõ dũng khí để nhắc thẳng với không ít lãnh tụ chính trị lời xưa của cố học giả Phạm Quỳnh. Họ cần phải nói thẳng và nói thật lớn rằng để đất nước còn thì tiếng Việt phải còn, mà để tiếng Việt còn thì, ít nhất, những kẻ nắm giữ trọng trách phải học hỏi thêm chính tiếng mẹ của mình.

Những kẻ đó phải học để không chỉ không làm nhục thêm tiếng mẹ mà còn để bảo vệ cho tương lai đất mẹ của mình.

8.2021-12.2022

“Sinh - XYZ - Lão - Bệnh - Tử”

Cũng nên xét lại cái chu kỳ đau đớn đã khiến Thái tử Tất Đạt Đa từ bỏ gia đình và ngai vàng. Xét để thấy rằng cuộc đời, với mỗi cá nhân, thực sự là một chuyến xe chứ không đơn thuần là vòng quay, chỉ một vòng thôi, của cái bánh luân hồi; rằng cuộc đời thực sự là một dòng chảy với bao xoay chuyển mới lạ và thú vị chứ không chỉ là vòng nước, chỉ một thứ nước thôi, vòng vòng quẩn quanh trong cái ao tròn.

Tôi mang máng nghĩ đến điều này từ lâu trước một “Sinh - Lão - Bệnh - Tử” trong không gian ba chiều của điêu khắc gia Lê Thành Nhơn. [1] Suy nghĩ đó đậm hơn chút nữa từ một cảnh cảm động trong *Return the Blue Lagoon* về một dấu mốc lớn của đời người con gái. Rồi, bây giờ, có hơn 20 năm kể từ kể từ cảm nhận đầu tiên ấy, suy nghĩ đó đã cô đặc lại như một ám ảnh khi loáng thoáng đó đây những người bạn vong niên bắt đầu nói về buổi hoàng hôn của cuộc đời và, thậm chí, còn mơ hồ nhắc đến chuyện hậu sự. Trong cái cảnh đời chiều không mấy gì vui này tôi lại xem *The best 30 years*, một phóng sự truyền hình dài kỳ mà, theo đó, qua hàng loạt cuộc phỏng vấn, những năm tháng đẹp đẽ nhất trong cuộc đời của mỗi con người cũng đều trải dài

---

[1]https://www.tienve.org/home/visualarts/viewVisualArts.do?action=viewArtwork&artworkId=96&artworkIdp=94

từ tuổi 20 đến tuổi 50.[2]

Vậy cũng đủ để xét lại lời Phật. Phải xét bởi nếu chỉ sinh ra để chờ già, chờ bệnh rồi chờ chết thì cuộc đời này chẳng có gì đáng để gọi là... đời sống và nếu chúng ta chỉ thực sự thăng hoa trong 30 năm giữa chặng thì nó đã bị sót tên giữa "lão" và "sinh". Là X, là Y, hay là Z , chúng ta phải thêm cái gì đó nữa, như "Xuân" hay/và "Tráng", tỷ như "Sinh – Tráng -Lão - Bệnh – Tử", v.v.

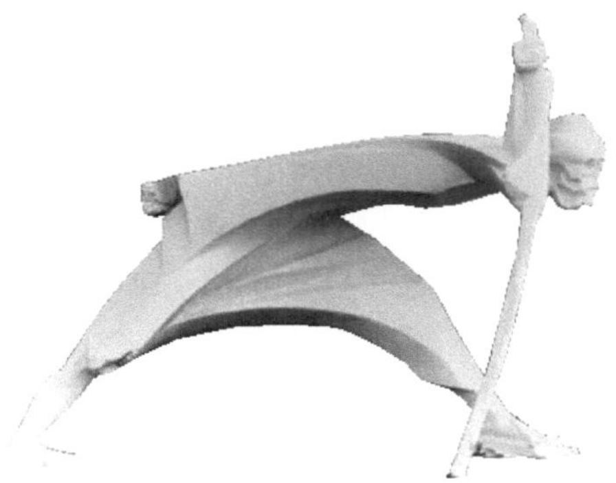

Đầu tiên là tác phẩm của Lê Thành Nhơn. Trong khi "Sinh" chỉ là hình tượng bà mẹ mang nặng chờ đẻ đau thì "Tử" là một phụ nữ cuộn tròn như cái bào thai , chân tiếp nối đầu để làm nên ý nghĩa luân hồi. Chen giữa là "Lão", "Tử": trong khi "Tử" là một thân hình quắt queo xương xẩu thì "Lão" là một cụ ông chống gậy với bước chân thật dài mà, theo một trong những cảm nhận thoáng qua của tôi, là nỗ lực trầy trật của con người khi những bước chân nhanh nhẹn và xốc vác chỉ là hoài niệm, phải cố bước thật dài để hoặc, bù lại cái chậm chạp, hoặc, cố vươn cho tới những cái đích vẫn chưa thể với tới được.

Như thế giữa "Sinh" và "Lão" phải thiếu thiếu cái gì đó bởi đời người nào chỉ có vậy, nào chỉ sinh ra để già, để tựa vào sức

---

[2] https://www.9now.com.au/the-best-30-years/season-1

nâng cây gậy mà kéo lê từng bước chậm? Phải có những ngày mà cây gậy kia hoàn toàn là chuyện xa xôi bởi bước chân đang nôn nóng của thời "Xuân" rồi tự tin hơn, điềm tĩnh hơn của thời "Tráng" chứ?

Tôi nghĩ đến *Return the Blue Lagoon* khi người mẹ sắp chết trăng trối với con gái. Bị nạn, phải tự sinh trên hoang đảo với con gái cùng một đứa trẻ khác và, trong cảnh "Bệnh", biết mình sắp ra đi, người mẹ căn dặn đứa con gái bị tách biệt với nhân loại những gì sẽ xảy ra, những gì phải đón đợi, những gì phải làm. Rồi một ngày, không lâu lắm, bà sẽ chết: chúng sẽ phải đưa bà về với đất. Rồi một ngày, thân thể người con gái sẽ ứa ra dòng kinh nguyệt đầu tiên: đó là chuyện bình thường, không có gì để lo, và đó là điều làm tôi chú ý. Chúng ta vẫn thường nói đến "dòng đời" và nếu cuộc đời là một dòng chảy thì đời sống con người đã thăng hoa hơn với từ hai dòng chảy mới thoát ra từ đâu đó trong cửu khiếu; là dòng kinh nguyệt ở khi người con gái vào tuổi dậy thì, là dòng hơi cuộn xoáy trong thực quản khi người con trai cùng trang lứa vỡ giọng và đó chính là ngưỡng cửa để từng cá nhân từ từ bước vào chặng đời rực rỡ mang tên *The best 30 years*.

Nếu đời là một dòng chảy thì cái thiếu trong chu kỳ nói trên có thể là những dấu chân để lại, tưởng tượng như dấu chân người con gái, đã bước qua ngưỡng ấy, của Bùi Giáng:

Người con gái lội qua khe
Bàn chân với nước lạnh đè lên nhau
Nỗi niềm tưởng lại xưa sau
Bàn chân với nước cùng nhau lại đè

"Đè" chân lên cái gì đó thì chúng ta đè để, hoặc, in dấu chân lên, như là *Hollywood Walk of Fame* ở Los Angeles, hoặc giữ nó nằm yên trong vị trí của nó. Nước chảy cũng như thời gian trôi và làm sao để in dấu chân của mình lên hay để chặn cái dòng trôi ấy lại? *Bất tri tam bách dư niên hậu,* Nguyễn Du từng trăn trở cho cái "nỗi niềm xưa sau" như thế trong "Độc Tiểu Thanh Ký" và, cho đến hôm nay, chưa đầy hai phần ba chặng đường, chúng ta vẫn thấy rõ dấu chân nhà thơ để lại qua những tác phẩm của mình, trong đó dấn chân in đậm nhất, là tác phẩm phải được viết ra trong *The best 30 years* của Nguyễn Du.

Nhưng những năm tháng ấy lại là những năm tháng xáo trộn và, giống như chúng ta của những ngày mới qua, Nguyễn Du cũng là một nạn nhân của buổi giao thời; hoàn toàn khác với những nhân vật tham gia phóng sự truyền hình *The best 30 years*, những công dân của xã hội phương Tây, những kẻ mà chiến tranh loạn lạc là cái gì đó xa xôi. Nếu tổ quốc là một con tin bị kẹt cứng trong sự tham lam mang tên chủ nghĩa thực dân hay những toan tính toàn cầu mang tên địa lý chính trị thì chúng ta lại là nạn nhân vẫy vùng để sinh tồn giữa những biến động và hậu chấn nảy sinh từ các mưu toan chính trị đó; từ những ngây thơ lý tưởng ban đầu hay tham vọng lợi quyền hậu lý tưởng nhưng, bất kể thế nào, trong dòng chảy nhiễu nhương của đời sống đó, mọi cá nhân đều có *The best 30 years* của riêng mình với những dấu chân của năng lực và nhân cách của mình.

Rồi thì 30 năm ấy cũng qua đi và, theo thời gian, dòng chảy ấy chậm dần theo đà lão hóa để rồi tắt hẳn và tôi lại nghĩ đến một cảnh trong *Troy*, với lời của Achilles, nhân vật thần thoại Hy Lạp đã đi vào ngôn ngữ chung của nhân loại qua huyền thoại về cái gót chân như là điểm yếu của nhà vô địch, bất khả chiến bại. Trường ca *Iliad* của Homes được đạo diễn Wolfgang Petersen của Hollywood tái hiện trên màn bạc trong đó nhân vật chính Achilles, do tài tử Brad Pitt thể hiện, tâm tình với Briseis, nữ quản tế đền thờ Apollo: "*Thánh thần ganh tỵ với chúng ta. Họ ganh tị vì chúng ta sẽ chết. Bởi vì bất cứ khoảnh khắc nào đều có thể là khoảnh khắc cuối cùng của chúng ta. Mọi thứ sẽ đẹp đẽ hơn bởi vì phần số của chúng ta có hạn.*" (The gods envy us. They envy us because we're mortal. Because any moment might be our last. Everything's more beautiful because we're doomed.)

May mắn thay cho những ai có thể mang cái rực rỡ, cái nồng cháy lẽ ra chỉ bộc lộ trong *The best 30 years* của mình vào tận hơi thở cuối cùng, như là Xuân Diệu, của thơ:

Xin hãy cho tôi được giã từ
Vẫy chào cõi thực để vào hư
Trong hơi thở cuối dâng trời đất
Cũng vẫn si tình đến ngất ngư
("Không đề")

Có như thế mới thấy rằng cuộc đời này không phải là cái bánh xe mà là một chuyến xe với những dấu vết để lại để rồi, đến hồi kết thúc, lại một chuyến dài, đi mãi, với cái ngây ngất của tuổi thanh xuân, như Chế Lan Viên, cũng là Chế Lan Viên trong thơ, của thơ:

Chuyến xe sau sẽ không còn anh nữa
Xe vẫn chạy ngàn đời chỉ thiếu anh thôi
Nguyễn Trãi, Nguyễn Du đã từng qua chuyến trước
Những chuyến xe không có khứ hồi
("Chuyến xe")

"Xe sau" và "xe trước", những chuyến xe có mặt Nguyễn Trãi, Nguyễn Du, thì cũng là "Nỗi niềm tưởng lại xưa sau" của Bùi Giáng đó thôi. Chúng ta ao ước sự bất tử nhưng sự bất tử về sinh học chỉ là một gánh nặng và sự bất tử mong đợi phải được hiểu như cái "nỗi niềm tưởng lại", những dấu chân để lại, những khoảnh khắc rực rỡ của cuộc đời mình hay, trong những nghịch cảnh đen tối nhất mà lại chứng tỏ được phẩm cách sáng ngời hay tài năng bền bỉ, vượt trội.[3]

---

[3] Khoảng giữa thập niên 1980 tôi đọc trên báo một truyện ngắn mà nhân vật chính là Mephisto, là con quỷ trong văn học dân gian Đức, với câu chuyện về một con người bán linh hồn cho con quỷ này để thỏa mãn khát

"Sinh – Tử là chuyện thường tình vì đó là... đời. Nhưng giữa

---

khao hiểu biết và các ước mơ. Câu chuyện được Johann Wolfgang Goethe (1749-1832) đưa vào kịch phẩm Faust, vở kịch lấy tên nhân vật chính la Faust, một học giả xuất chúng bị Mephisto dụ dỗ với hợp đồng tương tự.

Truyện ngắn này tôi đọc qua bản dịch, người dịch viết tên tác giả theo kiểu phiên âm của Việt Nam nay không nhớ nổi. Trong truyện Mephisto cố thuyết phục tác giả bán rẻ linh hồn để đánh đổi sự bất tử và ở đây tôi vận dụng trí nhớ của mình để diễn tả lại, một các cô đọng, cuộc thương thảo giữa hai bên:

Mephisto: Hãy dâng hiến linh hồn của nhà ngươi cho ta, ta cho ngươi bất tử!

Tác giả: Hừm.. kể ra thì hấp dẫn thật nhưng bất tử để làm gì vậy cà? Ngài hãy tưởng tượng cái ngày tôi sống tới ba ngàn tuổi, bao nhiêu người thân đã về bên kia thế giới hết, để một mình tôi sống với sự cô đơn khủng khiếp, vui không biết chia cho ai, buồn chẳng biêt tỏ cùng ai. Bất tử mà chán thế thì bất tử làm gì!

Mephisto: Thì ta cho ngươi tái sanh. Kiếp này ngươi là ông Brown hay ông Henry thì kiếp sau ngươi cũng y chang là ông Brown hay ông Henry, tha hồ mà kết bạn, tha hồ mà tìm người thương tâm sự, đời này qua đời khác!

Tác giả: Thôi, thôi, tôi van, tôi lạy ngài. Cứ tiếp tục tái sinh rồi tiếp tục đánh vật với những bài học vở lòng, những bản cửu chương, những công thức toán, những kỳ thi, rồi phải đi học nghề, đi xin việc. Đi học thì bị thầy mắng vì quên bài, rồi đi làm thì bị sếp mắng mỏ vì thiếu kinh nghiệm, làm không đúng ý. Thôi thôi, tôi không ham đâu, tôi xin kiếu.

Mephisto: Thế thì ta cho ngươi tái sinh cả trí tuệ và kinh nghiệm. Đời trước ngươi học được cái gì, khi tái sinh nhà ngươi vẫn giữ nguyên những hiểu biết và kiến thức của đời trước, tha hồ mà vượt trội, chả phải sợ thầy phạt hay sếp mắng nữa nha!

Tác giả: Ối dào, cũng chả sướng sung gì. Tưởng tượng ngày tôi tái sanh lần đầu, tôi mang trong đầu những suy nghĩ và kinh nghiệm của một ông già 90 hay 100 tuổi trong hình hài đứa bé mới có 5, 6 tuổi. Nếu tôi nói thật suy nghĩ của tôi ra thì chẳng có ai chơi với tôi. Còn muốn có bạn để chơi thì tôi phải giả vờ ngây thơ. Ôi, sống mà cứ nơm nớp đóng kịch mãi từ kiếp này sang kiếp khác thì sống làm gì cho khổ? Thôi xin ngài để cho tôi yên, tôi muốn sống và chết bình thường như một người phàm, tôi chả cần đến sự bất tử ấy đâu!

cái khởi thủy và cái chung cuộc này không chỉ là "Lão" và "Bệnh" mà còn những điều khác, là X, là Y, hay là Z tùy theo chọn lựa của từng cá nhân. Vấn đề chính là chọn lựa ấy để rồi, hoặc là thanh thản khi chuẩn bị cho cuộc hành trình không có khứ hồi; hoặc phải nhọc nhằn nặng trĩu với những dấu chân không đáng mong đợi nhưng đã lỡ ấn vào dòng đời, dấu chân của kẻ mơ làm Trần Hưng Đạo mà xấu hổ khi nghe xướng tên những vị anh hùng; mơ làm Nguyễn Trãi hay Nguyễn Du mà không dám nhìn thẳng mặt Nguyễn Du hay Nguyễn Trãi nếu có cơ may gặp mặt như thế.

Xem ra, xét lại cái chu kỳ Phật dạy ấy, cũng là xét lại chính mình, xét lại những chọn lựa trong những năm tháng tràn đầy năng lượng và lý tưởng của mình

Phật tính của... đồng chí

"Đồng chí", ở đây, chỉ là một đơn vị ngôn ngữ, một danh xưng; còn "Phật tính" lại là ý niệm vay mượn từ sử gia Trần Quốc Vượng khi ông nêu ra một đặc điểm trong tiếng nói của chúng ta để bàn về yếu tố bác học và dân gian trong văn hóa Việt.

Ngôn ngữ chúng ta, theo ông, không chỉ thể hiện Phật tính qua nhiều điển cố từ kinh Phật như "hằng hà sa số" với gốc gác từ Kinh Lăng Nghiêm mà, nhiều khi, còn toát ra... tính chất vô thường ở cách sử dụng trái ngược nước-lửa với nhau của những từ lẽ ra phải như nhau như "làm ồn" với "làm thinh" hay, trong trường hợp ngược lại, như "bất thình lình" với "thình lình", "chợt" với "bất chợt" mà, từ đó, chúng ta có thể nhìn ra bao nhiêu thí dụ khác, như "áo ấm" và "áo lạnh", "đánh thắng" và "đánh bại" v.v. [1]

---

[1] Trần Quốc Vượng (1993) Trong Cõi, NXBTrăm Hoa, Chương 13, "Dân gian và bác học"

"Trạng từ Việt ngữ Hằng Hà sa bắt nguồn từ Kinh Lăng Già (Lankavatara Sutra). Lời kinh viết:

"Khi ấy bồ tát Đại Huệ lại bạch đấng Thế Tôn: "Trong kinh chép Đức Thế Tôn dậy rằng các đấng Như Lai (Tathagata), quá khứ, hiện tại và vị lai nhiều như cát sông Hằng. Bạch Thế Tôn, câu ấy có thể hiểu theo nghĩa đen được chăng hay nó có nghĩa biện biệt khác? Cung thỉnh Đức Thế Tôn giảng giải cho" (Chơn Pháp dịch theo bản dịch từ Phạn ngữ của Suzuki).

"Đồng chí", xem ra, cũng thế. Khởi đi từ cái thuở ban đầu vốn đem lại cho người trong cuộc một cảm giác thiêng liêng, cao quý, "đồng chí" cũng thăng trầm và biến đổi rất... vô thường, tự mình nước- lửa với mình.

Đầu tiên, "đồng chí" rất cao quý, thiêng liêng, có thể thấy qua tâm trạng của Chế Lan Viên, trong thời đánh đuổi thực dân, trong bài thơ "Kết nạp đảng trên quê mẹ":

Mẹ ơi! mẹ không là đồng chí
Nhưng Đảng kỳ đây chính là của mẹ

Mang vào hình hài mẹ, nhà thơ lồng thêm bóng quê hương:

Ôi tiếng đầu tiên gọi ta "đồng chí"
Là tiếng quê hương ấm lành Quảng Trị

Không cao-thiêng thì, ít ra, nhìn ở bề ngoài, cũng rạch ròi xấu tốt, đến tận bây giờ, như trường hợp mới đây của Phạm Xuân Thăng, nguyên là Bí thư tỉnh ủy Hải Dương khi bước ngoặt số phận nằm ngay trong danh xưng của y. Oai vệ là lãnh chúa một vùng là "đồng chí Thăng". Chưa đợi đến lúc bị còng tay thì Thăng đã đẫn đờ sụm xuống như thể mất hồn bởi bị tước mất danh hiệu "đồng chí" qua thủ tục "đình chỉ sinh hoạt đảng". [2]

Không rõ cái lệ đình chỉ / khai trừ rồi mới còng tay / truy tố này có phải bắt đầu từ đầu năm 1969 hay không, sau khi nạn nhân Lê Trọng Nghĩa vặn ngược "Đồng chí mà bắt!". Ông Nghĩa, vốn là Cục trưởng quân báo, Chánh văn phòng Bộ Quốc phòng và, hơn nữa, còn là nhân vật lịch sử với vai trò trọng yếu trong cuộc cướp chính quyền ở Hà Nội vào tháng Tám năm 1945 trong khi những nhà lãnh đạo cao cấp nhất vẫn còn mù mờ tình hình và yên ổn ở an toàn khu. Năm ấy ông bị "đồng chí" Văn Tiến Dũng lừa, bảo sang gặp "đồng chí" Phạm Ngọc Mậu để rồi nghe chính "đồng chí" này tuyên bố "Đồng

---

[2] https://www.datviet.com/pham-xuan-thang-bi-bat-vi-dinh-vu-viet-a/

chí bị bắt", bắt đầu cho một chuỗi đời oan khiên mà không thể phản biện, chỉ kịp vặn vẹo bắt bẻ một câu duy nhất, với bốn từ trên.[3]

Cùng số phận có ông Lê Liêm, từng là Phó Chủ nhiệm Tổng cục chính trị rồi Thứ trưởng Văn hóa, một người rất được lòng giới nghệ sĩ và, theo diễn tả, chưa từng hạ bút bêu xấu bất cứ ai bị sa cơ trong vụ Nhân văn – Giai phẩm. Không rõ khi bắt ông những sai nha Maoist thời ấy có tuyên bố "Đồng chí bị bắt" hay không nhưng, đến khi qua đời vào giữa thập niên 1980, dù đã ra mặt chống lại Maoist rồi, hệ thống quyền lực ấy vẫn ban lệnh cấm, không cho phép gọi ông là "đồng chí" .[4]

Thế nhưng không hẳn "đồng chí" và "phi đồng chí" đều rạch ròi đen trắng cả. Cũng vào thời ấy, cũng là nhân vật với án "xét lại – chống đảng" ấy, ông Đặng Kim Giang, lại có sự lộn sòng, mà là "lộn" ngay trong mồm ông Lê Đức Thọ, khi lên lớp với chính vợ của nạn nhân này một cách xách mé và bề trên, bảo là "nó" thay vì "đồng chí ấy"! [5]

---

[3] "8-1.1969 Nghĩa họp giao ban xong thì được Văn Tiến Dũng bảo sang bên Phạm Ngọc Mậu có việc. Nghĩa lái xe sang Mậu nói luôn: Đồng chí bị bắt!- Đồng chí mà bắt, Nghĩa vặn"

Trần Đĩnh (2014), *Đèn Cù*, Người Việt Books, trang 545

[4] Trần Đĩnh, sđd, trang 163

'Lê Liêm chết năm 1984. "Một, không cho phép gọi (Lê Liêm) là đồng chí! Hai không cho phép quàn ở Bộ Văn Hóa. Ba, các quan chức đang công tác không được đi đua."

[5]https://www.diendan.org/tai-lieu/bao-cu/so-042/don-khieu-oan-cua-ba-qua-phu-dang-kim-giang

Nhìn cảnh quân Nga thảm bại tại Ukraine hôm nay mới thấy công trạng của ông Giang. Quân Nga thua nặng là do sự yếu kém của công tác hậu cần mà ông Giang là người đảm trách việc này trong chiến dịch Điện Biên Phủ. Đáp lời khi bà vợ trên đòi hỏi rằng nếu chồng mình thực sự có tội thì phải đưa ra tòa xét xử, Lê Đức Thọ lạnh lùng rằng không thể bởi đây là "cuộc đấu tranh nội bộ". Nếu vẫn còn xem là "nội bộ" thì có nghĩa là vẫn xem nhau là "đồng chí" vậy mà, trong xưng hô, ông ta lại tước bỏ cái danh xưng này: "Thuyết phục nó không được thì phải áp dụng biện pháp hành chánh."

Gần thời chúng ta hơn là quan hệ giữa Nguyễn Minh Triết và Nguyễn Công Khế, khi ông Khế vẫn nắm báo Thanh Niên còn ông Triết vẫn là Bí thư thành ủy tại Sài Gòn, nghĩa là một ủy viên Bộ chính trị. Ông chủ báo muốn phanh phui băng đảng Năm Cam nhưng bộ sậu bảo kê cho Năm Cam có đến hai ủy viên trung ương đảng, trong đó có một Thứ trưởng Công an nên lo xa chạy quanh tham vấn hay, nói một cách khác, tìm ô che chắn. Và ủy viên Bộ chính trị Triết, cao hơn hẳn ông thứ trưởng kia về mặt đảng, đã phải bỏ ra đến hai tiếng đồng hồ để săm soi mỗi một bài báo dài chỉ hai trang mà Hoàng Hải Vân, tay chân ông Khế, viết từ tài liệu của Ủy ban kiểm tra thành ủy. Cẩn thận thế tưởng xong, ông còn cẩn thận tiếp khi nhùng nhằng giữa "đồng chí" và "bạn": là "đồng chí", ông muốn đăng

---

"Tôi đã có đến ông Lê Đức Thọ và ông Trần Quốc Hoàn. Ông Trần Quốc Hoàn tránh không tiếp. Tôi nói với ông Lê Đức Thọ : 'Anh Giang phạm tội gì mà các anh còng tay còng chân mang đi ? Sao đối xử với nhau tệ thế ? Có phải gián điệp của đế quốc không ? Nếu phải, đem xử bắn. Mẹ con tôi tán thành'. Ông Thọ nói : 'Không phải, đây là cuộc đấu tranh nội bộ, không đem ra xử công khai được. Chị cứ yên tâm. Chúng tôi không bỏ tù nhau đâu. Thuyết phục nó không được, phải dùng biện pháp hành chính. Khi nào nó nghe ra sẽ về thôi. Cửa nhà tôi lúc nào cũng rộng mở.Chị có khó khăn gì cứ đến'.

Thật ra cánh cửa đó đã vĩnh viễn sập lại sau lưng tôi kể từ ngày đó."

để... xây dựng đảng; là "bạn", ông muốn dẹp qua một bên để chắc chắn chữ an bởi tên thứ trưởng kia có thừa phương tiện bịt miệng, trả thù![6]

Nhưng kịch tích và... phi tuyến tính hơn là quan hệ của Trần Mạnh Hảo với những đồng chí của mình khi bài thơ "Khóc Nguyên Hồng", viết năm 1982 tại trại sáng tác ở Vũng Tàu, bị rọi kính chiếu yêu. Chứng kiến hàng trăm xác chết từ hai tàu vượt biên bị chìm dạt vào bờ, rồi chứng kiến "chút thổ phần bò xéo cuối thôn" (Phùng Cung) mà báo Nhân Dân dành cho sự ra đi của một nhà văn tên tuổi, Trần Mạnh Hảo đã uất lên với đề từ "Kính tặng hương hồn anh Nguyên Hồng - Và hương hồn của lũ chúng ta":

Một mẩu giấy bằng bàn tay đứa bé
Báo Nhân Dân đăng một tin buồn :
- Nhà văn Nguyên Hồng vừa mất
Không có quê hương
Không một dòng sự nghiệp
Thôi thế là may !
Vẫn còn một chỗ chôn trên báo đảng
....

Kính chiếu được soi từ tận Ban tư tưởng văn hóa trung ương đảng mà, theo đó, tác giả đã "quay súng bắn vào Đảng", phải tóm cổ, phải trị và, do đó, đầu tiên, phải khai trừ đảng. Tại chi bộ đảng của Hội Văn nghệ tại Sài Gòn "đồng chí Hảo" đã trở thành "anh Hảo" tuy nhiên nhà thơ đã, theo lời khuyên của

---

[6] Với sự thận trọng vốn có, anh chân thành nói với tôi: "Với tư cách là Ủy viên Bộ Chính trị, tôi hoan nghênh việc các anh đăng bài báo này vì rất có lợi cho quá trình kiểm điểm những đồng chí lãnh đạo cấp cao. Nhưng với tư cách là bạn, tôi khuyên anh chưa nên đăng vì sẽ rất nguy hiểm cho anh. Cho tới lúc này không phải cán bộ cấp cao nào cũng hiểu đúng sự việc này".
https://1thegioi.vn/nha-bao-nguyen-cong-khe-noi-ve-nhung-dieu-cam-ky-14411.html

người bạn đồng hương Thép Mới, nguyên Phó Tổng biên tập báo Nhân Dân, sử dụng tất cả ngón võ có thể sử dụng để trì hoãn thủ tục khai trừ trước khi những nhà chính trị khổng lồ khác can thiệp. [7] Trần Mạnh Hảo kể:

> "Thời ở trong rừng, tôi có biết ông Võ Trần Chí và ông Võ Văn Kiệt, mà ông Hoài Vũ lại là bạn thân của hai ông này. Hoài Vũ là cố vấn riêng cho Võ Trần Chí. Mà Nguyễn Quang Sáng và Hoài Vũ, Thép Mới đều biết rõ "sự kiện" bài thơ này. Ông Thép Mới có bảo với ông Võ Văn Kiệt và Võ Trần Chí sai Hoài Vũ đến gọi tôi lên.
>
> Đúng vào tối 19/5/1983 tôi vào gặp hai ông ở văn phòng Bí thư thành ủy. Câu đầu tiên ông Kiệt nói là:
>
> -Hảo à! Đù má... Mày làm cái gì mà dữ vậy?
>
> Anh phải hiểu rằng tính cách người Nam Bộ là thế. Sống với nhau trong cơ quan hay lúc sinh hoạt thường hay dùng câu ĐM kèm theo. Thân tình mới có câu ĐM. Còn đã gọi nhau bằng đồng chí là "có chuyện". Nghe được lời mắng của anh Sáu (Võ Văn Kiệt) lại có kèm ĐM, tôi biết ngay là "thoát". [8]

---

[7] http://tranhuong.top/tin-tuc-55032/loi-boc-bach-cuoi-cua-tran-manh-hao-ve-bai-tho--%E2%80%9C-cho-mot-nha-van-nam-xuong%E2%80%9D--khoc-nguyen-hong-1.vhtm

"Ngày khai trừ đảng tên phản động TMH của chi bộ hội nhà văn TP.HCM đã đến. [...] Sáng họp chi bộ. Họ cho người đọc bài "Khóc Nguyên Hồng" và hỏi bài thơ này có phải của anh không (không gọi đồng chí nữa, vì thằng chống đảng thì chúng tao không đồng chí đồng rận với mày).:

[8] Phạm Xuân Nguyên, "Much Ado About Nothing" http://www.talawas.org/talaDB/showFile.php?res=1621&rb=0102

Chỉ vỏn vẹn một danh xưng thôi mà bao nhiêu là ý nghĩa hay tâm trạng nước-lửa với nhau. Gọi "đồng chí" thì toàn là có chuyện với nhau, những thứ "chuyện" mà Tô Hoài đã tóm tắt như là "những cái đúng và những cái sai và phương hướng sửa chữa" ở đó những đồng chí của nhau "dội lên đầu nhau những chữ nhưng, chữ tuy nhiên, chữ mặc dầu đã.." [9]. Những thứ chuyện đã dồn ép Nguyên Hồng đến chỗ uất lên trút bỏ tất cả, danh phận và quyền lợi, dắt díu đàn con nheo nhóc lui về vùng rừng núi mà thời nào Đề Thám tung hoành: "Đủ, đủ lắm rồi. Ông đéo chơi với chúng mày nữa.". [10]

Xem ra, làm "đồng chí" với nhau có nghĩa là không thể sống như là những con người tử tế với nhau và, có như vậy, ông ủy viên Bộ chính trị trên mới lửng lơ ba phải nửa bạn nửa đồng chí với nhà báo Khế trước cái uy của tên Thứ trưởng công an ăn tiền tội phạm. Đến Trần Mạnh Hảo thì ý nghĩa "đồng chí" mới thực sự... "diễn biến phức tạp": trong chi bộ của mình, nhà thơ này phải già mồm, phải chua ngoa đanh đá để bảo vệ tư cách "đồng chí" của mình, đến thế nhưng khi gặp nguyên Bí thư thành ủy Võ Văn Kiệt, nhà thơ lại thở phào khi không còn nghe tiếng "đồng chí" mà chỉ đơn giản là "mày", sau từ "ĐM"!

Và, xem ra, "đồng chí" đã vô thường đến đỗi lôi cả tiếng chửi thề "ĐM" vào... cõi vô thường. So sánh tiếng "ĐM" trong miệng ông Võ Văn Kiệt và trong mồm Nguyễn Công Khế theo tường thuật của Hoàng Hải Vân:

> "Tối ngày 1-5, tôi chuẩn bị trang báo đã dàn sẵn đợi anh đến. Anh đến tòa soạn cầm trang báo đọc kỹ, đi tới đi lui, đọc thêm một lần nữa, rồi đi tới đi lui. Cuối cùng, anh cầm máy điện thoại giơ lên, đưa trang báo cho tôi, nói : "ĐM, đăng !", vừa nói vừa tắt máy điện thoại, đút túi quần lên xe đi thẳng về nhà. Đó là hình ảnh hào sảng

---

[9] Tô Hoài (2013), *Cát bụi chân ai*, NXB Hội nhà văn, trang 113-114
[10] Tô Hoài, sđd, trang 137.

> oai phong nhất của một Tổng Biên tập mà tôi không bao giờ quên được." [11]

chúng ta thấy ngay cái khoảng cách nước-lửa của cùng một tiếng chửi thề. Ông chủ báo Khế đi tới đi lui trong trạng thái phân vân để rồi, cuối cùng, quyết định vượt sông Rubicon với tuyên bố sắc lạnh "ĐM đăng" và, ở đây, chữ "ĐM" này, là sự quyết đoán, là chấp nhận chơi láng, tới bến. Còn ông Kiệt, giữa những cáo buộc kinh hồn ập lên đầu Trần Mạnh Hảo, thì tiếng "ĐM" kia lại nhẹ nhàng như một lời mắng yêu với tên đàn em bị tai nạn nghề nghiệp, gì gì vẫn còn có anh đây.

"Đồng chí" đã cực kỳ... vô thường như một danh xưng, một đơn vị ngôn ngữ hay, nói hàn lâm hơn, là "cái biểu đạt". Nhưng vấn đề là chính "cái được biểu đạt", là những con người xương thịt với những mưu toan và ý đồ sau cái danh xưng ấy?

Như vậy thì gốc gác của vấn đề không hẳn huyền nhiệm hay sâu sắc triết lý "sắc tức thị không" như kinh Phật mà chỉ là những những éo le, những mập mờ trong những mưu toan và ý đồ xương thịt ấy.

Những người Việt đang sống tại nước ngoài, có lẽ, ai cũng... vô thường trong ý nghĩa đi-về bởi chặng đường nào trong chuyến bay hai chiều cũng đều mang ý nghĩa "trở về" cả: "về Việt Nam" và "về Mỹ", "về Úc" hay "về Canada" v.v. "Về" Việt Nam vì miền đất ấy đã là "câu chuyện" của họ, nơi cái

---

[11] Hoàng Hải Vân, "Những chuyện kinh hãi về vụ Năm Cam":
"Tối ngày 1-5, tôi chuẩn bị trang báo đã dàn sẵn đợi anh đến. Anh đến tòa soạn cầm trang báo đọc kỹ, đi tới đi lui, đọc thêm một lần nữa, rồi đi tới đi lui. Cuối cùng, anh cầm máy điện thoại giơ lên, đưa trang báo cho tôi, nói : "ĐM, đăng !", vừa nói vừa tắt máy điện thoại, đút túi quần lên xe đi thẳng về nhà. Đó là hình ảnh hào sảng oai phong nhất của một Tổng Biên tập mà tôi không bao giờ quên được."
https://tongkhothocao.blogspot.com/2017/10/nhung-chuyen-kinh-hai-ve-vu-nam-cam.html

nhau họ và hài cốt của bao tổ tiên đã tan trong lòng đất. "Về" lại Mỹ, Úc hay Canada vì những vùng đất ấy cũng là "câu chuyện" của họ, câu chuyện họ bôn ba làm lại cuộc đời, câu chuyện lập thân xây dựng tương lai, và câu chuyện về những thế hệ tiếp nối.

Sự "vô thường" của đồng chí, có lẽ, cũng xuất phát từ một nền tảng như vậy nhưng gắt gao và đẫm máu hơn. Người ta gọi nhau là "đồng chí" khi cùng chia sẻ một chí hướng, một lý tưởng hay, rộng hơn, là một ý thức hệ, một thế giới quan nhưng còn có một mẫu số chung đơn giản hơn là "kẻ thù chung". Nói theo ông Kofi Annan, nguyên Tổng thư ký Liên hiệp quốc, ngay sau khi xảy ra vụ khủng bố 11/9/2001, là chúng ta được phẩm định bởi chính... kẻ thù của chúng ta.[12]

Sự "vô thường" trong danh xưng đồng chí ở những câu chuyện kể trên – giữa Lê Đức Thọ với Lê Trọng Nghĩa, Đặng Kim Giang và Lê Liêm – cũng chính là sự "vô thường" trong việc xác định bạn–thù, hoặc theo nước Nga xét lại của ông Khrushchev, hoặc chọn nước Tàu của ông Mao. Mà, như một lời nguyền lịch sử, sự mập mờ "bạn –thù" đó vẫn tiếp tục "vô thường" trong ngôn ngữ ngày hôm nay khi "tàu cướp", "tàu lạ", "tàu bạn" rồi "tàu lạ", dù rất quen, cũng đều một nghĩa như nhau. Nhưng không chỉ là lời nguyền ngôn ngữ bởi sự "vô thường" đó còn là những thái độ và những chính sách đau lòng và nhức nhối, là lối hành xử nhũn nhặn, đầy Phật tính trước kẻ thù đang chực nuốt sống mình, là sự khắc khe đến ác nghiệt

---

[12] "We must recognise our common enemies. At a time like this, the world is defined not only by what it is for but by what it is against." (Tạm dịch: Chúng ta phải nhận diện cho ra kẻ thù chung. Vào một thời điểm như thế này thì thế giới được xác định không chỉ bằng những gì chúng ta theo đuổi mà cả những gì chúng ta chống lại)

https://www.independent.co.uk/voices/commentators/kofi-annan-we-must-recognise-our-common-enemies-9258139.html

với chính nhân dân của mình, như thể ông Ác canh giữ cửa Phật; là những dự án "hợp tác - hữu nghị" tiềm tàng những mối họa lâu dài, như cái dự án nhức nhối trên mái nhà của tổ quốc, không hề mang lại một ích lợi kinh tế nào mà chỉ thấy những thảm họa xã hội và môi sinh, những mối nguy chiến lược lâu dài.

Không thể hay không dám nhận diện rõ ràng kẻ thù hay mối đe dọa chung thì sẽ không bao giờ xây dựng được một dự án chung, một tương lai chung và một câu chuyện chung. Và đó cũng chính là một trong những lý do khiến người Việt tiếp nối nhau viết tiếp "câu chuyện" của mình trên những vùng đất khác. Chưa ai làm một cuộc thống kê chính xác nhưng, qua những gì đang diễn ra, có lẽ ước mơ lớn nhất của rất đông người Việt là... thôi làm người Việt Nam để làm công dân của nước ngoài. Khi người Việt tiếp nối nhau bỏ đi, hay mưu đồ chuyện ra đi thì, cách này hay cách khác, có lẽ họ cũng đang lập lại lời của Nguyên Hồng năm nào, khi ông tuyên bố với những người từng gọi là đồng chí:

- "Đủ, đủ lắm rồi. Ông đéo chơi với chúng mày nữa."

Đếm cuộc đời bằng những mùa keo

"Đếm cuộc đời bằng những mùa keo", đó là một trong những điều tôi học được trong chuyến về quê vừa rồi, như là hệ lụy của cuộc phản-cách-mạng-xanh sẽ khiến chúng ta tiếp tục tụt hậu, y như Trung Quốc từng bị thế vào cuối thế kỷ 18, vì củ khoai lang.

"Phản-cách-mạng-xanh, xin nói ngay, là cách dụng từ của tôi nhưng tôi không hề có ý sách động thù hận. Tôi yêu màu xanh. Tôi đứng về phía những nhà môi sinh. Và tôi ủng hộ những cuộc cách mạng xanh nhưng cái màu xanh của giống thực vật ngoại lai mang tên keo kia đang hủy hoại không-thời gian sinh tồn của chúng ta, đang kềm chân khiến chúng ta không thể vượt qua cái bẫy mà các nhà kinh tế học gọi là "thu nhập trung bình", hệ quả từ việc an phận, không chịu cải tổ, nhắm mắt sống bám vào tài nguyên và bắp thịt giá rẻ.

Nhưng đầu tiên là keo, như một bản vị thời gian. Từ một mâm nhậu tại gia với mấy chai rượu trắng cho đến một nhà hàng chợ quê lăn lóc đầy vỏ bia trên nền xi măng nhớp nhúa hay một quán cà phê mù mịt khói thuốc, đâu đâu cũng loáng thoáng nghe được cái điệp khúc về chu kỳ đẵn gỗ đếm tiền. Hẹn nhau, thách đố nhau cái gì đó trong tương lai, những nông dân rủng rỉnh tiền trong túi và thô cứng trong phong thái thị dân tập sự bao giờ cũng mang keo ra làm bản vị, ngắn thì hẹn "một mùa keo nữa", dài hơn thì đến hai, ba hay những bốn, năm mùa.

Thời gian đã được chuẩn định bằng đời keo thì không gian cũng biến dạng theo và tôi thảng thốt nhớ lại cái nỗi lòng tê tái của Nguyễn Văn Tý đâu gần bốn mươi năm trước, khi nhạc sĩ này rưng rưng "Nuối tiếc một cành sim". Chỉ là mấy chữ trong một ca khúc thuộc loại địa phương ca thôi, thứ nhạc đặt hàng nhưng nhạc sĩ tài hoa này đã bần thần tiếc nuối khi hình ảnh con chim bay về "đậu trên cành sim chín" bị Tỉnh ủy Nghệ-Tỉnh (?), trong vai trò chủ đơn hàng, đề nghị nên lạc quan hơn, nên hình dung ra một ngày không xa khi những công trình thủy lợi đã hoàn tất, những đồi sim được cải tạo trở thành những đồi dâu để nuôi tằm dệt lụa. Cực chẳng đã, con chim đành phải bay về đậu trên "cành dâu chín" để tác giả, nhiều năm sau đó, khi quay lại chốn cũ, bẽ bàng nhìn khung cảnh y như cũ "dâu nào đâu thấy, chỉ thấy những đồi sim" mà lòng bồi hồi, nuối tiếc cho cành sim đã bẻ.[1]

Có tiếc cành sim, lúc ấy Nguyễn Văn Tý chỉ tiếc một hình tượng nghệ thuật còn bây giờ thì ai có đủ "lòng" để tiếc khi bao nhiêu là đồi sim – và bao nhiêu cánh rừng tự nhiên khác - bị keo nuốt chửng để loài chim mất hẳn nơi ngừng cánh mỏi? Sim đã hầu như tuyệt chủng và, còn chăng, chỉ lác đác đâu đó trong những chậu bonsai như một thứ của hiếm và tôi chợt nghĩ đến những thế hệ ngơ ngác sau này khi đọc "Màu tím hoa sim" của Hữu Loan hay "Anh lùa bò vô đồi sim trái chín" của Bùi Giáng: để mường tượng nên màu sim thì, âu, đành phải mượn tới màu tím của nho thôi.

Kể ra thì núi đồi - cả những đồi trọc trơ trơ đất đỏ - đang um

---

[1] Bài viết "Tiếc nuối một cành sim" của Nguyễn Văn Tý, đăng trên tạp chí của Hội Nhạc sĩ vào giữa thập niên 1980.

Tôi thuật lại theo trí nhớ, không thẻ đoan chắc rằng có phải đây là bài "Một khúc tâm tình người Hà Tĩnh, trong có câu "Nghe xuân sang chim đâu bay đến /đậu cành sim chín, chín mọng vườn đồi

lên màu xanh nhưng đó lại là một thứ "phản-cách-mạng-xanh". Hình dung cái sắc xanh gân guốc hay mướt mát đậm đà của những đồi sim cằn cỗi hay rừng rậm như là chén canh súp đậm đà hương vị tự nhiên thì cái màu xanh xốp xáp của keo chỉ trơ trẽn là tô nước ấm vứt thêm chút bột ngọt và vài ba giọt hương liệu nhân tạo rẻ tiền thế thôi. Sự thay đổi này, nói theo Bùi Giáng, cũng từa tựa sự thay đổi từ "hồng quần" đến "quần hồng" và, thậm chí, đến cả "cái quần đỏ tươi", sau một cuộc cách mạng long trời lỡ đất.

"Hồng quần" là chữ của Nguyễn Du: *"Phong lưu rất mực hồng quần"*, một hình tượng mà Bùi Giáng cho là kỳ dị bởi, dù được sử dụng như là biểu tượng đàn bà, chẳng ai ngô nghê đến độ dùng "đàn bà" thay nó. "*Phong lưu rất mực đàn* bà" nghe đã ngô nghê nhưng sẽ ngô nghê không kém nếu đảo ngược "*Phong lưu rất mực quần hồng*". Bùi Giáng còn giễu "ngôn ngữ tèm nhem" của René Crayssac, người dịch Truyện Kiều sang Pháp ngữ, khi câu trên trở thành "*La coutume chinoise, un rouge pantalon*" để rồi Võ Phiến còn đẩy đi xa hơn. Võ Phiến tưởng tượng nên một cuộc "cách mạng" có thể hủy diệt tất cả, khiến cả Truyện Kiều mất hẳn dấu vết để rồi, sau đó, khi cách mạng qua đi, thế hệ sau chỉ có thể khôi phục từ bản dịch của Crayssac và, đến lúc này, cái câu "*Phong lưu rất mực hồng quần*" thất truyền sẽ tái sinh từ tiếng Pháp trong một hình thức còn ngô nghê hơn nữa: "*Mặc theo lối xẩm cái quần đỏ tươi.*" [2]

Hẳn nhiên, chưa có một cuộc cách mạng nào triệt để đến thế, kể cả "đại cách mạng văn hóa vô sản" của Mao nhưng chắc chắn cái cuộc "phản-cách-mạng-xanh" đang diễn ra này sẽ khiến không gian sinh tồn của vùng nông thôn và miền núi của chúng ta biến đổi như thế. Nếu cuộc siêu cách mạng tưởng

---

[2]https://www.tienve.org/home/viet/viewVietJournals.do?action=viewArtwork&artworkId=91

tượng nên có thể biến "hồng quần" thành "cái quần đỏ tươi" thì giống thực vật ngoại lai này lại đang khiến môi trường bị biến dạng với những hậu quả nhãn tiền tương tự. Trên cao thì keo - giống cây thẳng chiếc như đũa – đã đuổi chim bay đi hết vì không còn chỗ đậu còn dưới thấp thì keo đã tận diệt những loài bò sát như rắn nước. Keo hút cạn khe suối với chùm rễ cạn nhưng dày đặc, hút nước như những cái máy bơm, hút cạn cả những giếng sâu trong mùa khô. Keo mọc đến đâu thì đất đai khô khốc và không khí nóng lên tới đó. Keo khiến những loài cây khác không thể ngóc đầu mà, vạn nhất, có trụ được, như những cây bản địa đã trụ vững bao năm, như cây bổ quân đầy gai góc thể hiện khả năng chịu đựng chẳng hạn, cũng phải chào thua, chịu lép như là bị hoạn, không thể nào đâm quả.[3]

Hủy hoại môi trường khiếp thế nhưng keo, như là nguyên liệu bán cho nước ngoài làm bột giấy, lại ăm ắp tiền tươi. Rễ keo làm khô cạn khe suối nhưng gỗ keo lại tràn trề những suối bia suối rượu với những tiếng "vô vô" rôm rả cuối xóm đầu làng khi những cuộc nhậu ngày càng dài hơn, với tần số dày đặc hơn. Keo đang làm thay đổi bộ mặt nông thôn. Xe máy, xe hơi, nhà cao cửa rộng, lộng lẫy hay lòe loẹt, cùng những dàn karaoke công suất lớn inh ỏi cả không gian làng và, chợt, những nông dân từng một đời bán mặt cho đất mà vẫn hoài túng thiếu, trở nên mãn nguyện và đắc ý: "cơ đồ chưa bao giờ được như thế này" hay, "đời được thế thì còn đòi gì hơn nữa". Dưới đã mãn nguyện với những mùa keo thì trên cũng yên lòng với cái "tư duy nhiệm kỳ" hay, thậm chí, cao hơn là "tư duy đại hội", không nhìn xa hơn cái sổ hưu hay sự "hạ cánh an

---

[3] Đây là ghi nhận từ quan sát của chính tôi, từ tường thuật của những nông dân "sống chung với keo", đã kiểm chứng với ý kiến của giới chuyên môn:

https://tuoitre.vn/rung-keo-lam-tang-nguy-co-sat-lo-20201108082556409.htm

toàn" của mình một ly. Tình thế, xem ra, cũng là một mối quan hệ cộng sinh bởi dưới có tự mãn thì trên mới an tâm nên, do đó, bất chấp cái giá phải trả, phải giữ nguyên cái *status quo*, cái tình thế "ổn định" hiện tại mà, suy cho cùng, cái mô thức sống bám vào tài nguyên sẵn có và mồ hôi giá rẻ!

Và tôi nghĩ đến củ khoai lang, với người Trung Quốc!

Đi đầu nhân loại, người Trung Quốc đã sớm thực hiện nhiều phát minh kỹ thuật và chứng tỏ cả "tinh thần tư bản", thế nhưng cách mạng khoa học, cách mạng kỹ thuật và cách mạng kinh tế-sản xuất vẫn không diễn ra, cũng vì cái củ khoai này.

Khoai lang, ở đâu trên thế giới, Trung Quốc hay Việt Nam, đều có chung một tổ tiên từ một ngọn núi tại Chile và, từ bờ Tây của Nam Mỹ, người Tây Ban Nha đã mang khoai đến những thuộc địa khác của mình. Theo dật sử Trung Quốc thì cuối thế kỷ 16, khi đến Philippines buôn bán, thương nhân Trần Chân Long (Chen Zhenlong) tình cờ phát hiện ra khoai nên tìm mọi cách ăn cắp mang về. Bất chấp các biện pháp kiểm soát nghiêm ngặt của chính quyền thuộc địa tại đây để bảo vệ độc quyền, họ Trần vẫn có thể qua mặt bằng cách vừa ngụy trang những sợi dây khoai như là dây thừng, vừa hối lộ các viêc chức quan thuế người Tây Ban Nha. Phần lớn đã bị khô héo trong chuyến hải hành, chỉ một sợi sống sót nhưng thế là đủ và, dần dà, loại cây lương thực dễ tính, không đòi hỏi hệ thống dẫn nước này được cộng đồng người Hẹ (Hakka) ở Phúc Kiến phát triển để sau đó trở thành vị cứu tinh cho cả vùng trong nạn đói.[4]

Đó là câu chuyện mà người Trung Quốc lưu truyền còn theo sử gia Mark Elvin, trong cuốn *The Pattern of the Chinese Past*, thì

---

[4]https://www.argenpapa.com.ar/noticia/6666-china-china-and-the-sweet-potato

đến gần cuối thế kỷ 18, khi dân số vượt qua con số 300 triệu, Trung Quốc lại đối diện với một thách đố mới: phải tiến hành một cuộc cách mạng để cải tổ nền sản xuất và hình thái kinh tế để có thể nuôi sống chừng đó con người. Nhưng cũng lúc này thì các giống hoa màu như khoai lang cùng khoai mì, bắp hay đậu phộng có gốc gác Nam Mỹ đã phổ biến khắp Hoa lục và tự dưng, đất đai vẫn được xem là vô dụng từ ngàn năm qua đã trở nên hữu dụng và chúng đã giải toả những áp lực cải tổ. Chính củ khoai lang – cùng với khoai mì, bắp và đậu phụng – đã khiến Trung Quốc bị "hụt hơi", tuột mất một cơ hội để tiến hành một cuộc cách mạng trong kỹ nghệ, sản xuất![5]

Trước Công Nguyên, vào thế kỷ thứ ba, người Trung Quốc đã đúc được lưỡi cày và đến thế kỷ thứ nhất thì phát minh ra la bàn. Sau Công Nguyên thì họ phát minh ra giấy vào thế kỷ thứ nhất, lò luyện thép vào thế kỷ thứ tư, thuốc súng vào thế kỷ thứ tám. Đến thế kỷ thứ mười thì Trung Quốc đã phát triển đến mức cực thịnh, đứng hàng đầu trên thế giới và trong khi người Âu Châu hãy còn ghi chép trên những mảnh da dê thì họ đã biết sử dụng máy in, biết phát hành tiền giấy và thiết lập những phương tiện tín dụng, một hình thức ngân hàng thuộc hàng cổ xưa nhất.

Lúc đó họ đã phát minh ra bàn tính và đồng hồ nước. Họ cũng hoàn thiện nghề dệt và xây dựng những hạ tầng cơ sở để sửa chữa tàu thuyền trên cạn. Những dấu hiệu của một hoạt động kỹ nghệ với quy mô sản xuất hàng loạt đã manh nha với những công binh xưởng lớn sản xuất hơn 16,5 triệu đầu mũi tên sắt mỗi năm cũng như xưởng đúc súng thần công.

Đó là đời Tống (960 - 1279), thời mà quá trình đô thị hoá đẩy mạnh với những thị tứ có hơn 20000 nóc nhà và một con số

---

[5] Elvin, Mark (1973), *The Pattern of the Chinese Past*. California: Stanford University Press.

nhiều hơn những đô thị có 10000 nóc nhà. Trong khi đó thì cả Châu Âu chỉ có được 4 thành phố có dân số xấp xỉ 10000 người, hết thảy đều tập trung tại Ý. Âu Châu vào thế kỷ 11, theo những sử gia, là một vùng đất của nền kinh tế nông nghiệp với mhững nông dân mù chữ và mức sống cực thấp. Máy in, được xem là một phát minh mang tính cách mạng đã thúc đẩy những sinh hoạt trí thức Âu Châu, chỉ được Gutenberg thực hiện chậm hơn ba thế kỷ (1455-56) so với người Trung Quốc. Kỹ thuật hàng hải cũng phát triển và vào đời Minh, Trịnh Hoà đã vượt qua Hảo Vọng Giác để dong buồm dọc theo bờ biển Tây Phi: trong cả bảy chuyến hải hành kéo dài từ năm 1405 đến 1433, họ Trịnh đã hai lần vượt qua mũi Hảo Vọng để chạy dọc theo bờ biển Tây Phi (1417-19 & 1421-22), trước chuyến đi Tân Thế Giới của Christoper Columbus (1493) khá xa.

Thậm chí, cả ý niệm cổ điển và căn bản nhất của chủ nghĩa tư bản là *laissez-faire*, theo một số sử gia, cũng được vay mượn từ *Đạo Đức Kinh* của Lão Tử.

Với Lão Tử thì tự nhiên là biểu hiện của một trật tự hài hoà, tối hảo, do đó nếu , muốn hướng đến một trật tự như thế thì con người không nên can thiệp vào những quy luật của tự nhiên. Vô vi, ấy là chiều theo, là buông thả theo những quy luật của tự nhiên trong khi *laissez-faire* là thả lỏng, để tự thân nền kinh tế điều chỉnh theo những quy luật riêng thị trường, diễn tả như một "bàn tay vô hình". Adam Smith đã nêu ý tưởng này trong cuốn *An Inquiry into the Nature and Causes of the Wealth of Nations*, xuất bản năm 1776, bộ sách kinh điển của chủ nghĩa tư bản, cổ xuý cho một chế độ kinh tế tự do, chính quyền càng ít can thiệp chừng nào sẽ tốt hơn chừng đó.

Từ thế kỷ 17 đến đầu thế kỷ 18 - tức khoảng nửa sau triều nhà Minh và nửa đầu triều nhà Thanh - giữa lúc Châu Âu còn tối tăm và chia cắt trong trong mô thức phong kiến kiểu lãnh địa thì những nhà truyền giáo Âu Châu đã ngạc nhiên nhìn thấy hiệu năng của một hệ thống kinh tế tương đối tự do, ít bị ngăn trở bởi những ràng buộc phường hội hay biên giới lãnh địa như Âu Châu. Người Trung Hoa giải thích điều đó như là "vô vi", là tránh không can thiệp quá nhiều mà hãy để tự nhiên tự định đoạt lấy. Khái niệm này được triết gia Pháp Francois Quesnay - người được mệnh danh "Khổng Tử Âu Châu" - dịch sang tiếng Pháp là *laissez faire* vào năm 1758 và chính Quesnay, theo nhiều sử gia, cũng là người đã hướng dẫn Smith, được chính tác giả này gọi là "mentor" của mình trong lời đề tặng in ở đầu của bộ sách kinh điển nói trên.

Nghĩa là Trung Quốc đã hội đủ những điều kiện để bứt phá và vươn lên nhưng tại sao cách mạng kỹ nghệ hay cách mạng sản xuất không thể diễn ra? Lời giải đáp bao hàm nhiều yếu tố khác nhau nhưng, trước hết, cần chú ý rằng tập hợp một mớ những phát minh kỹ thuật không làm nên một cuộc cách mạng kỹ nghệ. Để nâng thành một sức mạnh tổng lực thì tinh thần phát minh đó phải được thúc đẩy và kích thích bởi những nhu cầu xã hội mang tính vĩ mô và được khuyến khích trong một môi trường xã hội - văn hoá cởi mở. Ở Trung Quốc, những yếu tố như thế không có, hay không đủ mạnh.

Và, trong đề tài này, như đã nói, cái nhu cầu vĩ mô bùng lên vào cuối thế kỷ 18 đã bị củ khoai lang tháo ngòi. Áp lực cải cách đã bị giải toả thì thôi, không cần cải tổ, chỉ vác cuốc ra xới đất trồng khoai hay bắp là xong. Dưới, người bình dân trồng khoai để có cái cho vào mồm, trên thì hệ thống cai trị thở phào rằng dân đã đầy bụng, khỏi phải sợ họ làm loạn vì đói. Dân đã đếm cuộc đời bằng những mùa khoai thì trên quan lại đếm cuộc đời bằng những dịp thăng quan và thế là yên, là đủ.

Điều này, rõ ràng, cũng đang diễn ra trên quê hương chúng ta khi mà, từ người nhà nước đến người bình dân, ai cũng đắc ý và mãn nguyện bởi "cơ đồ" có bao giờ được như thế này: thế là yên, là đủ, chỉ cần phá rừng trồng keo là đầy đặn cơ đồ. Nhưng sức đất có hạn và liệu đất của chúng ta sẽ chịu đựng được bao nhiêu mùa keo nữa? Đó đây, giới môi sinh đang la toáng về những hệ lụy từ nông nghiệp độc canh nhưng cây keo thì, còn khủng khiếp hơn, là lâm nghiệp độc canh, là cả một không gian sinh tồn và cái giá của việc đảo lộn cân bằng sinh thái này sẽ là bao nhiêu? Giữa những thông tin về các vụ lỡ đất đó đây như là hậu quả nhãn tiền từ cuộc "phản-cách-mạng-xanh", tôi mơ hồ nghĩ đến cái ngày mà thiên nhiên của chúng ta tàn tạ, tan nát, để từ hình tượng đẹp đẽ duyên dáng của "hồng quần" trơ lại như một thứ "quần đỏ tươi"! [6]

Nên tôi cực kỳ bi quan, từ cái màu xanh xốp xáp của những trại keo ngút ngàn đồi núi tôi mơ hồ nhìn ra cả một màu đen tăm tối hay sắc trắng tang tóc cho mai hậu Tội nghiệp cho thế hệ ngày sau của chúng ta quá. Rồi đây chúng sẽ thừa hưởng một đất nước tàn tạ, tan hoang nhưng phải è cổ ra với những món nợ khổng lồ chỉ vì cha ông chúng đắc ý, mãn nguyện và vô hậu. Cha ông chúng mãn nguyện với những mùa keo. Cha ông chúng đắc ý với mớ tiền tươi hăng hăng mùi mồ hôi. Và cha ông chúng vô hậu với những khoản vay vô tội vạ.

Nhưng không chỉ vay nợ để mặc con cháu gánh trả mới là vô hậu, cái tiếng chửi mà - theo những người Huế khét tiếng chửi hay, có âm điệu và bài bản - là độc địa nhất, ác nghiệt nhất. Chính việc phá tan hay cho phép phá tan những cánh rừng tự nhiên bạt ngàn để trồng keo cũng là một hành vi vô hậu bởi, thực chất, cái bọn phá sơn lâm cổ áo xanh hay cổ cồn này đã vay mượn của thiên nhiên rồi để mặc cho con cháu ngày sau phải trả!

---

[6]https://baoquangngai.vn/channel/2025/201406/mat-trai-cua-nhung-rung-keo-ky-1-huy-hoai-moi-truong-sinh-thai-2318536/

Cường quốc... tặng thơ

Nói Việt Nam là "cường quốc thơ" thì chắc chắn sẽ có nhiều người nghi hoặc nhưng chỉ cần chêm thêm vào chữ "tặng" thì con số phản đối sẽ chẳng là bao bởi bằng sở cứ đã ăm ắp, tràn trề. Như thế, như là công dân của "cường quốc tặng thơ", chúng ta cũng nên xét lại hành trạng của Kiều Nguyệt Nga để phần nào gột rửa những tiếng oan đã trút lên đầu Lục Vân Tiên.

Hơn một thập niên trước, nhà thơ Nguyễn Quang Thiều – lúc còn là Phó Chủ tịch Hội Nhà văn – đã khẳng định trên tờ *Văn hóa & Thể thao* rằng Việt Nam là một cường quốc thơ, không của thế giới thì ít ra cũng là của Châu Á, vấn đề là phải tổ chức dịch thuật để nhân loại biết thế nào là sức sáng tạo Việt Nam.[1] Nghe qua đã thấy mơ hồ về mặt *logic* bởi nếu Việt Nam đã là cường quốc thơ thì thế giới đã chen chân xin dịch để thưởng thức và học hỏi từ lâu rồi chứ? Mà, chưa kể, hơn mười năm đã trôi qua, nhà thơ đã lên chức chủ tịch, vậy mà cái dự án khẳng định cường quốc thi ca kia vẫn chưa đâu vào đâu khiến giới hoài nghi cứ mang ra chế nhạo, xem cũng từa tựa như cái "cường quốc sắc đẹp" mà những kẻ sống với bề ngoài vẫn thường phởn lên theo các cuộc thi hoa hậu huyên náo, màu mè.

---

[1] https://thethaovanhoa.vn/nguyen-quang-thieu-vn-la-mot-cuong-quoc-ve-tho- 20120201084338836.htm

Đó là "thơ" nhưng còn cái sự "tặng thơ"? Hãy nghe một lời tả oán, dẫn lời nhà thơ Hữu Thỉnh, tiền nhiệm của ông Nguyễn Quang Thiều:

> "Nhà thơ Hữu Thỉnh, Chủ tịch Liên hiệp các hội văn học-nghệ thuật Việt Nam, Chủ tịch Hội Nhà văn Việt Nam, chia sẻ: 'Cả nước tính ra có hàng nghìn câu lạc bộ thơ, nhưng có bài thơ nào hay, có sức sống lâu dài không? Khó vô cùng! Tôi rất chịu khó đọc thơ của các câu lạc bộ nhưng phải thú nhận là không có thơ hay đâu'. Chia sẻ của nhà thơ Hữu Thỉnh thực ra cũng là nỗi niềm của rất nhiều văn nghệ sĩ trên cả nước. Các nhà văn, nhà thơ vẫn hay nói với nhau: Gặp nhau tay bắt mặt mừng/ Tặng gì thì tặng, xin đừng tặng thơ."[2]

Nhà thơ chủ tịch, xem ra, đã "chịu khó" không đúng với phận sự của mình nếu không nói là nhiều chuyện, vô duyên. Ở một vị trí như thế thì không thể không nhận thức được sự tách bạch giữa văn học tinh hoa và văn học đại chúng, là tính chất của bất cứ một nền văn học lành mạnh nào, hay rộng hơn là của bất cứ một nền văn hóa nào. Nếu nghệ thuật tinh hoa có sứ mệnh dẫn dắt, hướng tới tương lai thì những tác phẩm đại chúng là để giải trí, cho nhu cầu trước mắt. Mỗi tầng bậc văn học có sứ mạng riêng mà, nói theo Lý Thường Kiệt, đã "tuyệt nhiên định phận tại thiên thư" nên, do đó, ông Hữu Thỉnh không nhất thiết phải bỉ thử, chê bai các nhà thơ câu lạc bộ và, đến lượt mình, những nhà thơ hàng câu lạc bộ cũng không nên làm phiền, trách cứ cái sự hẩm hiu, không được ai để mắt của mình.

Đạt đến vị trí như thế thì nhà thơ trên hẳn phải biết là, để đánh giá thành tựu nghệ thuật của giai đoạn văn học, giới phê

---

[2]. https://ct.qdnd.vn/van-hoa-xa-hoi/xin-dung-tang-tho-523201
https://www.sggp.org.vn/tang-gi-thi-tang-xin-dung-tang-tho-post502461.html

bình đương thời hay hậu thế bao giờ cũng chỉ hướng tới những đỉnh cao của thời kỳ đó. Bây giờ chúng ta có các "câu lạc bộ thơ" thì các thế hệ trước có các "tao đàn", "thi xã" rồi "thi văn đoàn" và khi đánh giá những giai đoạn văn học đã qua, đã có ai mất thì giờ mổ xẻ thành công hay thất bại của các hội nhóm văn chương như thế? Nói về thành tựu của nền thơ ở miền Nam Việt Nam trong giai đoạn 1975-1974 người ta chỉ nói đến những nhà thơ hàng đầu như Thanh Tâm Tuyền, Bùi Giáng, Tô Thùy Yên, Nguyên Sa, v.v., chẳng ai nhắc đến tác phẩm của những nhà thơ hàng huyện và hàng tỉnh trong muôn vàn các "nội san" hay "đặc san" tỉnh lẻ, chưa cần nói đến các tác phẩm hàng xã, hàng phường.

Trong một khía cạnh khác, những nhà thơ đại trà như thế lại xuất hiện trong trầm tư của Pierre Kirillovich Bezukhov, một nhân vật đáng mến trong *Chiến tranh và hòa bình* của L. Tolstoy. Pierre quan niệm rằng, trong đời sống, bất cứ ai trong chúng ta cũng đối mặt với sự bất an nào đó; và nếu những người lính đứng trong chiến hào đợi giờ xông lên lao vào cái chết thường tìm cái gì đó để làm hay để suy nghĩ nhằm quên đi cái không khí bất an đang trùm lấp thì, trong đời sống, từng cá nhân cũng tìm việc gì đó để làm: người thì uống rượu, người thì đánh bài, người thì chơi bời, kẻ thì làm thơ, v.v.

Như thế thì giới cần quan tâm đến "hàng nghìn câu lạc bộ thơ" phải là ai đó với những vai trò xã hội khác hơn chứ không phải là ông Chủ tịch Hội Nhà văn. Như những cán bộ tuyên huấn, chẳng hạn. Dân chúng mà thi nhau làm thơ – thơ gì cũng được, từ vịnh cái bông hoa đến vịnh chiếc xe Lexus, miễn là đừng xoáy vào những điều nhạy cảm của xã hội – thì việc quản lý và định hướng cái đầu người dân nhẹ nhàng hơn rất nhiều. Hay như những nhà xã hội học và hình phạm học, chẳng hạn. "Nhàn cư vi bất thiện" nên khi các câu lạc bộ thơ rộ nở như thế, con người càng bận bịu với chữ và vần điệu hơn, càng ít sa đà vào chỗ cờ bạc, gái trai, hút xách hơn. Nghĩa là xã hội sẽ yên hơn.

Xã hội sẽ yên hơn nhưng lại nảy sinh một thứ phiền toái khác do cung vượt cầu. Thơ, làm ra, phải được công nhận nên, do đó, phải tặng. Người ta tặng thơ là để khẳng định và để vươn lên trong tư cách của một nhà thơ. Hàng xã thì muốn vươn tới địa vị của thơ hàng huyện, hàng huyện thì lăm le vươn lên hàng tỉnh, hàng tỉnh thì mót máy tầm cỡ quốc gia. Thế là họ tặng, tặng đến mức bội thực, thành vè: "Tặng gì thì tặng, xin đừng tặng thơ".

Tôi cũng từng bị tặng như thế, có lúc đều đều hàng tuần và, thậm chí có giai đoạn hàng ngày trên email với hậu ý nhận xét điều gì đó, viết cái gì đó giới thiệu, trình làng. Thường, những người tặng thơ này hằng nuôi ảo tưởng rằng họ cũng là một Xuân Diệu, Nguyễn Bính hay Nguyên Sa bởi thơ mình có khác nào thơ của những người đi trước. Cũng hoa lá, cây cành. Cũng gió heo may lá vàng rơi lả tả. Cũng bến đợi và đò đi, cũng mây trắng bay bay phủ kín trời thương nhớ. Rồi nào là tà áo trắng cổng trường, nào là nắng lụa vàng, nào là thân trai tình lỡ làng lận đận góc trời viễn xứ v.v. Vậy mà sao thơ họ hẩm hiu quá, chẳng mấy ai để mắt, ngó ngàng.

Nhưng nếu muốn được như Xuân Diệu, Nguyễn Bính hay Nguyên Sa thì, đầu tiên, phải khác với Xuân Diệu, Nguyễn Bính hay Nguyên Sa, phải loại trừ những hình tượng hay kỹ thuật mà những nhà thơ ấy đã khai thác đến mức tuyệt đỉnh, tận cùng. Khi viết nên những bài thơ giông giống như thế, họ đâu hề sáng tác mà chỉ để giọng thơ của lớp người đi trước từng ngấm vào bộ máy cảm thụ của của mình tuôn ra như một thứ phản xạ, công thức. Để là một Xuân Diệu hay Nguyễn Bính của hôm nay thì thơ của họ phải khác lạ so với thời của mình, như chính Xuân Diệu hay Nguyễn Bính từng khác thế trong cái thời của họ qua việc làm mới ngôn ngữ và làm mới cả hiện thực.

Trước Nguyễn Bính đã có ai từng viết nên một câu lục bát

giàu chất điện ảnh như "Anh đi đấy, anh về đâu? / Cánh buồm nâu, cánh buồm nâu, cánh buồm." ("Cánh buồm nâu")? Cái cảnh ra đi, người con gái nhìn theo cánh buồm màu nâu xa dần, nhỏ dần để cuối cùng không còn nhận ra cái sắc màu quen thuộc nữa trước khi nó tan loãng vào trong cái mênh mông của biển cả. Câu thơ y như khung cảnh trên màn bạc Hollywood lúc chung cuộc khi nhân vật chính, trên con thuyền hay trên lưng ngựa xa dần, nhỏ dần, rồi mất hút trên đại dương, trên hoang mạc mênh mông hay trong núi rừng thăm thẳm. Trước Xuân Diệu, đã có ai đưa con người vươn lên vị thế ngang hàng với đất trời và thời gian qua hình ảnh "Tháng giêng ngon như một cặp môi gần" hay "Hỡi xuân hồng, ta muốn cắn vào ngươi!" ("Vội vàng")? Và trước Nguyên Sa, đã có ai nhìn ra những giá trị thẩm mỹ trong hình ảnh con chó ốm và cá ươn để rồi mang ra đắp đổi vào hình tượng người yêu: "Hôm nay Nga buồn như một con chó ốm / Như con mèo ngái ngủ trên tay anh / Đôi mắt cá ươn như sắp sửa se mình / Để anh trách sao chả là nước biển"?

Ngày nay chúng ta xem những vần thơ lãng mạn của Xuân Diệu như là tinh hoa của tiếng Việt nhưng hãy nhớ rằng, khi mới vừa xuất hiện, chúng đã dấy lên những làn sóng chỉ trích, xem đó là một thứ ngôn ngữ lai căng, là một thứ thơ "ngô nghê như dịch Pháp văn": "Bữa nay lạnh mặt trời đi ngủ sớm/ Anh nhớ em, em hởi anh nhớ em". Nhưng chính sự táo bạo hay kiêu ngạo, dám thách thức đám đông bảo thủ để "lai căng" qua việc nhập cảng những tinh hoa của ngôn ngữ khác của những nhà thơ đi trước đã làm tiếng Việt giàu hơn. Nguyễn Du đã làm tiếng Việt hay hơn với bộ Truyện Kiều ăm ắp điển cố Trung Hoa. Những nhà Thơ Mới, những cây bút Tự Lực Văn Đoàn đã làm giàu tiếng Việt khi thách thức cái số đông đương thời của mình với những ý tưởng mới, những kỹ thuật viết mới học hỏi từ văn chương Pháp.

Tài hoa là một, những nhà thơ nhà văn như thế đã để lại tên tuổi bởi đã tiếng mẹ giàu có hơn qua việc táo bạo làm mới ngôn ngữ và làm thay đổi mối quan hệ giữa con người với với hiện thực hay, nói cách khác, đã tái tạo hiện thực và, qua đó, giúp chúng ta nhìn cái thế giới quen thuộc của mình khác đi, đẹp hơn, lấp lánh hơn, và ý nghĩa hơn. Nghĩa là, nếu muốn được như Xuân Diệu, Nguyễn Bính hay Nguyên Sa trong tư cách là nhà thơ, thì phải học hỏi sự táo bạo, sự sáng tạo và đi trước chứ không phải là sao chép họ đến nhão nhoẹt, chán chường.

Như thế, để cổ xúy sự phát triển của văn học thì, lẽ ra, những tác giả đứng ở vị trí như Hữu Thỉnh chỉ nên cổ xúy những nỗ lực thể nghiệm và khai phá trong ý hướng nói nên chứ không nên bỉ thử, chê bai các nhà thơ hàng câu lạc bộ bởi đó không phải là việc của ông. Nhưng, ở một mặt khác thì, đến lượt mình, những nhà thơ hàng câu lạc bộ cũng không nên làm phiền, trách cứ cái sự hẩm hiu, không được để mắt tới.

Trong khía cạnh này, chúng ta có thể xem lại thái độ của nhà văn Úc Morris West (1916- 1999), người mà, trước năm 1975, người đọc ở miền Nam đã làm quen qua hai bản dịch *Trong và ngoài tình yêu* từ nguyên tác *The Devil's Advocate* và *Ông Đại sứ*, từ *The Ambassador*. Đây là nhà văn có tác phẩm bán chạy hàng đầu của nước Úc với 30 tiểu thuyết, ba vở kịch, trong đó nhiều tác phẩm đã được dịch sang 27 thứ tiếng và dựng thành phim, thành kịch. Thí dụ như cuốn *The Devil's Advocate* nói trên, là tác phẩm best-seller đầu tiên, xuất bản vào năm 1959; khai thác những câu chuyện bên trong Vatican qua vụ điều tra một hồ sơ thánh tử đạo đã mang lại cho tác giả hàng triệu đô la và, riêng tác quyền để dựng thành phim, vào thời đó, đã lên đến 250.000 đô la. Morris West viết đúng bóc những điều mà độc giả chờ đợi mà lại viết rất nhanh, nhanh đến độ chỉ hơn một năm sau cái chết của ông Ngô Đình Diệm, đã cho ra mắt tiểu thuyết *The Ambassador* về bàn tay của viên đại sứ Mỹ trong chính biến này.

Thành công như thế nhưng Morris West ý thức rất rõ về mình như là một "story-teller", một người kể chuyện thuần túy. Hẳn nhiên, Morris West cũng có khi pha lồng trong những câu chuyện của mình chút đỉnh triết lý vụn nhưng ông vẫn tự xem đó là những sản phẩm giải trí thuần túy bởi không hề góp phần đổi mới văn học, không đưa ra một kỹ thuật viết mới nào, càng không đưa ra một quan niệm nào mới về mỹ học. Biết mình thành công về thương mại chứ không phải là thành công về văn chương, Morris West đã gạt ngang là "bullshit" khi nghe một nhà báo tán tụng về mình như là một thứ "tài sản quốc gia".[3]

Morris West, trong khía cạnh này, khác xa với rất nhiều công dân "cường quốc tặng thơ" chúng ta, những người làm thơ chỉ để giải trí hay thù tạc với chút xíu triết lý vụn vặt nhưng không ngớt ấm ức với thân phận văn chương hẩm hiu bởi không ai chú ý, không ai ghi nhận để từ đó sân hận với giới thưởng ngoạn hay phê bình, xem mình đã bị kỳ thị và trấn áp trên khía cạnh văn học/

Không được ai chú ý thì tự gây nên sự chú ý và đó, có lẽ, là lý do chính khiến đất nước chúng ta trở thành một "cường quốc tặng thơ". "Tặng gì thì tặng, xin đừng tặng thơ", khi mà sự tặng thơ trở thành trò phiền toái, phiền đến độ phải bật thành vè, chúng ta cần phải thấu hiểu và giải oan cho Lục Vân Tiên, người mà, suốt bao nhiêu năm qua, đã bị chê là thiếu lịch lãm, quê mùa.

Trên đường về kinh dự thi Lục Vân Tiên đã ra tay cứu giúp Kiều Nguyệt Nga bị sa vào tay đạo tặc và, chính từ cái cảnh chạm mặt người đẹp này Lục Vân Tiên đã bị chúng ta cười cợt,

---

[3] Hoàng Ngọc-Tuấn, "Moris West và những bí quyết của một nhà văn best-seller", in trong *Văn học hậu hiện đại qua thực tiễn sáng tác và góc nhìn lý thuyết*, Văn Nghệ, California, 2002, trang 157-170.

chê bai. Nhưng hãy tưởng tượng chúng ta trong cảnh gấp gáp ấy trong khung cảnh hiện đại, trên đường đi thi hay đi phỏng vấn xin việc hay, "sang trọng" hơn, là trên đường gặp đối tác kinh doanh để ký hợp đồng, mà gặp một biến cố tương tự. Nguyệt Nga rút cây trâm cài đầu trao Vân Tiên đền ơn khiến nhân vật này bị chúng ta chê cười qua phản ứng "ngơ mặt chẳng nhìn". Nhưng nếu những Nguyệt Nga không cài trâm hiện đại bày tỏ sự cám ơn tương tự với cái vòng vàng tên tay, dây chuyền vàng trên cổ hay những xấp đô la trong xách tay, liệu chúng ta sẽ phản ứng như thế nào? Vân Tiên "ngơ mặt chẳng nhìn" thì Nguyệt Nga chuyển sang món quà tinh thần:

"Đưa trâm chàng đã làm ngơ,
Thiếp xin đưa một bài thơ giã từ".
Vân Tiên ngó lại rằng ừ:
"Làm thơ cho kịp bấy chứ chớ lâu"

Chúng ta cười Vân Tiên qua lối ứng xử cù lần nhưng liệu, trong cái cảnh tưởng tượng nói trên, đang nôn nóng vì công việc mà còn bị kỳ nèo nán lại để làm bài thơ kỷ niệm, chúng ta sẽ phản ứng như thế nào? Liệu chúng ta có hối thúc, bảo rằng xin lỗi tôi đang vội, có làm thơ thì làm sao cho gọn, cho nhanh; hay phải bảo rằng lúc này chưa nhận thơ được, hãy chờ lần khác nếu có duyên?

Ứng xử như thế nào là chọn lựa riêng của từng cá nhân nhưng, dẫu sử dụng ngôn ngữ lịch sự và nhã nhặn bao nhiêu đi nữa theo cách trên, chúng ta cũng khá hơn gì Vân Tiên. Giữa chúng ta và Tiên là cả một khoảng cách thời gian dài với những bước tiến lớn lao trong giao tế xã hội và bất cứ lời lẽ nhã nhặn nào để thúc giục hay chối từ cũng không khiến chúng ta khá hơn chàng trai quê mùa ấy.

Nhưng nếu Vân Tiên không đáng trách thì cả chúng ta, chúng ta cũng không đáng trách. Có trách chăng, là trách Nguyệt Nga xưa trong trang truyện thơ của Đồ Chiểu và những Nguyệt Nga hiện đại, nam hay nữ, những kẻ lúc nào cũng có thể tặng thơ, kể cả tặng không phải nơi và không phải lúc!

Bảng Tra Cứu

Agustín Pío Barrios 121
Alfred Dreyfus 141
Anna Maria 119
Barrack Obama 201
Bill Clinton 115, 122, 186, 195
Bob Kerrey 195, 199, 200, 202, 203
boléro 205, 206, 211, 215, 216, 217, 218, 219, 220
Bùi Giáng 23, 26, 27, 31
Cecil John Rhodes 154
Chế Lan Viên 183, 184, 185, 187, 193
Christopher Columbus 165
Đặng Kim Giang 141
Đỗ Đức Kiên 141
Duyên Anh 185
Emile Zola 141
Federico García Lorca 116
Ferdinand Magellan 165
Formosa 216, 218
fragile state, ... 154
Francisco Tárrega 121
Fyodor Dostovevski 80
Gottfried Wilhelm von Leibniz 164
Hồ Chí Minh 88, 123, 144, 190
Hoàng Diệu 150
Jesus Christ 195
John Howard 163
Kevin Rudd 186
Kpa Klơng hay 197
Lâm Ngữ Đường 167
Lê Duẩn 137, 143, 208
Lê Đức Thọ 143
Lê Liêm 141
Lê Qúy Đôn 87, 88
Lê Thành Nhơn 86
Lê Văn Tám 197, 198
Louise XIV 162
Lương Đăng 209, 210
Lưu Quý Kỳ 208
Lý Thường Kiệt 145
Mareillaise 217
Max Weber 152
Minh Mạng 24
Minh Trị Thiên Hoàng 165
Napoléon Bonaparte 138, 162
Ngũ phụng tề phi 148, 149
Nguyễn Du 117, 188
Nguyên Ngọc 200
Nguyễn Thái Học 213
Nguyễn Trãi 187, 209, 210, 220
Nicolo Machiavelli 142
Peter Costello 163
Phạm Thị Hoài 115, 117, 126
Phan Chu Trinh 150, 155, 159
Phan Khôi 150
Phan Quang 149
Phó Đức Chính 213

Raskolnikov....84
Roy Strong....162
Salvador Dalí....119
Sở Thành Vương... 161, 162, 169
Stefan Zweig....217
Thanh Thảo... 116, 118, 119, 120, 124, 128, 129
The Prince....142
Thomas Malthus....136, 139
'Tôn Nữ Thị Ninh....202
Trần Dân Tiên....211, 219
Trần Thủ Độ....79, 87
Trịnh Công Sơn....23
Tú Xương....140
Václav Havel....150
Việt Khang....219
Vladimir Lenin....86
Võ Nguyên Giáp.... 135, 136, 137, 138, 140, 142, 143, 144, 145
Võ Phiến....26
Voltaire....164
Vũng Áng....177, 216, 218

9 798868 976421

Printed by Libri Plureos GmbH in Hamburg, Germany